ഗ്രീൻ ബുക്സ്

ഉന്മാദിനിയായ പാതിരാവ്

ജയശ്രീകുമാർ

കൊല്ലം ജില്ലയിൽ പാരിപ്പള്ളി,
കടമ്പാട്ടുകോണത്തു ജനനം.
മലയാളസാഹിത്യത്തിൽ എം.എ.,
എം.ഫിൽ ബിരുദം.
ഒരു ചെറുപുഞ്ചിരി എന്ന ചിത്രത്തിൽ
എം.ടി. വാസുദേവൻ നായരുടെ
സംവിധാന സഹായിയായി.
ഷോർട്ട് ഫിലിം, ഡോക്യുമെന്ററി
സംവിധായകനും തിരക്കഥാകൃത്തും.
ആനുകാലികങ്ങളിൽ ചെറുകഥകളും
ലേഖനങ്ങളും പ്രസിദ്ധീകരിച്ചിട്ടുണ്ട്.
സ്വതന്ത്ര മാധ്യമപ്രവർത്തകനായും യുജിസി,
സിവിൽ സർവീസ് പരിശീലന പരിപാടികളിൽ
അദ്ധ്യാപകനായും ജോലി ചെയ്യുന്നു.
ഇമെയിൽ : jayasreekumar.js@gmail.com

നോവൽ

ഉന്മാദിനിയായ പാതിരാവ്

ജയശ്രീകുമാർ

ഗ്രീൻബുക്സ്

green books private limited
gb building, civil lane road, ayyanthole,
thrissur- 680 003, kerala, ph: +91 487-2381066, 2381039
website: www.greenbooksindia.com
e-mail: info@greenbooksindia.com

malayalam
unmadiniyaya paathiravu
novel
by
jayasreekumar

published july 2022

cover design : rajesh chalode

printed in india
manipal technologies limited

branches:
thrissur 0487-2422515
thiruvananthapuram 0471-2335301
calicut 0495 4854662

isbn : 978-93-93596-12-3

₹ 190.00
GBPL/1233/2022

സമർപ്പണം

ജിജേഷ്, നിന്റെ നിരന്തരമായ
നിർബ്ബന്ധം ഇല്ലായിരുന്നുവെങ്കിൽ
ഈ നോവൽ ചിന്തിക്കുകയോ എഴുതുകയോ
പൂർത്തിയാക്കുകയോ ചെയ്യുമായിരുന്നില്ല.
നിനക്കും ഇത് എഴുതിത്തീരുംവരെ
എന്നെ സഹിച്ച എന്റെ ഒപ്പമുള്ളവർക്കും
കൂടെ നിന്ന കൂട്ടുകാർക്കും
പ്രസിദ്ധീകരിക്കാൻ തയ്യാറായ ഗ്രീൻ ബുക്സിനും
ഇതു വായിക്കാൻ മനസ്സു കാണിക്കുന്ന
ഓരോ വായനക്കാർക്കും.
പിന്നെ, ഉന്മാദങ്ങളിൽ പൂത്തുലഞ്ഞ
നിലാവുമായെത്തുന്ന പാതിരാവിനും...

വേദന

വിലാപങ്ങളുടെ ഉറവയിൽനിന്ന് രാത്രിവയലിൻ
ഒരു കോപ്പ നിറയെ വേദന കോരിയെടുക്കുന്നു.
കണ്ണുനീരിനെ ഘനീഭവിപ്പിച്ച്
ഹൃദയത്തിലേക്ക് മഞ്ഞുതുണ്ടുകളെറിയുന്ന
ഹേമന്തരാവുകളിലെ മന്ത്രവാദിനി
അതിതീവ്രമായ മൗനത്തിൽനിന്ന്
ഒരു പ്രണയഗാനം ഉരുക്കിയെടുക്കുന്നു.
വിജനതയുടെ മറുകരയിൽ നിന്നെന്നപോലെ
ആ ശോകധാര കേൾക്കാം.
അവളുടെ അന്ധമായ കണ്ണുകൾ
വിരഹരാവുകളുടെ തമോഗർത്തമാണ്.
കാലത്തിന്റെ അവസാനത്തെ
ഇലയും പൊഴിഞ്ഞുവീണാലും
കാത്തിരിപ്പിന്റെ കാൽക്കീഴിൽ നിന്ന്
മുഴുവൻ പൂഴിമണ്ണ് അടർന്നുപോയാലും
നെഞ്ചിനുള്ളിൽ ഒളിപ്പിച്ചുവച്ച
സൗഗന്ധികവുമായി നീ വരും വരെ
ഞാനോ രാത്രിയുടെ തടവുകാരനായി തുടരും.
ഓർമകളുടെ നീലഞരമ്പുകളിൽ
തലതല്ലി ശോകവാഹിനിയായി ഒഴുകും.
നിലാവ് കുടിച്ച് ഉന്മാദിനിയായ പാതിരാവേ, വരൂ.

അരുന്ധതി

പാതിരാവിൽ, തരിശായ നീലാകാശച്ചരുവിൽ, പറങ്കിമാവിലകൾ തീർത്ത കരിങ്കാടിന്റെ തുഞ്ചത്ത് അന്ന് ഒരു ഒറ്റനക്ഷത്രമുദിച്ചു. അവളാണ് അരുന്ധതി. ആ ഉദയം ആകസ്മികമായിരുന്നില്ല. ആസൂത്രിതവും ആയിരുന്നില്ല. കാലം ദശാബ്ദങ്ങളോളം തന്റെ ഗർഭത്തിലിട്ടു കടഞ്ഞെടുത്തതായിരുന്നു അവളുടെ പരിണതികളൊക്കെയും. അതുവരെയും ഏതോ തമോഗർത്തങ്ങളിലെ അന്തേവാസിയായിരുന്നു അവൾ.

നാല്പത്തിമൂന്നു വർഷം മുമ്പ്, വസന്തം മണ്ണിനെ ഗാഢമായി ആലിംഗനം ചെയ്ത ചിങ്ങമാസത്തിലെ ഒരു മൂവന്തിയിലാണ് അരുന്ധതി പിറന്നത്. കുഞ്ഞായിരുന്ന അവളെ ഉമ്മ വയ്ക്കുമ്പോൾ ഏതോ വാസനപ്പൂവിനെ മണക്കും പോലെ തോന്നിയെന്ന് അമ്മ പറഞ്ഞിട്ടുണ്ട്. ചുറ്റും സുഗന്ധം പരത്താനും വാഴ്വിനെ വാരിപ്പുണരാനുമായി പൊട്ടിവിടരുന്ന മുല്ലയും പിച്ചകവും ചെമ്പകവും ഇലഞ്ഞിയും മറ്റും പോലെ ഭൂമിയുടെ സുഗന്ധമായാണ് അവളും പിറന്നത്. പക്ഷേ, കാലം ചെയ്തതോ?

അമ്മയുടെ ഇക്കിളികൾക്കൊപ്പം അവളുടെ പൊട്ടിച്ചിരികൾ നിറഞ്ഞ സ്മരണകൾ ബാല്യത്തിന്റെ ഒരു നടവഴി തിരിയുമ്പോൾ മൂകത കൊണ്ട് മുഖം പൊത്തുന്നുണ്ട്. പിന്നത്തെ ഓർമകളിൽ വീട് മാത്രമല്ല ഗ്രാമമാകെ നിശ്ശബ്ദമാണ്. വിജനമായ ഇടവഴികൾ, കല്ലുവെട്ടാങ്കുഴികൾ, മരച്ചീനിവിളകൾ തുടങ്ങി എവിടെയും ഒരു മൂടാപ്പ്. മൂകതയെ പെരുപ്പിക്കുന്ന ചില ശബ്ദങ്ങളുണ്ട്. പലപ്പോഴും പലതാണ്. മണിയനീച്ചകളുടെ മൂളൽ. പട്ടികളുടെ മോങ്ങലുകൾ. ലോഹപാത്രത്തിൽ വീഴുന്ന കല്ലുപോലെയായിരുന്നു ഓരോ ശബ്ദവും.

വിജനമായ ഇടവഴികളിൽ പട്ടികൾ കിതച്ചും കുരച്ചും അലഞ്ഞു നടന്നു. അവളെത്തുമ്പോൾ അവ വാലാട്ടി മണത്ത് ഒപ്പം കൂടും. അവൾ കടന്നുപോയാൽ മൗനം മുറിച്ചുകടന്ന് പരസ്പരം പുലമ്പുകയും കടി കൂടുകയും ചെയ്യും. അതിന്റെ പ്രതിദ്ധ്വനികൾ കല്ലുവെട്ടാൻ കുഴികളിൽ മൂടിക്കിടക്കുന്ന മൂകതയെ ചെന്നു തല്ലും. കോപത്തോടെ

തലവെട്ടിച്ച് അല്പനേരം മുഴങ്ങിമൗനം വീണ്ടും കണ്ണടയ്ക്കും. അന്ന് അവിടെങ്ങും പറങ്കിമാവിൻകാടുകളാണ്.പടിഞ്ഞാറുനിന്നു വരുന്ന കാറ്റ് കറങ്ങിത്തിരിഞ്ഞ് അതിനുള്ളിൽ പെട്ടാൽ പിന്നെ കുറേനേരം പുറത്തേക്കു പോകാനുള്ള മരണവെപ്രാളത്തിൽ പിടയും. ഇങ്ങനെ എണ്ണിയെടുക്കാവുന്ന കുറേ ആരവങ്ങളുടെ ഇടവേളകളൊഴിച്ചാൽ ശബ്ദരഹിതമാണ് അവളുടെ കുട്ടിക്കാലം.

പ്രധാന വഴിയിൽനിന്നും കുറേനേരം ചെമ്മണ്ണുപാതയിലൂടെ പോകണം വിശാലമായ പറമ്പിനു മധ്യത്തിലുള്ള അവളുടെ വീട്ടിലെത്തുവാൻ. നിറയെ ജനാലകളും വാതിലുകളുമുള്ള വലിയ വീടായിരുന്നു അത്. പക്ഷേ, മിക്കതും ഒരു കാലത്തും അവൾ തുറന്നു കണ്ടിട്ടില്ല. പുറത്തുപോകാൻ വഴിയില്ലാതെ ഇരുട്ട് ശ്വാസംമുട്ടി മരിച്ച മുറികൾ ആ വീട്ടിൽ അനവധിയുണ്ടായിരുന്നു. തെക്കേ കോണിലെ മുറിയായിരുന്നു അവളുടേത്. അതിന്റെ എല്ലാ ജനാലകളും അവൾ തുറന്നിട്ടു. അതിലൂടെ വാഴത്തോട്ടവും താഴത്തെ പുരയിടവും അകലെ അലയിടുന്ന പറങ്കിമാവിൻകാടിന്റെ തലപ്പും കാണാം. വാഴയിലക്കൈകൾ വിട്ട് കരിയിലക്കിളികൾ അവൾക്കരികെ ജനാലക്കമ്പിൽ വന്നിരുന്നു. ചിത്രശലഭങ്ങൾ ഭിത്തിയിൽ മുഖം ചേർത്ത് സമാധിയായി. സ്കൂൾ വിട്ടുവന്നാൽ അവൾ ഒന്നുകിൽ കഥാപുസ്തകങ്ങൾ വായിക്കും. അല്ലെങ്കിൽ ജനാലയിലൂടെ പുറത്തേക്കു നോക്കിയിരിക്കും. കരിഞ്ഞു തൂങ്ങിയ വാഴയിലക്കൈകൾ അനങ്ങുന്നതും പട്ടികൾ സ്നേഹിക്കുന്നതും കണ്ടിരിക്കും. വല്ലപ്പോഴും അടുക്കളയിൽ ഒരു പാത്രം താഴെ വീഴും. അല്ലെങ്കിൽ അടുക്കളയിൽ അമർത്തിപ്പിടിച്ച ചിരി പൊട്ടും. പണിക്കാർ പരസ്പരം അടക്കം പറഞ്ഞു ചിലമ്പും. അതല്ലാതെ മറ്റൊരു ഒച്ച അവൾക്ക് ആഘോഷമായിരുന്നു. മറ്റുള്ളവരുടെ ശബ്ദം കേൾക്കാനും ആളുകളോടു കഥ പറയാനും അരുന്ധതി കൊതിച്ചു.

അനങ്ങുന്നതിനും തിരിയുന്നതിനും അരുന്ധതിക്ക് നിയന്ത്രണങ്ങളുണ്ട്. അതിനായി അച്ഛൻ വേലക്കാരെ ഏർപ്പെടുത്തിയിട്ടുണ്ട്. പക്ഷേ, അവളുടെ ദീനമായ മുഖം കണ്ട് പലപ്പോഴും അവർ കണ്ണടച്ചുകൊടുക്കും. ആ നേരം അടുക്കളവാതിലിലൂടെ അവൾ പുറത്തേക്കോടും. വെട്ടുകല്ലുപടവുകൾ പിന്നിട്ട് മുക്കുറ്റികൾ പൊട്ടിമുളച്ച ഇടവഴിയിലൂടെ ചെങ്കല്ലുപാറ ചവിട്ടിക്കയറി പറങ്കിമാവിൻകാടുകളുടെ കൂടാരത്തിലെത്തുമ്പോഴാണ് ഒന്നുനേരേ ശ്വാസം വിടാറുള്ളത്. അവിടെ എത്രയോ ശബ്ദങ്ങൾ അവൾക്കായി കാത്തിരുപ്പുണ്ട്. അണ്ടിച്ചുനയുടെ മണമുള്ള കാറ്റ് ഇലകളിൽ തപ്പടിച്ചു പാടുന്ന പാട്ട്, അണ്ണാറക്കണ്ണന്മാരുടെ കലമ്പൽ. പേരറിയാത്ത അസംഖ്യം കിളികളുടെ വർത്തമാനം, നാട്ടുപട്ടികളുടെ പ്രണയ കോലാഹലങ്ങൾ,

സ്വർണ്ണനിറമുള്ള ചേരകൾ തീർക്കുന്ന നെടുനീളൻ കരിയില യനക്കം തുടങ്ങി എണ്ണിയാലൊടുങ്ങാത്ത കുഞ്ഞുകുഞ്ഞു ശബ്ദങ്ങൾ. ചാഞ്ഞ കൊമ്പുകളിൽ കാൽ വെച്ച് തൊട്ടടുത്ത ശിഖരത്തിൽ ചവിട്ടി, തൂങ്ങിയും തെറിച്ചും ഉച്ചാങ്കൊമ്പിലെ തന്റെ സിംഹാസനമായ ശിഖരക്കൂട്ടിൽ ഇരുന്നു കഴിയുമ്പോൾ ലോകത്തിന്റെ നെറുകെയിലെത്തിയ അനുഭവമാണ്. അവിടെയിരുന്നാൽ പാവാടയ്ക്കുള്ളിൽ മടക്കിവച്ചരിക്കുന്ന, വായനശാലയിൽ നിന്നെടുത്ത പുസ്തകങ്ങൾ വായിക്കാം. പച്ചമാങ്ങ ഉപ്പും കൂട്ടിത്തിന്നാം. ദൂരക്കാഴ്ചകൾ കാണാം. സ്വപ്നങ്ങളിൽ മുഴുകാം. പട്ടികളോടും ചേരകളോടും കഥ പറയാം. അവിടെ ഏകാകിയെങ്കിലും ഒരു ലോകത്തെ അവൾ നയിക്കും.

പറങ്കിമാവിന്റെ തലപ്പത്തിരുന്ന് പടിഞ്ഞാറ് കടലു കാണുന്നുണ്ടോ എന്ന് അവൾ നോക്കും. ഇലക്കൂട്ടങ്ങൾ അരിച്ചെത്തുന്ന കാറ്റിൽ അവളുടെ ചെമ്പൻമുടി തീജ്വാലകളായി ഉലയും. ചുണ്ടിൽ അത്യാഹ്ലാദത്തിന്റെ ചിരി പരക്കും. ചെമപ്പിൽ വെളുപ്പും കറുപ്പും പൂക്കളുള്ള ഫ്രോക്കിട്ട് മാവിന്റെ തുഞ്ചത്ത്, പായ്ക്കപ്പലിന്റെ അമരത്ത് കാറ്റുപിടിച്ചുനില്ക്കുന്ന കൊടിക്കൂറ പോലെ ആ അഞ്ചാം ക്ലാസുകാരി നിൽക്കും.

അരുന്ധതിക്ക് അധികം കൂട്ടുകാരൊന്നുമില്ല. അനീഷാണ് ഒന്നാം ക്ലാസ് മുതലുള്ള തോഴൻ. കശുവണ്ടി ഫാക്ടറിയിൽ ജോലിക്കു പോകുന്ന ലളിതയുടെ മകനാണ്. അവന്റെ അപ്പന് ദൂരയുള്ള കാട്ടിലെ കൂപ്പിലാണ് പണി. ആണ്ടിൽ ഓണത്തിനും നാഗരുകാവിലെ ഉത്സവത്തിനുമാണ് അപ്പൻ വരിക. അമ്മ ജോലി കഴിഞ്ഞു വരും വരെ അവൻ ഒറ്റയ്ക്കാണ്. ആ സമയം അരുന്ധതിക്കൊപ്പം കൂടും. ശീമനെല്ലിക്ക, ചാമ്പയ്ക്ക, ഉപ്പുമാങ്ങ, വിവിധ തരം പലഹാരങ്ങൾ ഒക്കെ പൊതിഞ്ഞു കൊണ്ടുവന്ന് അവൾ അനീഷിനു നൽകും. പകരം പല ലോകകാര്യങ്ങളും അവൻ പറഞ്ഞുകൊടുക്കും. അണ്ടിയാപ്പീസിനു മുമ്പിൽ തൊഴിലാളികൾ കൂലി കൂടുതലിനു സമരം ചെയ്യുന്നതും പെട്ടി നിറയെ മണമുള്ള റബ്ബറും ഹീറോ പേനയും തുണികളുമായി കൂട്ടുകാരുടെ അച്ഛന്മാർ ഗൾഫിൽനിന്നു വരുന്നതും അവൻ പറഞ്ഞാണ് അരുന്ധതി ആദ്യമായി അറിയുന്നത്. തന്റെ ശേഖരത്തിൽനിന്ന് തീപ്പെട്ടിപ്പടങ്ങളും സിനിമാ നോട്ടീസുകളും അവൻ നൽകും. അവൾ നാലാം ക്ലാസിൽ പഠിക്കുമ്പോഴാണ് മൈഡിയർ കുട്ടിച്ചാത്തൻ സിനിമ വരുന്നത്. ആ നോട്ടീസിനൊപ്പം അത്ഭുതം നിറഞ്ഞ അറിവും അവൻ കൊടുത്തു.

"ഇത് സാധാരണ സിനിമ പോലല്ല. ആളുകളെയൊക്കെ നമുക്ക് തൊടാം. ഐസ്ക്രീമൊക്കെ എടുത്ത് കഴിക്കാൻ ഒക്കുമെന്നാ സുരേഷ് പറഞ്ഞത്. അപ്പൻ വന്നിട്ടുണ്ട്. ഞങ്ങൾ ഇന്ന് കാണാൻ പോകും."

അപ്പന്റെയും അമ്മയുടെയും മധ്യത്തിലിരുന്ന് കൈയിലിരുന്ന കപ്പലണ്ടി കൊറിക്കാൻ മറന്ന് സിനിമയെ കൈയെത്തിപ്പിടിച്ച വിശേഷങ്ങളുമായാണ് അനീഷ് അടുത്ത ദിവസം പറങ്കിമാവിൻ കാട്ടിലെത്തിയത്. ത്രീ ഡി സിനിമയുടെ അത്ഭുതങ്ങൾ തനിക്കാവുന്നത്ര പെരുപ്പിച്ച് അനീഷ് വിസ്തരിച്ചു. അവൾ അസൂയയോടെ കേട്ടിരുന്നു.

വളരെ അപൂർവ്വമായേ അരുന്ധതി കേൾവിക്കാരി ആകാറുള്ളൂ. അവൾ പറയും അവൻ കേൾക്കും എന്നതായിരുന്നു അവർക്കിടയിലെ സാധാരണത്വം. പറങ്കിമാവിൻകൂടാരമെന്ന അവളുടെ രാജ്യത്തിലെ ഭടനും രാജകുമാരനും പ്രജയുമായിരുന്നു അനീഷ്. ആടുകയും പാടുകയും കഥ പറയുകയും ചെയ്യുന്ന അവളുടെ ബഹുമുഖപ്രതിഭ അടുത്തറിയുന്ന ഒരേയൊരു ആരാധകൻ. പറങ്കിമാവിന്റെ ഉച്ചിയിലിരുന്ന് അവൾ കഥപറയുമ്പോൾ താഴെയിരുന്ന് അവൻ കേൾക്കും. അനീഷ് മാവിൽ കയറാറില്ല. ഏതു പൊക്കത്തെയും അവനു ഭയമായിരുന്നു. അവളുടെ ആകാശത്തേക്കു നോക്കി അവൻ കേട്ട കഥകളിൽ മുയൽക്കുട്ടിയും ചെന്നായുമുണ്ടായിരുന്നു. യക്ഷിയും മന്ത്രവാദിയുമുണ്ടായിരുന്നു. വാഴയിലക്കൈകൾ വകഞ്ഞുമാറ്റി ഇരുളിൽനിന്നും കടന്നുവരുന്ന രാജകുമാരനുണ്ടായിരുന്നു.

അനീഷാണ് അച്ഛനുമ്മയും കളി അവളെ പഠിപ്പിച്ചത്. അവൻ എന്തു പറഞ്ഞാലും അതിൽ സ്വന്തം അപ്പൻ കടന്നുവരും. അപ്പൻ അവധിക്കു വന്നാൽപ്പിന്നെ അമ്മയ്ക്കു വിശ്രമമാണ്. അപ്പൻ ചോറും കറിയും വയ്ക്കും. തുണി നനയ്ക്കും. അവനെ ഉമ്മ വച്ച് തോളത്തിരുത്തും. മൂന്നു പേരുംകൂടി അക്കുത്തിക്കും കളിക്കും. അവൻ ഉറങ്ങാൻ കിടന്നാലും അപ്പനും അമ്മയും ഉറങ്ങാറില്ല. അതിനുശേഷമാണ് അവർ സ്നേഹിക്കുക. അച്ഛനുമമ്മയും കളി അരുന്ധതിക്ക് ഇഷ്ടമായി. അനീഷ് ചിരട്ടപ്പാത്രങ്ങളിൽ കഞ്ഞിയും കറിയും വയ്ക്കുമ്പോൾ അവൾ ആകാശത്തിരുന്നു കഥ പറഞ്ഞു. അവൻ ഒരേസമയം കേൾക്കുകയും പാചകം ചെയ്യുകയും ചെയ്തു. ഉണ്ടശേഷം ഉറങ്ങാനുള്ള കരിയിലപ്പായ വിരിച്ചു. കഥയിൽ അവളുടെ കല്പനകൾ വല്ലാതെ കാടുകയറുമ്പോൾ അവൻ പറയും.

‘‘അരൂ, വാ ഊണായി.’’

മാവിൻചില്ലകൾ ഉലയും. ശിഖരങ്ങൾ ചവുട്ടി അവൾ താഴെയെത്തും. അവർ ഒരുമിച്ചിരുന്ന് വട്ടയിലയിൽ ഊണു കഴിക്കും. പിന്നെ, കരിയിലപ്പായയിൽ ഉരുമിച്ച് ഉറങ്ങും. അപ്പോഴും അവൾ കഥകൾ പറയുന്നുണ്ടാവും. പറഞ്ഞാൽ തീരാത്ത കഥകളായിരുന്നല്ലോ അവൾ. വേർപാടിന്റെ നിമിഷങ്ങൾ പറയുമ്പോൾ അവളുടെ

കണ്ണു നനയും. നെഞ്ച് പിടയും. ആ നേരം അവൾ അവനെ കെട്ടിപ്പിടിക്കും. അവനെ തന്റെ നെഞ്ചിലേക്ക് ചേർത്ത് നെറ്റിയിൽ ഉമ്മ വച്ച് തലോടിക്കൊടുക്കും. അപ്പോൾ പറങ്കിമാവിൻകാട് ഇരുവരെയും ചേർത്തുപിടിക്കും. അതുവഴി ഇഴഞ്ഞെത്തുന്ന ചേരകൾ കരിയില കളിളക്കി അവരെ ശല്യപ്പെടുത്തേണ്ടെന്നു വച്ച് കൊമ്പുകൾ കയറിയിറങ്ങിയാകും അപ്പുറം പോവുക. അണ്ണാറക്കണ്ണന്മാർ വായാടികളായ തങ്ങളുടെ ചങ്ങാതിമാരോട് മിണ്ടാതിരി എന്നു ഗോഷ്ഠി കാണിക്കും. അപ്പോൾ വിദൂരതയിലെ ആവിവണ്ടിയുടെ മുഴക്കം പോലെ അനീഷിന്റെ കൂർക്കംവലി നേർത്ത പശ്ചാത്തലസംഗീതം തീർക്കും.

ഏഴാം ക്ലാസിലായപ്പോഴേക്ക് അവരുടെ സൗഹൃദം ചെമ്മണ്ണ് തുളയ്ക്കുന്നത്ര ബലമുള്ള കശുമാവിന്റെ വേര് പോലെ കനത്തിരുന്നു. അന്തിയാവുമ്പോഴാണ് അച്ഛൻ എത്തുക. അതിനു മുമ്പായി വീടണയണമെന്ന് വേലക്കാരുടെ നിർദ്ദേശമുണ്ട്. അവളത് അക്ഷരം പ്രതി അനുസരിക്കും. ഓടിവന്ന് കുളിച്ച് ഭക്ഷണം കഴിച്ച് തന്റെ മുറിയിലെത്തി ജനാലയിലൂടെ പുറത്തേക്കു നോക്കിയിരിക്കും. രാത്രി അവളെ ഭയപ്പെടുത്തിയിരുന്നില്ല. പക്ഷേ, വീടിനകം പേടിയായിരുന്നു. നിശ്ശബ്ദമായ മുറികളും എണ്ണിയാലൊടുങ്ങാത്ത അടച്ചിട്ട വാതിലുകളും അത് അവൾക്ക് രാവണൻകോട്ടയായിരുന്നു. എന്നെങ്കിലും അതിൽ ഏതെങ്കിലും ഒരു മുറിയിലകപ്പെട്ടാൽ തിരിച്ചിറങ്ങുന്നത് എങ്ങനെയെന്നോർത്ത് അവൾ ചകിതയാകാറുണ്ട്. ആ മുറികളിൽ തനിക്ക് അജ്ഞാതമായ എന്തൊക്കെയോ ഉണ്ട് എന്നുതന്നെ അവൾ വിശ്വസിച്ചു.അതിൽ ഏതെങ്കിലും വാതിൽ തുറന്ന് ആരെങ്കിലും ഒരാൾ എപ്പോൾ വേണമെങ്കിലും തനിക്കു നേരേ കടന്നു വരുമെന്ന തോന്നൽ അവളുടെ ഉറക്കം കെടുത്തി. അകത്തേക്കുള്ള വാതിൽ സാക്ഷയിട്ട് പുറംജനാലകളെല്ലാം തുറന്നിട്ടാണ് അവൾ ഉറങ്ങിയിരുന്നത്.

അരുന്ധതി മൂന്നാം ക്ലാസിൽ പഠിക്കുമ്പോഴാണ് അമ്മ രണ്ടാമത് ഗർഭിണിയാവുന്നത്. ഏഴുമാസം തികഞ്ഞ അടിവയറ്റിൽ അവളുടെ കൈ പിടിച്ചുവെച്ചിട്ട് അനിയൻ അനങ്ങുന്നതു കണ്ടോ എന്ന് അമ്മ ചോദിച്ചു. കസവിന്റെ മിന്നിപ്പുള്ള ആ നിറവയറിലെ കുഞ്ഞുരോമങ്ങളും വിടർന്ന പൊക്കിളും കൈവിരലുകളിൽ തൊട്ടറിഞ്ഞ ജീവന്റെ തുടിപ്പും ഓർമ്മയിൽനിന്നും ഒഴിയാവതല്ല.

കോരിച്ചൊരിഞ്ഞ തുലാവർഷമായിരുന്നു ആ കൊല്ലം. അന്നത്തെ തണുപ്പ് സിരകളിൽ ഇപ്പോഴുമുണ്ട്. സുഖകരമായ ഉറക്കത്തിലായിരുന്നു അവൾ. ജനാലയിലൂടെ മിന്നലും ഇടിമുഴക്കവും വന്നു തൊട്ടപ്പോഴാണ് ഉണർന്നത്. തന്നെ ചേർത്തു പിടിച്ചിരുന്ന ഇളംചൂട് വിട്ടിരിക്കുന്നു. നോക്കുമ്പോൾ അമ്മ അടുത്തില്ല. വാതിൽ തുറന്നു

കിടക്കുന്നു. അവൾ കട്ടിലിൽനിന്നിറങ്ങി മുറിക്കു പുറത്തേക്കു വന്നു. തുറക്കാത്ത പല വാതിലുകളും തുറന്നു കിടക്കുന്നു. മിന്നൽപ്പിണറുകൾ ജനലിനു മുകളിലെ ചെറു വാതായനങ്ങളിലൂടെ കടന്ന് മുറികളിൽ ഓടി നടക്കുന്നു. അവൾ വാതിലുകൾ കടന്നു മുന്നോട്ടു പോയി. അതിലൊരു മുറിയിൽ അമ്മ നിലത്തുകിടക്കുകയാണ്. ഒരു കൈ ഏണിനും മറുകൈ തലയ്ക്കും വച്ച് അച്ഛൻ അരികത്തു നില്പുണ്ട്. അമ്മയുടെ കാല്ക്കീഴിലൂടെ ചോര ഒഴുകി മുറിയാകെ നിറഞ്ഞിരിക്കുന്നു. അവൾ നോക്കിനിൽക്കേ അമ്മയെ തോളിലെടുത്ത് അച്ഛൻ പുറത്തേക്കു നടന്നു. ആ ഓരോ കാൽവയ്പിലും ചോര തളം കെട്ടുന്നുണ്ട്. മഴയിലേക്ക് ഇറങ്ങിയതോടെ കട്ടിച്ചോര മഴവെള്ളത്തിൽ കലരാൻ തുടങ്ങി. അമ്മയുമായി അച്ഛൻ എങ്ങോട്ടാണ് പോകുന്നത്? അവൾ അനുഗമിച്ചു. മിന്നൽ വെട്ടത്തിൽ അമ്മയുടെ വാടിത്തൂങ്ങിയ മുഖം അവ്യക്തമായി അവൾക്കു കാണാം. സിന്ദൂരപ്പൊട്ട് കലങ്ങിമാഞ്ഞിരുന്നു. കണ്ണുകൾ അടഞ്ഞിരുന്നു. അച്ഛൻ വെട്ടുകല്ലിന്റെ പടികളിറങ്ങി ഇടവഴിയിലൂടെ കടന്ന് ചെങ്കൽപ്പാറ കയറി പറങ്കിമാവിന് കൂട്ടത്തിൽ കയറി. അതിലെ പൊക്കം കുറഞ്ഞ ഒരു മാവിന് ചുവട്ടിൽ അമ്മയെ കിടത്തി. എന്നിട്ട് അമ്മയുടെ സാരി അഴിച്ചെടുത്ത് ഒരു വശം അവരുടെ കഴുത്തിൽ കെട്ടി. മറുവശം മാവിൻകൊമ്പിൽ കെട്ടിത്തൂക്കി. അമ്മയുടെ കാൽമുട്ട് തറയിൽ ഇഴയുന്നുണ്ടായിരുന്നു. സാരിത്തുമ്പിൽ ആടിനിൽക്കുന്ന അമ്മയെയാണ് അവൾ അവസാനമായി കണ്ടത്. അച്ഛൻ തിരിഞ്ഞുനോക്കുമ്പോൾ തുറിച്ചു നോക്കി നിൽക്കുകയാണ് അരുന്ധതി. അച്ഛനൊന്നു പകച്ചു. ഒരിക്കലും പ്രതീക്ഷിക്കാത്ത ദൃക്സാക്ഷി.

''വാ, ഇവിടെ വാ...'' കൈനീട്ടി വിളിച്ചുകൊണ്ട് അച്ഛൻ അരുന്ധതിയുടെ അടുത്തേക്ക് വന്നു.

ആ കൈകളിലെ ചോര അവൾ കണ്ടു. പൊടുന്നനേ എങ്ങോട്ടെന്നില്ലാതെ തിരിഞ്ഞോടി. ആ ഓട്ടം അതിജീവനത്തിന്റെ കനവ് പോലെ ഇന്നും അവളുടെ ഉള്ളിൽ തികട്ടാറുണ്ട്. പക്ഷേ, അന്നു തോറ്റുപോയി. പിറ്റേദിവസം വയൽക്കുണ്ടിൽ ബോധമറ്റുകിടന്ന അവളെ ആളുകൾ ആശുപത്രിയിലാക്കുകയായിരുന്നു. വീടെത്തിയപ്പോഴേക്ക് തെക്കേ പുരയിടത്തിലെ ചിതയിൽ അമ്മ എരിഞ്ഞു തീർന്നു കഴിഞ്ഞിരുന്നു. അമ്മയ്ക്കു മുകളിൽ പിന്നീട് ഗൗളീഗാത്രത്തെങ്ങും ഒട്ടുമാവും തളിർത്തു.

താൻ കണ്ടത് ആരോടും പറയാൻ അവൾക്ക് കഴിഞ്ഞില്ല. അതു സ്വപ്നമോ സത്യമോ എന്നുപോലും നിശ്ചയമുണ്ടായില്ല. ആശുപത്രിക്കിടക്കയിൽ വച്ചു കുറേ ശ്രമിച്ചതാണ്. ആരും ശ്രദ്ധിച്ചില്ല. അമ്മയുടെ മരണം കണ്ട ആഘാതമാണ് അവൾക്കെന്ന് അവർ പറഞ്ഞു.

അവളും അച്ഛനും കൂടിയാണല്ലോ കാണാതായ അമ്മയെ തിരക്കിയിറങ്ങിയത്. അമ്മ തൂങ്ങിനിൽക്കുന്ന കാഴ്ച കണ്ട് പാവം എങ്ങോട്ടോ ഓടിപ്പോവുകയായിരുന്നല്ലോ. ആളുകൾ പറയുന്ന കഥകൾ അവൾ കേട്ടുകിടന്നു. ചെറിയ എന്തോ സൗന്ദര്യപ്പിണക്കം ഉണ്ടായിരുന്നുവത്രേ. രാത്രി അമ്മയെ കാണാതായപ്പോൾ അച്ഛൻ തിരക്കി ഇറങ്ങുകയായിരുന്നു. പറങ്കിമാവിന്റെ കൊമ്പിൽത്തൂങ്ങി മുട്ടു കുത്തിനിന്ന അമ്മയെ കെട്ടിപ്പിടിച്ച് കരയുന്ന അച്ഛനെയാണ് വിളി കേട്ടുവന്ന അയലത്തുകാർ കണ്ടത്. പോയവളോ പോയി, വെറുതേ കേസും പൊല്ലാപ്പും ഒന്നും ഉണ്ടാക്കേണ്ടെന്ന് കരയോഗം പ്രസിഡന്റാണ് പറഞ്ഞത്. രാത്രിക്കു രാത്രി തന്നെ അഴിച്ച് അമ്മയെ പൂമുഖത്തു കൊണ്ടുകിടത്തി തലയ്ക്കൽ മുറിത്തേങ്ങ കൊണ്ട് വിളക്കും കൊളുത്തി. സുഖശാന്തമായി ഉറങ്ങിക്കിടന്ന അമ്മയെ കാണാൻ നാടു മുഴുവൻ വന്നിട്ടുണ്ടാവണം. പ്രമാണിമാരായ ആണുങ്ങൾ മുറ്റത്തു കൂടിനിന്ന് ഉറക്കത്തിലുണ്ടാകുന്ന മരണത്തെക്കുറിച്ച് ചർച്ച ചെയ്തിട്ടുണ്ടാവണം. അപ്പോഴും അമ്മയുടെ തുടയിടുക്കിലൂടെ ചോര പരന്നിട്ടുണ്ടാവുമോ? നെഞ്ചിൽ അമ്മ വീർപ്പു മുട്ടി. പറയാനാകാത്ത വാക്കുകൾ മാംസത്തിൽ തരിച്ചിറങ്ങുന്ന തണുപ്പായി കണ്ഠനാളത്തിനു കുറുകേ കിടന്നു. ആളുകളൊഴിഞ്ഞപ്പോൾ അച്ഛൻ അരികിലേക്കു വിളിപ്പിച്ചു. മറ്റാരും അടുത്തില്ലെന്ന് ഉറപ്പുവരുത്തി.

''നീയെന്തെങ്കിലും കണ്ടോ?''

കണ്ണുകളിലേക്ക് ഉറ്റുനോക്കി അച്ഛൻ ചോദിച്ചു. ഭയന്നുവിറച്ച് അവൾ നിന്നു. അറിയാതെ തല കുലുങ്ങി.

''അതെ, കണ്ടില്ല. കണ്ടതൊക്കെ നിന്റെ തോന്നലായിരുന്നു. പൊയ്ക്കോ.''

കുനിഞ്ഞ തലയുമായി അവൾ അകത്തേക്കു നടന്നു. വേലക്കാരികൾ ശ്രദ്ധിക്കുന്നുണ്ടോ എന്നു നോക്കി. ആരും കാണാതിരിക്കാൻ അടുക്കളവാതിൽ വഴി അവൾ പുറത്തേക്കോടി. വെട്ടുകല്ലുപടവുകൾ കടന്ന് ഇടവഴി പിന്നിട്ട് ചെങ്കല്ലുപാറ ചവിട്ടിക്കയറി ആ ഓട്ടം തുടർന്നു. അങ്ങനെയാണ് അവൾ പറങ്കിമാവിൻ കൂടാരത്തിലെ അഭയാർത്ഥിയും പിന്നെ റാണിയുമാകുന്നത്. മുട്ടുകാലിൽ കുന്തിച്ചിരുന്ന് തൂങ്ങിയാടുന്ന അമ്മ അവളുടെ കണ്ണിലുണ്ട്. അവൾക്ക് ഒരു ഭയവും തോന്നിയില്ല. അവൾ അവിടെ അമ്മയെ അറിഞ്ഞു. അമ്മയോടൊപ്പം മാഞ്ചുവട്ടിൽ കിടന്നു. അലഞ്ഞു വന്ന പട്ടികൾ അവൾക്കു കാവൽ നിന്നു. കോലൻ ചേരകൾ സ്നേഹത്തോടെ നോക്കി.

മുറിവ്

അവസരം കിട്ടുമ്പോഴെല്ലാം അവൾ പറങ്കിമാവിൻകാട്ടിൽ പോകും. സാന്ത്വനത്തിന്റെ ആ കൂട്ടിലിരിക്കവേ, കരളിൽ കുരുങ്ങിക്കിടന്ന വീർപ്പുമുട്ടലിന്റെ മഞ്ഞ് കുറേശ്ശേ അലിയാൻ തുടങ്ങും. സ്കൂൾ വിട്ട് ഇടവഴിയിലൂടെ വരുമ്പോൾ ഒരിക്കൽ അവൾ അനീഷിനോടു പറഞ്ഞു.

''എനിക്ക് ഒരു സ്ഥലമുണ്ടല്ലോ. ഞങ്ങടെ വീടിനു വെളിയില് പറങ്ക്യാക്കാട്ടിൽ. എന്റെ മാത്രം സ്ഥലം. നീ വരുന്നോ?''

അങ്ങനെയാണ് അനീഷ് അവിടെത്തുന്നത്. അതോടെ അരുന്ധതിയുടെ ഭൂഖണ്ഡം ഉരിയാട്ടങ്ങളാൽ നിറഞ്ഞു.

അമ്മ പോയ ശേഷമാണ് അമ്മ എന്തായിരുന്നു എന്ന് അവൾ ചിന്തിക്കാൻ തുടങ്ങിയത്. ആരും ഇഷ്ടപ്പെടുന്ന ഓമനത്തമുള്ള പുഞ്ചിരിയായിരുന്നു അമ്മ. വേലക്കാരികളും ബന്ധുക്കളും അത് അവളോട് പറഞ്ഞിട്ടുണ്ട്. അവളുടെ എല്ലാ വിഷമങ്ങളെയും അലിയിക്കുന്നതായിരുന്നു ആ ചിരി. പക്ഷേ, അമ്മയ്ക്ക് അത് സ്വന്തം വിഷമങ്ങളുടെ ഉടുപ്പായിരുന്നു. ആ പുഞ്ചിരിക്കുള്ളിൽ അമ്മ തന്നെത്തന്നെ ഒളിപ്പിച്ചുവച്ചു. ആ ഉടുപ്പിലല്ലാതെ അമ്മയെ പുറംലോകം കണ്ടിട്ടില്ല.

രാത്രി അമ്മ അവളോടൊപ്പമാണ് ഉറങ്ങിയിരുന്നത്. ചിലപ്പോൾ അച്ഛൻ വന്ന് വഴക്കു പറയുന്നതു കാണാം. അപ്പോൾ അമ്മ കൂടെപ്പോകും. അധികം വൈകാതെ വീണ്ടും അവൾക്കരികിലെത്തും.

''പഠിച്ചു മിടുക്കിയാകണം. ഒരു ജോലി വാങ്ങി സ്വന്തം കാലിൽ നിൽക്കണം.''

ഉറങ്ങാതെ കിടക്കുമ്പോഴൊക്കെ അമ്മ പറയുമായിരുന്നു. ടിടിസി പാസ്സായ അമ്മയ്ക്ക് വിവാഹശേഷം ടീച്ചറായി ജോലി കിട്ടിയതാണ്. അച്ഛൻ അനുവദിച്ചില്ല.

"നിന്റെ പണത്തില് കഴിയാനുള്ള ഗതികേട് എനിക്കായിട്ടില്ല."

ഇതായിരുന്നു പ്രതികരണം. അച്ഛനും അമ്മയും തമ്മിൽ മിണ്ടാറില്ലെന്നാണ് അരുന്ധതി കരുതിയിരുന്നത്. പക്ഷേ, അതങ്ങനെയല്ലെന്ന് അവൾക്കു പിന്നീടു മനസ്സിലായി. വൈകിയ രാത്രികളിൽ അമ്മയുടെ സംസാരം കേട്ട് പല തവണ അവൾ ഉണർന്നിട്ടുണ്ട്. അതിന്റെ അവസാനമറിയാൻ ഉറങ്ങാതെ കിടന്നിട്ടുണ്ട്. തുടർന്നുള്ള പകലുകളിൽ അമ്മയുടെ കവിൾത്തടത്തിൽ നീരുണ്ടാകും. പല്ലുവേദനയെന്ന് അമ്മ വേലക്കാരികളോടു പറയും. അതുകേട്ട വേലക്കാരികൾ പരസ്പരം ഏറുകണ്ണുകളിട്ടു നോക്കി മുഖം താഴ്ത്തും.

അരുന്ധതിയുടെ കഥകളുടെ കലവറ അമ്മയായിരുന്നു. പലതരം കഥകൾ അവൾക്കു പറഞ്ഞുകൊടുക്കും. യക്ഷിക്കഥകൾ മുതൽ സിനിമാക്കഥകൾവരെ. ജയനായിരുന്നു അമ്മയുടെ ഇഷ്ടതാരം. ശരപഞ്ജരവും കരിമ്പനയുമായിരുന്നു അമ്മയുടെ പ്രിയപ്പെട്ട സിനിമകൾ.

ചില സമയത്ത് അച്ഛൻ സ്നേഹസമ്പന്നനാകും. അപ്പോൾ അവരെ സിനിമയ്ക്കു കൊണ്ടുപോകും. ലക്ഷ്മി തിയേറ്ററിന്റെ ഏറ്റവും പുറകിലത്തെ സീറ്റുകൾ സെക്കന്റ് ഷോയ്ക്കായി അച്ഛൻ പറഞ്ഞുവയ്ക്കും. അന്ന് വൈകുന്നേരത്തു തന്നെ അച്ഛന്റെ വെളുത്ത അംബാസഡർ കാർ വീട്ടിൽ നിന്നിറങ്ങും. അതിൽ കയറാൻ കിട്ടുന്ന ചുരുക്കം ചില അവസരങ്ങളിലൊന്നാണ് സിനിമയ്ക്കു പോകുന്ന ദിവസം. തുണിക്കടയിൽ കയറി അവൾക്കും അമ്മയ്ക്കും തുണിയെടുക്കും. ഹോട്ടലിൽനിന്നു ഭക്ഷണം കഴിക്കും. തിരഞ്ഞെടുക്കപ്പെട്ട ചില സിനിമകൾക്കേ അച്ഛൻ കൊണ്ടുപോകൂ. തലയിൽ തൂവാല കെട്ടിയ ഒരു നടന്റെ സിനിമകളായിരുന്നു അച്ഛനു പ്രിയപ്പെട്ടത്. കുടുംബസമേതം കാണേണ്ട സിനിമ എന്നാണ് അവയെ അച്ഛൻ വിളിക്കുക. അവയിൽ പലതിലും നായകൻ കവിളത്തടിച്ചാണ് സ്ത്രീകളെ നിലയ്ക്കു നിർത്താറുള്ളത്. ആ സമയം തീയേറ്ററിൽ സ്ത്രീകളും പുരുഷന്മാരും ആവേശത്തോടെ കൈയടിക്കുമായിരുന്നു. അമ്മയാകട്ടെ, കൈകെട്ടി അനങ്ങാതിരിക്കും.

അമ്മ പോയതിൽപ്പിന്നെ അച്ഛൻ മറ്റൊരു വിവാഹം കഴിച്ചില്ല. എന്തിന് കൈക്കും കാലിനും മിനക്കേടുണ്ടാക്കുന്നു എന്ന് ഒരിക്കൽ ആരോടോ പറയുന്നത് അവൾ കേട്ടു. പറങ്കിയണ്ടിയും തേങ്ങയും വാഴയുമൊക്കെയായിരുന്നു അച്ഛന്റെ ലോകം. താഴ്ന്ന ജാതിക്കാരായ ചില പുറംപണിക്കാരികളെ അച്ഛൻ മാറിമാറി വീട്ടിലെ വിറകുപുരയിൽ താമസിപ്പിച്ചു. രാത്രി ഏറെ വൈകി അവിടെനിന്ന് അച്ഛന്റെ ഉച്ചത്തിലുള്ള ശാസനകളും പെണ്ണുങ്ങളുടെ അടക്കിപ്പിടിച്ച

കിതപ്പുകളും കേൾക്കാമായിരുന്നു. പലപ്പോഴും അച്ഛനോടൊപ്പം മറ്റു ദേശങ്ങളിൽനിന്നും പെണ്ണുങ്ങൾ വന്നു. പദവിയും പണവു മുള്ളവരായിരുന്നു അവർ. അവരെ അച്ഛൻ തന്റെ മുറിയിലേക്കു കൊണ്ടുപോയി. ഒരിക്കൽ തേങ്ങായെടുക്കാൻ വന്ന ശിവൻ പറഞ്ഞു.

''ഭാസ്കരണ്ണന്റെ ജീവിതമാണ് ജീവിതം.'' അച്ഛൻ പൊട്ടിച്ചിരിച്ചു. ആ ചിരിയിൽ അച്ഛൻ സ്വന്തം ജീവിതം മുഴുവനായി ആസ്വദിച്ചു.

''ആണടാ. പകൽ പണമുണ്ടാക്കണം. രാത്രി കുളിച്ച് നൂറടിച്ച് കിട്ടുന്ന ഒന്നിനെ പിടിച്ച് മേയണം. എന്നിട്ട് സുഖമായി കിടന്നുറ ങ്ങണം. ഇതിനാടാ പണ്ട് മഹർഷിമാർ ആനന്ദമെന്നു വിളിച്ചിരു ന്നത്. നിനക്കതു മനസ്സിലാവില്ല. ഫിലോസഫിയാണ്. ഇങ്ങനെ വേണം ആണിന്റെ ജീവിതം.''

''തന്നെതന്നെ.'' ശിവൻ ബഹുമാനത്തോടെ ശരിവച്ചു. രണ്ടു പേരും ആർത്തു ചിരിച്ചു. അപ്പോഴാണ് ശിവൻ അരുന്ധതിയെ കണ്ടത്. അയാളുടെ ചിരി നിന്നു. അച്ഛൻ തിരിഞ്ഞു നോക്കി.

''ഇവിടെ വാ. ആണുങ്ങൾ സംസാരിക്കുന്നിടത്ത് എന്തിനാ വന്നേ?''

കവിളത്താണ് അടി വീണത്. ഒരു മാസത്തോളം നീര് പോയില്ല. അതിനുശേഷം അച്ഛന്റെ അരികത്തേക്ക് അവൾ പോയിട്ടില്ല.

അരുന്ധതിയെ നോക്കാൻ വേലക്കാരുണ്ട്. പക്ഷേ, അവൾ ഒറ്റ യ്ക്കു വളർന്നു. അമ്മയോടു ചോദിക്കാൻ ഒരുപാട് ചോദ്യങ്ങളുടെ വിത്തുകൾ അരുന്ധതി കരുതിവച്ചിരുന്നു. അവയിൽ മിക്കതും പൊടിച്ചു വരുന്നേ ഉണ്ടായിരുന്നുള്ളൂ. അമ്മയില്ലാതെ അവയൊക്കെ വള്ളി വീശി അവളുടെ ചിന്തകളിൽ പടർന്നു. ഓരോ ഋതുവും അവ ളിൽ പുതിയ പൊടിപ്പുകൾ തീർത്തു. നെടുവീർപ്പുകളിൽ പൂക്കൾ വിരിഞ്ഞു. കിനാവിൽ നിറങ്ങൾ കലർന്നു. മുറിക്കുള്ളിലിരുന്ന് കരി യിലക്കിളികളോടും ചിത്രശലഭത്തിനോടും അവൾ കഥ പറഞ്ഞു. അരുന്ധതി സ്വയം ഒരു കാടായി മാറി.

ഇടയ്ക്ക് പറങ്കിമാവിൻകാട്ടിലെത്തുമ്പോഴാണ് അരുന്ധതി വെളിച്ചവും വായുവും കഴിച്ചത്. അവിടെ അവൾ ആടുകയും പാടു കയും കഥ പറയുകയും ചെയ്തു. അനീഷിനൊപ്പം അച്ഛനുമമ്മയും കളിച്ചു. ഒന്നിച്ചു കിടന്നുറങ്ങി. കെട്ടിപ്പിടിക്കുകയും ഉമ്മ വയ്ക്കു കയും ചെയ്തു. ആ നേരം പറങ്കിമാങ്ങയുടെ വീര്യം നിറഞ്ഞ സുഗന്ധം ചുറ്റും നിറയുകയും ഹൃദയം സന്തോഷത്താൽ വിങ്ങു കയും ചെയ്തു. അറിയാതെ കണ്ണുനീർ വന്നു.

ഒരു ദിവസം ഉച്ച തോർന്ന സമയം നോക്കി വീട്ടിലെ വേലക്കാരി

രാഗിണി പോച്ച പറിക്കാൻ ഇറങ്ങി. വല്ലം നിറച്ചു നിറച്ച് അവൾ പറങ്കിമാവുകൾക്കരികിലെത്തി. ഒരു അനക്കവും എങ്ങും ഉണ്ടായിരുന്നില്ല. ഏതോ സഹജവാസനയാൽ രാഗിണി ചെവി കൂർമ്പിച്ചു. അകലെയെവിടെയോ നിന്ന് ഒരു കൂർക്കംവലിയുടെ പ്രകമ്പനം അവൾ ഗ്രഹിച്ചു. പതുക്കെ പറങ്കിമാവിൻകാട്ടിനകത്തേക്ക് നടന്നു. അവിടെ കരിയിലപ്പായയിൽ സുഖമായി ഉറങ്ങുന്ന രണ്ടുപേരെ കണ്ടു. ലോകത്തെ മുഴുവൻ മറന്ന് പരസ്പരം പുണർന്നു കിടന്ന അവരെ കണ്ടപ്പോൾ രാഗിണിയുടെ ഉള്ളിൽ ചെറിയൊരു വേദന പൊന്തി. ജീവിതത്തിൽ ഇന്നുവരെ സ്നേഹത്തോടെ ഒരാളെ പുണരുവാൻ കഴിഞ്ഞിട്ടില്ലല്ലോ എന്ന് മനസ്സ് നൊന്തു. അവൾ ഏറെനേരം അവരെത്തന്നെ നോക്കിനിന്നു. നോവ് സന്തോഷത്തിന്റെ തരികളായി. പറങ്കിമാവിൻകാട്ടിൽ നിന്നിറങ്ങി തലകുനിച്ച്, പുഞ്ചിരി പൊഴിച്ച്, കക്ഷത്തു വല്ലവും വച്ചു പോകുന്ന അവൾ കിളച്ചുകൊണ്ടുനിന്ന രമണന്റെ നിരീക്ഷണത്തിലായിരുന്നു. ഇത്ര കുതൂഹലത്തോടെ അവൾ എന്താകും അവിടെ കണ്ടിട്ടുണ്ടാവുക എന്ന് അയാൾക്കു കൗതുകം കേറി.

കരിയിലകൾ ഇളകുന്ന ശബ്ദം കേട്ടാണ് അരുന്ധതി ഞെട്ടിയുണർന്നത്. അച്ഛനും പിന്നാലെ രമണനും. അനീഷ് ഭയത്തോടെ ചാടി എഴുന്നേറ്റു. രമണൻ തപ്പിയെടുത്തു കൊടുത്ത ഒരു മടൽ കൊണ്ട് അച്ഛൻ അവനെ ആഞ്ഞടിച്ചു. അടിയുടെ തുമ്പിൽനിന്ന് പിടഞ്ഞു നിലവിളിച്ചുകൊണ്ട് അവൻ ഓടി. കോപം കാഞ്ഞ കണ്ണുകളോടെ അച്ഛൻ അവളെ നോക്കി. അരുന്ധതിക്ക് എന്താണു സംഭവിക്കുന്നതെന്നു മനസ്സിലായില്ല. എന്തിനാണ് കലി തുള്ളുന്നതെന്നും തിരിഞ്ഞില്ല.

അന്ന് പറങ്കിമാവിൽ കെട്ടിയിട്ട് അവളെ ഇരുട്ടുംവരെ അടിച്ചു. വാടി വീണ അവളുടെ മുഖം ചൂണ്ടുവിരൽകൊണ്ട് പൊക്കി അച്ഛൻ പറഞ്ഞു.

"നിനക്ക് എന്റെ രക്തമാണ്. പക്ഷേ, പെണ്ണിന് അതു ചേരത്തില്ല. ഇന്ന് മൊട്ടേന്നു വിരിയാതെ കെടന്നുകൊടുക്കാൻ ഇറങ്ങിയെങ്കിൽ നാളെ നീ വിഷവിത്തായി മാറും. അതുകൊണ്ട് പറയാണ്, തറവാട്ടിനെ പറയിപ്പിക്കുന്ന വല്ലോം ഇനി ചെയ്താൽ കൊന്നുകയും. എന്നെ അറിയാലോ. ഇതു പഠിക്കാനുള്ള പ്രായമാണ്. കല്യാണപ്രായമാകുമ്പോൾ ഒത്ത ഒരാണിനെ ഞാൻ കണ്ടുപിടിച്ചു തരും. അവനുമായി ആകാം ജീവിതാവസാനം വരെ. അതുവരെ അടങ്ങിയൊതുങ്ങി വീടിന്റെ മൂലയ്ക്കിരുന്നോണം. മനസ്സിലായോ?"

ആ പറഞ്ഞത് പൂർണമായും മനസ്സിലാകാൻ അവൾക്ക് വളരെ ക്കാലം വേണ്ടിവന്നു. എങ്കിലും അന്നുമുതൽ അച്ഛന്റെ ആജ്ഞ അക്ഷരംപ്രതി അനുസരിച്ചു. അനീഷിനെ കാണണമെന്ന് വലിയ ആഗ്രഹമായിരുന്നു. പക്ഷേ, അവൻ പിന്നെ സ്കൂളിൽ വന്നില്ല. ഒരാഴ്ച കഴിഞ്ഞപ്പോൾ മൂന്നാം ക്ലാസിലെ രശ്മി അവളെ വന്നു കണ്ടു. അനീഷിനെയും അമ്മയെയും അവന്റെ അപ്പൻ വന്നു കൊണ്ടുപോയെന്ന് രശ്മി പറഞ്ഞു. അച്ഛന്റെ ഇടപെടലാകാമെന്ന് അവൾ ഊഹിച്ചു. പോകുംമുമ്പ് അനീഷ് ഏല്പിച്ച ഒരു പൊതി രശ്മി അവൾക്കു കൊടുത്തു. കുറേ സിനിമാ നോട്ടീസുകൾ. വളരെ ക്കാലം അവളുടെ പെട്ടിയിൽ ആ പൊതി ഇരുന്നു.

കുളിമുറിയിലെ വലിയ നിലക്കണ്ണാടിയിൽ അരുന്ധതി അവളുടെ വളർച്ച നോക്കിനിന്നു. ചെമ്പൻമുടി കറുത്തു കനം വച്ചു. കണ്ണുകൾ വിടർന്നു. ചുണ്ടുകൾ നനവുള്ളതായി. കവിളുകൾക്ക് തിളക്കം വന്നു. പരന്ന നെഞ്ചിൽ മുലകൾ കൂമ്പിടാൻ തുടങ്ങി. വലിയ പാവാടയും ഉടുപ്പുമിട്ട് ഹാഫ് സാരിയും ചുറ്റി അവൾ വലിയ പെണ്ണായി. പുറം ദേഹത്തിനൊപ്പം അവളുടെ അകവും മാറുന്നുണ്ട്. സുഖമുള്ള കൗതുകങ്ങളും നിറമുള്ള കിനാവുകളും പൊടിക്കാൻ തുടങ്ങി. പക്ഷേ, മുളപൊട്ടിവരുന്ന എല്ലാ കുതൂഹലങ്ങളും അവൾ അടക്കി വച്ചു. ആൺകുട്ടികളോടു സംസാരിക്കാൻ തന്നെ അവൾക്കു ഭയമാ യിരുന്നു. പകരം, മുറിക്കുള്ളിലിരുന്ന് കിളികളോടു കഥ പറഞ്ഞു. അതിൽ നിറയെ പ്രണയമായിരുന്നു. തലയിണ കെട്ടിപ്പിടിച്ച് തന്റെ നായകരോടു രഹസ്യം പറഞ്ഞു. എന്നാൽ, അച്ഛനെ അനുസരിച്ച് കാമനകളെ മുഴുവൻ ചങ്ങലക്കിട്ടിട്ടും ആണുങ്ങൾ ഒരനുവാദവു മില്ലാതെ അവളുടെ ശരീരത്തിലേക്ക് അതിക്രമിച്ചു കയറി.

പത്താം ക്ലാസിൽ പഠിക്കുമ്പോഴാണ്. വീട്ടിലെ കേടുവന്ന ബൾബ് മാറ്റിയിടാൻ ദാസ് വന്നു. അവൾക്കു കുട്ടിക്കാലം മുതലേ അറിയാ വുന്ന ആളാണ് ദാസ് മാമൻ. പോക്കറ്റിലൊരു ടെസ്റ്ററും കുത്തി പഴയൊരു ലാംബ്രട്ടയിൽ നാടിന്റെ നെടുകയും കുറുകെയും ദാസ് കറങ്ങും. ചില വീട്ടമ്മമാരെക്കാണുമ്പോൾ വണ്ടി നിർത്തും. എർത്തൊക്കെ കറക്ടാണല്ലോ, ആവശ്യമുണ്ടെങ്കിൽ വിളിക്കണേ എന്നു പറഞ്ഞ് ഒന്നു തല വെട്ടിച്ചു ചിരിച്ച് ആക്സിലേറ്റർ കൂട്ടി കടന്നു പോകും. അരുന്ധതിയുടെ വീട്ടിലെ ഇലക്ട്രിക്കൽ ജോലി കളും അയാളാണ് ചെയ്യുക. കാണുമ്പോഴൊക്കെ താടിക്കു പിടിച്ച് ലാളിക്കുമായിരുന്നു. ചിലപ്പോൾ ചേർത്തു പിടിക്കും. അവൾക്ക് പ്രത്യേകിച്ച് ഒന്നും തോന്നിയിരുന്നില്ല. ഓരോ തവണ വരുമ്പോഴും അയാൾക്ക് സഹായി വേണം. ചില വേലക്കാരികളെ തിരഞ്ഞു

പിടിച്ചാണ് വിളിക്കുക. ഇഷ്ടമില്ലാത്തവർ ചെന്നാൽ ആകെ ബഹള മാകും. പക്ഷേ, ആ തവണ ദാസ് മാമൻ കയറിവരുമ്പോൾ അവൾ നിൽക്കുന്നു. അയാൾ ആകെയൊന്നുനോക്കി ഒരു ചിരി ചിരിച്ചു.

"ബൾബ് മാറ്റാൻ കയറുമ്പോൾ കസേര ഒന്നു പിടിച്ചു തരണം. മോള് വാ."

പത്തായപ്പുരയിലാണ് ബൾബ് മാറ്റേണ്ടത്. അയാൾ നിൽക്കുന്ന കസേര പിടിക്കുമ്പോൾ മുകളിൽനിന്നുള്ള ആളുടെ നോട്ടം അവ ളുടെ ഉടുപ്പിനുള്ളിൽ തറച്ചിരുന്നു. അവൾ നോക്കുമ്പോൾ കണ്ണു മാറ്റി കുശലങ്ങൾ പറഞ്ഞു. സ്കൂളിലെ ആൺകുട്ടികളെക്കുറിച്ചു അന്വേഷിച്ചു. പ്രേമമുണ്ടോ എന്നു ചോദിച്ചു. ബൾബ് മാറ്റി താഴെ ഇറങ്ങിയ ശേഷം അയാൾ പറഞ്ഞു.

"ഞാനൊരു സൂത്രം കാണിച്ചു തരാം. ഇഷ്ടമായാൽ സമ്മാനം തരണം."

അവൾ കൗതുകത്തോടെ അയാളെ നോക്കി. അയാൾ ബാഗിൽ നിന്നും ഒരു ബൾബും ഫിലിം തുണ്ടുമെടുത്തു. ബൾബിന് വയർ കൊടുത്ത് പ്രകാശിപ്പിച്ചു. അതിനു മുന്നിൽ ഫിലിം തുണ്ട് പിടിച്ചു. ഭിത്തിയിൽ സിനിമ വന്നു. താറാവുകൾക്കിടയിൽ നഗ്നരായി പുണർന്നു കിടക്കുന്ന സ്ത്രീയും പുരുഷനും. 'ഇതാ ഇവിടെ വരെ' യിലെ ജയഭാരതിയും സോമനും ആണെന്ന് ദാസ് പറഞ്ഞു കൊടുത്തു.

"കൊള്ളാമോ?"

അയാൾ അവളെ ആർത്തിയോടെ നോക്കി ചേർത്തു പിടിച്ചു പിന്നോട്ടു നടക്കാൻ ശ്രമിച്ചപ്പോൾ അവളെ കടന്നു പിടിച്ചു.

"മിണ്ടരുത്."

അലറാൻ ശ്രമിച്ച അവളുടെ വായ് അയാൾ പൊത്തി.

"ബഹളം കൂട്ടിയാൽ നിന്റെ അച്ഛനറിയും. അങ്ങേരെന്നെ കൊല്ലും. പണ്ട് നിന്റെ അമ്മയെ കൊന്ന കാലമല്ല, ജയിലിൽ പോകും. അതോടെ നിനക്ക് അച്ഛനും ഇല്ലാതാകും."

വരണ്ട ചിരിയോടെ ദാസ് നിന്നു. അയാൾ വിയർത്തു കുളിക്കാൻ തുടങ്ങി. അവ്യക്തമായ ചില പ്രാകൃത ശബ്ദങ്ങൾ അയാളുടെ തൊണ്ടക്കുഴിയിൽ നിന്ന് മുഴങ്ങി. ആ കൈകൾക്ക് വല്ലാത്ത കരുത്ത്. അവൾ പിടഞ്ഞുകൊണ്ടിരുന്നു. മുടിക്ക് കുത്തിപ്പിടിച്ച് അവളെ ബലമായി അയാൾ താഴേക്കു താഴ്ത്തി. ആ മുഖം തന്റെ അരക്കെ ട്ടിലേക്ക് ചേർത്തുപിടിച്ചു. ദുർഗന്ധവും പുളിപ്പും കൊണ്ട് അവൾക്കു ബോധം പോകുന്ന പോലെ തോന്നി. ലോകത്തെ ഏറ്റവും ദീനയായ

ഇരയെപ്പോലെ ശബ്ദം പോലുമില്ലാതെ മരവിച്ചു. പല തവണ പിടഞ്ഞു, എപ്പോഴോ സർവ്വശക്തിയുമെടുത്തുള്ള ജീവന്റെ പിടച്ചിലിൽ കിട്ടിയ ആയവുമായി അവൾ പുറത്തേക്കു കുതിച്ചു. ഓടി വിറകുപുരയിൽ പോയൊളിച്ചു. അവിടെ നിന്നുനോക്കുമ്പോൾ ദാസ് ഒരു ചെറുചിരിയോടെ തന്റെ ബാഗും തോളിലിട്ട് പോകുന്നു. നൂറ് അശ്വമേധം ജയിച്ച രാജാവിന്റെ ശരീരഭാഷയായിരുന്നു അപ്പോൾ അയാൾക്ക്. പെണ്ണിനെ കീഴടക്കിക്കഴിയുമ്പോൾ ഓരോ പുരുഷനിലും അവളത് പിന്നീട് കണ്ടിട്ടുണ്ട്. ആ സംഭവം അവളാരോടും പറഞ്ഞില്ല. പറയാൻ പേടിയായിരുന്നു.

പിന്നൊരിക്കൽ, ബിരുദത്തിനു പഠിക്കുമ്പോൾ ആരുമില്ലാതിരുന്ന സ്റ്റാഫ് റൂമിലേക്ക് വിളിച്ച് കോളേജിലെ വ്യാകരണം അധ്യാപകനും അവളിലേക്കു കടന്നു കയറി. അതോടെ, ആളുങ്ങളെ അവൾ ഭയന്നു. അതേസമയം, ആണിന്റെ സ്നേഹത്തിനായി കൊതിക്കുകയും ചെയ്തു. ആണ് അവളിൽ വെറുപ്പും പ്രണയവുവുമായി ഇണചേർന്ന സർപ്പങ്ങളെപ്പോലെ പുളഞ്ഞുകൊണ്ടിരുന്നു. എന്നെങ്കിലുമൊരിക്കൽ ഒരാൾ തനിക്കുവേണ്ടി കടന്നുവരുമെന്ന് അവൾ സ്വപ്നം കണ്ടു. അച്ഛനെപ്പോലെയല്ലാത്ത, ദാസ് മാമനെപ്പോലെയല്ലാത്ത, കോളേജ് അധ്യാപകനെ പോലെയല്ലാത്ത ഒരാണ്.

അവൾ കൊതിച്ചു. സ്വപ്നം കണ്ടു. കാലം തോറും അവളത് മനത്താളിൽ കോറിയിട്ടു. ഒരു മറുലോകത്ത് അടുക്കിയും പൊളിച്ചും വീണ്ടും പണിതും അരുന്ധതി ജീവിച്ചുകൊണ്ടേയിരുന്നു.

തീരുമാനം

നഗരത്തിന്റെ വർണചിത്രങ്ങൾക്കു പിറകിലായി ചാരനിറം കൊണ്ടു വരച്ചിട്ട ഒരു ഓർമ്മത്തെറ്റാണ് വസന്താ ലോഡ്ജ്. ലോട്ടറി വില്പനക്കാരും കരാർപണിക്കാരുമാണ് പ്രധാനമായും അവിടുത്തെ അന്തേവാസികൾ. കോടികളുടെ ടിക്കറ്റുകൾക്കിടയിൽ നിസ്സംഗമായ മുഖങ്ങളായി ലോട്ടറി കച്ചവടക്കാരെ ലോഡ്ജിനു മുമ്പിലും ഇടനാഴികളിലുമായി കാണാം. പതിറ്റാണ്ടുകളുടെ മണമുള്ള പിരിയൻ കോവണി കയറി മുകളിലെത്തിയാൽ ഭേദപ്പെട്ട രണ്ട് മുറിയുണ്ട്. അതിൽ ഒന്നിൽ ഒരു പൊലീസുകാരനും അടുത്തതിൽ അയാളും താമസിക്കുന്നു. രണ്ടുപേരും ലോഡ്ജിലെ വിഐപികളാണ്. വ്യത്യാസമെന്തെന്നു വച്ചാൽ പൊലീസുകാരൻ കൃത്യമായി വാടക കൊടുക്കുന്നുണ്ടെങ്കിൽ അയാൾ അതു പാലിക്കാറില്ല. എങ്കിലും ലോഡ്ജിന്റെ ബ്രാന്റിങിന്റെ ഭാഗമായി മാനേജർ റജി ഈ നിബന്ധനാ ലംഘനം കണ്ടില്ലെന്നു നടിക്കും. കാരണം, ഒരുപക്ഷേ, ഭാഗ്യം നാളെ മാറിവീശിയാൽ അയാൾ മലയാള സിനിമയിലെ അറിയപ്പെടുന്ന തിരക്കഥാകൃത്തോ സംവിധായകനോ ആയേക്കാം എന്ന് റജി വിശ്വസിക്കുന്നു. ഇപ്പോഴെന്തായാലും അയാൾ അതൊന്നുമല്ല.

ഒന്നാം നിലയിലെ തെക്കേയറ്റത്തെ മുറിയിലാണ് അയാൾ. അവിടെയിരുന്ന് ജനാലയിലൂടെ നോക്കിയാൽ മൾട്ടിപ്ലക്സിന്റെ പിന്നാമ്പുറമാണ്. അയാളുമായി ഏതാനും അടികളുടെ വ്യത്യാസത്തിൽ കൈയെത്തുംദൂരത്ത് ഏഴു സ്ക്രീനിലായി പലതരം സിനിമകൾ ആടിത്തിമിർക്കുന്നുണ്ട്. പക്ഷേ, അവിടേക്ക് വഴികളൊന്നുമില്ല. പ്രധാന റോഡിനപ്പുറം സിറ്റി റെയിൽവേസ്റ്റേഷനാണ്. മുറിയിലിരുന്നാൽ ട്രെയിൻ പോകുന്നത് കാണാനാകില്ല. പക്ഷേ, ചൂളം വിളി കേൾക്കാം. ചില നേരം, പാഞ്ഞുപോകുന്ന ഗുഡ്സുകളിൽനിന്ന് ലോഡ്ജ് ഏറ്റുവാങ്ങുന്ന ഇളക്കത്തിന്റെ ഒരു പങ്കും വീതിച്ചെടുക്കാം.

അയാളുടെ വിജനമായ ജീവിതത്തെ വല്ലപ്പോഴും സജീവമാക്കുന്ന അദൃശ്യസാന്നിദ്ധ്യമാണ് ഈ ഗുഡ്സുകൾ പകരുന്ന തരിപ്പ്.

പൊളിഞ്ഞ ജനാലയിലൂടെ വലിയ ഇലകളുള്ള ഒരു തരം കാട്ടു ചെടി വളർന്ന് മുറിയിലേക്കു പടർന്നിട്ടുണ്ട്. കട്ടിലിൽ ഒരാൾക്കു കിടക്കാനുള്ള സ്ഥലം കഴിഞ്ഞാൽ ബാക്കിയൊക്കെ അയാൾ എഴുതിക്കൂട്ടിയ കടലാസുകെട്ടുകളും മുഷിഞ്ഞ വസ്ത്രങ്ങളുമാണ്. വെള്ളിത്തിരയെ പ്രകമ്പനം കൊള്ളിക്കുമെന്നു കരുതിയ ദൃശ്യ ബീജങ്ങളാണ് കടലാസുകളിൽ ശീതനിദ്ര കൊള്ളുന്നത്. മേശമേൽ എഴുതാനുള്ള സ്ഥലം കഴിഞ്ഞാൽ ബാക്കി ഭാഗം നിറയെ അട്ടി യായി പുസ്തകങ്ങളാണ്. വായിച്ചതും വായിക്കാത്തതുമായ പുസ്തക ങ്ങൾ. ഒന്നും കുറിക്കാത്ത കടലാസിനു മുകളിൽ, വീണു പോയ പോരാളിയുടെ ആയുധം പോലെ മൂന്നു രൂപയുടെ ഒരു പേന അനാഥമായി കിടപ്പുണ്ട്.

കട്ടിലും മേശയും കഴിഞ്ഞാൽ ആ മുറിയിൽ പിന്നെയുള്ളത് ഒരു തടിക്കസേരയാണ്. അതിൽ ഇപ്പോൾ അയാളിരിപ്പുണ്ട്. മെലിഞ്ഞ പ്രകൃതം. വർഷങ്ങളുടെ അലച്ചിൽകൊണ്ട് കരുവാളിച്ചിട്ടുണ്ട്. ഏക ദേശം നാല്പത്തഞ്ച് വയസു തോന്നും. കൈപ്പത്തി നെറ്റിയിൽവെച്ച് തല കുനിച്ചിരിക്കുകയാണ്. വല്ലാത്ത ചിന്താഭാരം അയാളെ പൊറുതി മുട്ടിക്കുന്നുണ്ട്.

എന്തോ ആലോചിച്ച് അയാൾ പെട്ടെന്ന് എഴുന്നേറ്റ് ഉടുപ്പെടു ത്തിട്ട് തല ചീകി. ഫോണും പേഴ്സുമെടുത്ത് പോക്കറ്റിൽ വച്ചു.

''ഞാൻ പറഞ്ഞില്ലേ. എനിക്കു പുറത്തുപോണ്ടതുണ്ട്. നിങ്ങൾ ഇറങ്ങുന്നില്ലേ?''

ആ കാര്യം അയാൾ ആദ്യം പറയുകയല്ലെന്നു വ്യക്തം. ആവർ ത്തിക്കുന്നതിന്റെ അക്ഷമയും വിരസതയും ശബ്ദത്തിലുണ്ട്. മറു വശത്ത് കട്ടിലിൽ മൂന്നുപേർ നിരന്നിരിക്കുന്നു. ഒത്ത ഉയരവും ഗാംഭീര്യവുമുള്ള ചെറുപ്പക്കാരനായ റൊസാരിയോ, മധ്യവയസ്കനും ശാന്തപ്രകൃതിയുമായ നീലകണ്ഠൻ, നിഷേധിയുടെ മുഖമുള്ള അമല എന്ന ഇരുപത്തഞ്ചുകാരി പെൺകുട്ടി. ആജ്ഞാസ്വരത്തി ലാണ് അയാളുടെ വാക്കുകൾ. കട്ടിലിരിക്കുന്നവരുടെ മുഖത്ത് ധർമ്മസങ്കടമാണ്. റൊസാരിയോ വിഷമത്തോടെ പറഞ്ഞു.

''നിങ്ങൾ എഴുത്തുകാരനാണ്. ഞങ്ങൾ നിങ്ങളുടെ വെറും കഥാപാത്രങ്ങളും. ഒരു ദിവസം ഇറങ്ങിപ്പോകാൻ പറഞ്ഞാൽ ഞങ്ങൾ എങ്ങോട്ടു പോകും സർ?''

''എനിക്കറിയില്ല.''

അയാൾ അവരെ നോക്കാതെ മന്ത്രിച്ചു. എന്നിട്ട് ശബ്ദമുയർത്തി പറഞ്ഞു.

“ഞാനിന്ന് ജീവിതം അവസാനിപ്പിക്കുകയാണ്. എനിക്കിനി ആരെയും ചുമക്കാനാവില്ല. നിങ്ങളെക്കൂടി പറഞ്ഞയച്ച് മനസ്സ് ശൂന്യമാക്കണം. സമാധാനത്തോടെ മരിക്കണം. കഴിഞ്ഞ രണ്ടു വർഷം ഇനി ഒരു വഴി മുമ്പോട്ടില്ലെന്നു വ്യക്തമായിട്ടും ജീവിച്ചു. നിങ്ങൾ രക്ഷിക്കുമെന്നു കരുതി ജീവിച്ചു. എന്നെങ്കിലും ഒരിക്കൽ നിങ്ങളെനിക്ക് വിജയം നേടിത്തരുമെന്നു സ്വപ്നം കണ്ടു. ഇനി വയ്യ.”

അപ്പോഴേക്ക് കതകിനു മുട്ടു കേട്ടു. അവരെ ഒന്നു നോക്കിയ ശേഷം അയാൾ ചെന്ന് കതക് തുറന്നു. മാനേജർ റജിയാണ്.

“ആരോടാ സംസാരിച്ചത്?” അർത്ഥം വച്ച് ചിരിച്ച് റജി ചോദിച്ചു.

“ആരോട്?” വാതിലിന് ഇരുഭാഗത്തുമായി കൈകൾ വച്ച് റജി അകത്തേക്കു കയറുന്നത് തടഞ്ഞുകൊണ്ട് ഇടഞ്ഞ ഭാഷയിൽ അയാൾ തിരിച്ചു ചോദിച്ചു.

മുഖം നിറഞ്ഞ് ചിരിച്ച് അയാളുടെ കൈകൾക്കിടയിലൂടെ മുറി യുഴിഞ്ഞ്, കണ്ണുകൾകൊണ്ട് ഒരിക്കൽക്കൂടി ആ ചോദ്യമാവർത്തിച്ച് മാനേജർ അയാളെ സൂക്ഷിച്ചുനോക്കി. അയാളുടെ നീരസം കണ്ട് ഒന്നുകൂടി തറപ്പിച്ചു നോക്കിയശേഷം മാനേജർ പോയി. അയാൾ കതകടച്ചു. ഒരു നിമിഷം ആലോചിച്ചു നിന്നിട്ട് അലങ്കോലമായി ക്കിടന്ന മുറി അടുക്കിവയ്ക്കാൻ തുടങ്ങി. താഴെ ചിതറിക്കിടന്ന കടലാസുകളും മറ്റും മേശപ്പുറത്ത് അടുക്കിവച്ചു. കുറച്ചായപ്പോൾ എന്തിന് എന്നു തോന്നി നിർത്തി. പേന തുറന്ന് അവസാനമായി ചിലതു കുറിക്കണമോ എന്നു ചിന്തിച്ചു. പിന്നെ വേണ്ടെന്നു വച്ചു. ആത്മഹത്യാക്കുറിപ്പിന്റെ കോപ്പി ഏതെങ്കിലും പൊലീസുകാരൻ എടുത്ത് വാട്സാപ്പിലിടും. ആളുകൾ ഇമോജികളിട്ട് അത് വൈറ ലാക്കും. തന്റെ മരണം വെറും തമാശയായി മാറും.” മുറിയാകെ ഒന്നുകൂടി നോക്കി കഥാപാത്രങ്ങളോടായി പറഞ്ഞു.

“വരൂ. നമുക്ക് ഒരുമിച്ചിറങ്ങാം.”

“അതെങ്ങനെയാ ശരിയാകുന്നത്. സാർ സമാധാനമായി ഒന്നി രിക്കൂ. നമുക്ക് സംസാരിക്കാം.”

അമലയാണത് പറഞ്ഞത്. അയാൾ കസേരയിലേക്ക് വീണു. ക്ഷോഭം ചവുട്ടിപ്പിടിച്ചുകൊണ്ടു പറഞ്ഞു.

“പറയ്. എന്താണെന്നു വച്ചാല് കേൾക്കട്ടെ.”

അമല മുന്നോട്ടാഞ്ഞു.

''സർ ഒരു കാര്യം ഓർക്കണം. അത്യാവശ്യം തന്റേടവും ചോദ്യം ചെയ്യാനുള്ള മനസ്സുമുള്ള ഒരു സാധാ പെൺകുട്ടിയായിരുന്നു ഞാൻ. താങ്കൾ എന്നെ പെരുപ്പിച്ച് വലിയ വിപ്ലവകാരിയാക്കി വീട്ടിൽനിന്നും ഇറക്കിക്കൊണ്ടു വന്നു. ഇപ്പോൾ വീട്ടുകാരുമില്ല. നാട്ടുകാരുമില്ല. അത്യാവശ്യം ഒരു പ്രേമം പോലുമില്ല. ഞാനെങ്ങോട്ടു പോകും?''

ശാന്തരൂപിയായ നീലകണ്ഠൻ പറഞ്ഞു.

''സാത്വികമായ ഒരു മുഖം നൽകി അങ്ങ് എന്നെ അനുഗ്രഹിച്ചിട്ടുണ്ട്. മുഖത്തു നോക്കി പുഞ്ചിരിച്ചുകൊണ്ട്, ഇര പോലുമറിയാതെ, ഒരു തൂവൽ തിരുകുംപോലെ കത്തി കയറ്റി ജീവനെടുക്കാൻ എനിക്കു കഴിയും. ഞാനങ്ങയെ സഹായിക്കട്ടോ?''

''ഒന്നു പോകാമോ?''

അയാൾ എഴുന്നേറ്റു.

''അവസാനത്തെ കഥാപാത്രവും ഇറങ്ങിപ്പോയി ശൂന്യമായ മനസ്സോടെ വേണം എനിക്കു മരിക്കാൻ. എത്രയോ നാളായി നിങ്ങളായിരുന്നു എന്റെ മോഹങ്ങൾ. പക്ഷേ, എല്ലാം കടലാസിൽ ഒടുങ്ങിപ്പോയി. നിങ്ങളെ പറഞ്ഞുവിട്ടില്ലെങ്കിൽ ചത്താലും എന്റെ ഉള്ളിൽ ഇല്ലാത്ത പ്രതീക്ഷയുടെ വാൽ അനങ്ങിക്കൊണ്ടിരിക്കും. പ്രത്യേകിച്ചും സിനിമ അങ്ങനെയാണ്. ഒരിക്കലും നടക്കില്ല. പക്ഷേ, നാളെ നടക്കുമെന്ന് മനസ്സ് ആശിച്ചു കൊണ്ടേയിരിക്കും. മരിക്കാനും വിടില്ല, ജീവിക്കാനും വിടില്ല.''

അയാൾ നിലപാട് ആവർത്തിച്ചു വിശദീകരിച്ചു. പുറത്തിറങ്ങി വാതിൽ അടയ്ക്കാനായി കാത്തുനിന്നു. ഇത്രയുമായപ്പോൾ വേറെ വഴിയില്ലെന്ന് കഥാപാത്രങ്ങൾക്കും മനസ്സിലായെന്നു തോന്നുന്നു. എഴുത്തുകാരൻ തന്നെ കഥാപാത്രമാകാൻ ഇറങ്ങിപ്പുറപ്പെടുമ്പോൾ തങ്ങൾക്കിനി പ്രസക്തിയില്ല. അയാളുടെ കണ്ണുകളിലേക്ക് ഒരിക്കൽക്കൂടി നോക്കിയ ശേഷം ഓരോ കടലാസുകെട്ടുകളായി കൈയിലെടുത്ത് അനുസരണയുള്ള കുട്ടികളെപ്പോലെ അവരും പുറത്തേക്കു നടന്നു. അപ്പോൾ ആ കട്ടിലിൽ അയാളുടെ ജീർണവസ്ത്രങ്ങൾ മാത്രം അവശേഷിച്ചു. മുറിയിലേക്ക് അവസാനമായി ഒന്നു നോക്കിയ ശേഷം അയാൾ കതകടച്ച് ഓടാമ്പലിട്ടു. പൂട്ടിയില്ല. അജ്ഞാത മൃതദേഹം തിരിച്ചറിയപ്പെടുന്ന ഒരു ദിവസം വരും. അന്ന് ആർക്കെങ്കിലും അകത്തു കയറി പരിശോധിക്കണമെന്നു തോന്നിയാൽ തല്ലിപ്പൊളിക്കേണ്ടി വരരുത്.

മുമ്പിൽ അയാളും പിന്നിൽ കഥാപാത്രങ്ങളുമായി പുറത്തേക്കിറങ്ങി. പിരിയൻകോവണിയിറങ്ങി ലോഡ്ജിന്റെ റിസപ്ഷനിലെത്തിയപ്പോൾ അവിടെ രാജു ഇരിപ്പുണ്ട്. ലോട്ടറിവില്പന കഴിഞ്ഞ് കിട്ടിയ പണം തിട്ടപ്പെടുത്തുകയാണ്. ഒരു കണ്ണ് നോട്ടുകളിൽതന്നെ വച്ച് രാജു അയാളെ ശ്രദ്ധിച്ചു.

''എന്താ സാറേ, എല്ലാംകൂടെ തൂക്കിക്കൊടുക്കാൻ പോവുവാണോ?''

അയാൾ രാജുവിനെ നോക്കി ചിരി വരുത്തി മുന്നോട്ടു നീങ്ങി. അപ്പോൾ രാജു അടുത്തിരുന്ന ആളിനോട് പതുക്കെ പറഞ്ഞു.

''ഏതു നിലയിലാവണ്ട കഥാപാത്രങ്ങളെയാണ് അയാളുണ്ടാക്കിയിട്ടുള്ളത് എന്നറിയാമോ. യോഗമില്ല.''

വല്ലപ്പോഴും രാജുവിന്റെ കൈയിൽനിന്നും ഓരോ ഭാഗ്യക്കുറി വാങ്ങുന്ന ശീലമുണ്ടായിരുന്നു. കുറേനാളായി അതു നിന്നിട്ട്. ഭാഗ്യം ഒരിക്കൽപ്പോലും തന്നെ തുണയ്ക്കുകയില്ലെന്ന് അയാൾക്ക് അതിനകം ബോധ്യപ്പെട്ടു കഴിഞ്ഞിരുന്നു.

ലോഡ്ജിൽനിന്നുള്ള ചെറിയ വഴി പ്രധാനപാതയെത്തൊടുന്ന കവലയിൽ അയാൾ നിന്നു. പിന്നിലായി കഥാപാത്രങ്ങളും. അവിടെ ചപ്പുചവറുകൾ കൂട്ടിയിട്ടു കത്തിക്കുന്ന ഒരു ഇടമുണ്ടായിരുന്നു. അവരിൽനിന്ന് കടലാസുകെട്ടുകൾ വാങ്ങി അയാൾതന്നെ അവ തീയിലേക്കിട്ടു. ഒഴിഞ്ഞ കൈകളുമായി നിൽക്കുന്ന അവരോട് അയാൾ പൊയ്ക്കൊള്ളാൻ ആംഗ്യം കാട്ടി. അയാളെ അവസാനമായി നോക്കിയിട്ട് അവർ പലവഴിക്കായി പിരിഞ്ഞു. നഗരത്തിലൂടെ നടന്നുനീങ്ങുന്ന അസംഖ്യം മനുഷ്യർക്കിടയിലൂടെ അവരിലുള്ളവരായി കഥാപാത്രങ്ങളും ചലിച്ചു. അയാൾ നോക്കി നിൽക്കേ അവർ ജനക്കൂട്ടത്തിനിടയിൽ അലിഞ്ഞു. അപ്പോഴേക്കും ചവറ്റുകൂനയിൽ കടലാസുകെട്ടുകൾ എരിഞ്ഞുതീർന്നിരുന്നു.

ബംഗ്ലാവ്

നഗരഹൃദയത്തിലെ തിരക്കേറിയ റോഡ് അയാൾ വേണ്ടെന്നു വച്ചു. അത് മുറിച്ചുകടന്ന്, തൊഴിലാളികളും കൂലിപ്പണിക്കാരും തിങ്ങി പ്പാർക്കുന്ന തെരുവിലേക്കു കയറി ഇടുങ്ങിയ വഴികളിലൂടെ നടന്നു. പരിചയമുള്ള ഒരു മുഖത്തെയും കണ്ടുമുട്ടരുത്. ഒരു പിൻവിളിയും ഉയരരുത്.

''സാറേ..'' പൊടുന്നനെ അതു വന്നു. ഇതാണ് അയാളുടെ ജീവിതം. എന്ത് ആഗ്രഹിക്കുന്നോ അതിനു വിപരീതമായതു സംഭ വിക്കും. തളർച്ചയോടെ തിരിഞ്ഞുനോക്കി. സാബുവാണ്. കുറേ വർഷം മുമ്പ് അയാൾ അസിസ്റ്റന്റ് ഡയറക്ടറായിരുന്ന ഒരു സെറ്റിൽ സാബു ജോലിക്കു വന്നിട്ടുണ്ട്. പാത്രം കഴുകലായിരുന്നു പണി. സ്നേഹത്തോടെയാണ് സാബുവിനോട് ഇടപെട്ടത്. അന്നുമുതൽ ആ സ്നേഹം പലമടങ്ങ് കൂടുതലായി സാബു തിരികെ കൊടുത്തു കൊണ്ടിരിക്കുന്നുണ്ട്.

''എങ്ങോട്ടാ സാറേ ഇതു വഴി?''

അടഞ്ഞ ഒരു പെട്ടിക്കടയുടെ മറവിൽനിന്നും സാബു പുറ ത്തേക്ക് ഇറങ്ങിവന്നു. ഒരാളെ കാണാനിറങ്ങിയതാണെന്ന് മറുപടി പറഞ്ഞു. ചിരിച്ചെന്നു വരുത്തി. ഭാഗ്യത്തിന് ആരെക്കാണാനാണെന്ന് സാബു തിരക്കിയില്ല. പകരം, ഇപ്പോൾ ഏതാണ് പ്രോജക്ട്, സാറിന്റെ സ്വന്തം സിനിമ എന്തായി എന്നിങ്ങനെയായി ചോദ്യങ്ങൾ. ഒന്നിനും അയാളുടെ കൈയിൽ ഉത്തരമുണ്ടായിരുന്നില്ല.

''സാരമില്ല സാറേ, സിനിമയല്ലേ, ഇങ്ങനെയൊക്കെത്തന്നെ യാണ്. സാറിന്റെ സമയവും വരും.''

''അതെ. ആ സമയം വന്നിരിക്കുന്നു.'' അയാൾ മനസ്സിൽ പറഞ്ഞു.

''സാറേ, ഒന്നു പിടിക്കുന്നോ? സാധനം സൂപ്പറാ. എല്ലാ വിഷ മവും മാറും.''

പുറകെ പിടിച്ചിരുന്ന കൈ ഉയർത്തി എരിയുന്ന ബീഡി കാട്ടി അല്പം സങ്കോചത്തോടെയും അതിലേറെ കനിവോടെയും സാബു ചോദിച്ചു. പെട്ടിക്കടയുടെ പിറകിൽ മതിലു ചാരി മൂന്നു നാല് കൂട്ടുകാർ നില്പുണ്ട്. അവർ അയാളെയെന്നല്ല ഈ ലോകത്തെത്തന്നെ ശ്രദ്ധിക്കുന്നുണ്ടായിരുന്നില്ല.

"വേണ്ട."

ചിരിച്ചുകൊണ്ട് യാത്ര പറഞ്ഞ് അയാൾ നടന്നു. അനിശ്ചിതമായിരുന്നു ആ യാത്ര. മരിക്കണമെന്നല്ലാതെ എങ്ങനെ മരിക്കണമെന്ന തീരുമാനമൊന്നും അയാളുടെ പക്കലുണ്ടായിരുന്നില്ല. തീവണ്ടിക്കു തല വയ്ക്കുന്നതുപോലുള്ള മനക്കട്ടി വേണ്ട പണികളൊന്നും അയാൾക്കു കഴിയില്ല. മരിക്കുമ്പോഴെങ്കിലും സ്വസ്ഥത വേണം. അനായാസമായി അതു ചെയ്യാനുള്ള വഴി പറഞ്ഞു തരുന്ന വിദഗ്ദ്ധർ ഉണ്ടായിരിക്കുമോ? അങ്ങനെ പലതും ചിന്തിച്ച് എങ്ങോട്ടൊക്കെയോ നടന്നു. നഗരം വിട്ടിട്ട് ഏറെ സമയം കഴിഞ്ഞിരുന്നു. ഇടയ്ക്കു കണ്ട ഒരു വെയിറ്റിങ് ഷെഡ്ഡിൽ കയറിയിരുന്നു. ഒരു വഴി തെളിഞ്ഞിട്ടാകാം ഇനി യാത്ര.

ഓട്ടം പോയി വരുന്ന ഓട്ടോകൾ ഇടയ്ക്ക് അയാളുടെ മുമ്പിൽ നിർത്തി ചോദിക്കും.

"സാറേ, പോരുന്നോ?"

എവിടെപ്പോരുന്നോന്നാണ്? അയാൾ അവരെ ശ്രദ്ധിച്ചില്ല. മനുഷ്യൻ മരിക്കാനൊരു വഴി കിട്ടാതെ കുഴയുന്നു. അപ്പോഴാണ് ഇതു മാതിരി ചോദ്യങ്ങൾ. ചിന്തിക്കുന്തോറും അയാളുടെ ആശയക്കുഴപ്പം കൂടിവന്നതേയുള്ളൂ. അങ്ങനെയിരിക്കെ, ഇടറിയ ഒരു ശബ്ദം മുന്നിൽ വന്നു കിതയ്ക്കുന്നതു കേട്ടു. നോക്കുമ്പോൾ ഒരു പഴയ മോഡൽ ഓട്ടോയാണ്. താടി നീട്ടിവളർത്തിയ ഒരു വൃദ്ധൻ അതിലിരുന്ന് ചിരപരിചിതനെപ്പോലെ ചിരിക്കുന്നു.

"വാ സാറേ പോകാം."

"എവിടേക്ക്?" അയാൾ ആ വിളിയിലുള്ള നീരസം അറിയിച്ചു.

"സാറിന് എവിടെപ്പോണമോ അവിടെ." അതായിരുന്നു തമാശച്ചിരിയോടെ അയാളുടെ മറുപടി. അതു കൊള്ളാമല്ലോ. ഓട്ടോക്കാരനെ കുരുക്കാൻ തന്നെ അയാൾ തീരുമാനിച്ചു.

"എനിക്കു മരിക്കണം. പറ്റിയ സ്ഥലത്തു കൊണ്ടുപോയി വിടാമോ?"

"മരിക്കാൻ പ്രത്യേകിച്ച് സ്ഥലമൊന്നും വേണ്ട സാറേ. എവിടെ ജീവിച്ചാലും മതി. മരിച്ചോളും."

''ഞാൻ കാര്യമായിട്ടാണ്.'' ഗൗരവത്തിലാണ് അയാളത് പറഞ്ഞത്.

''എങ്കിൽ ഞാനും കാര്യമായിട്ടാണ്. സാറ് കേറ്.'' അയാൾ അതേ സ്വരത്തിൽ മറുപടി പറഞ്ഞ് ഓട്ടോ സ്റ്റാർട്ടാക്കി. വണ്ടിയിലേക്കു കയറവേ വൃദ്ധൻ ഒരു കാര്യം ആദരവോടെ ഓർമ്മിപ്പിച്ചു.

''പക്ഷേ, മീറ്ററും അതിന്റെ പകുതിയും കിട്ടണം.''

അയാൾ തന്റെ പോക്കറ്റിലുണ്ടായിരുന്ന മുഴുവൻ പണവും പെറുക്കിയെടുത്ത് ഓട്ടോക്കാരനു കൊടുത്തു. കരുതിയതിലും കൂടുതൽ ഉണ്ടായിരിക്കണം. വൃദ്ധൻ കണ്ണുകളടച്ച് തൃപ്തി അറിയിച്ചു.

''ഒഴിഞ്ഞ സ്ഥലം വേണം.''

അയാളുടെ ഇംഗിതത്തിന് മറുപടി ഉണ്ടായില്ല. ഇടപാടുകാരുടെ വ്യക്തിപരമായ കാര്യങ്ങളിൽ ഇടപെടുന്നത് അന്നത്തിനുള്ള വഴിയുണ്ടാക്കുന്നതിൽ മുടക്കമുണ്ടാക്കുമെന്നു കരുതിയാകണം അധികം സംസാരിക്കാതിരിക്കാൻ വൃദ്ധൻ ശ്രദ്ധിക്കുന്നപോലെ തോന്നി. ആൾത്തിരക്കുകൾ വിട്ട് പല വളവുകളും തിരിവുകളും പിന്നിട്ട് കുറേനേരം പോയശേഷം വിജനമായ താഴ്‌വാരത്ത് ഓട്ടോ നിന്നു. ഇടതൂർന്ന മരങ്ങളുള്ള ഒരു മലയാണ് മുമ്പിൽ. അതിൽ മുകളിലേക്ക് കയറിപ്പോകുന്ന ജീർണ്ണിച്ച കൽപ്പടവുകൾ ചൂണ്ടി വൃദ്ധൻ പറഞ്ഞു.

''ദാ, ആ വഴിയേ കേറിക്കോളൂ. സാറ് വിചാരിക്കുന്നതിലും പറ്റിയ സ്ഥലമായിരിക്കും.''

വൃദ്ധൻ അയാളെ നോക്കി അവസാനത്തെ ഒരു ചിരി സമ്മാനിച്ച് ഓട്ടോ തിരിച്ച് വേഗത്തിൽ ഓടിച്ചുപോയി. ഒതുക്കുകല്ലുകൾ ചവുട്ടി അയാൾ കയറാൻ തുടങ്ങി. വഴി മൂടി രണ്ടുഭാഗത്തുനിന്നും മരങ്ങൾ പടർന്നുകിടന്നിരുന്നു. പായൽ പിടിച്ച് വഴുവഴുപ്പുള്ളതാണ് പടികൾ. സൂക്ഷിച്ചില്ലെങ്കിൽ മരണമോഹങ്ങളെ പരിഹാസത്തിലാക്കി കാലൊടിഞ്ഞു കിടക്കേണ്ടി വരുമെന്ന് അയാളോർത്തു. അതുകൊണ്ട് വളരെ സൂക്ഷ്മതയോടെയാണ് പടികൾ ചവുട്ടിയത്. വളരെ പഴക്കം ചെന്ന നിർമ്മിതിയായിരുന്നു പടികളുടേത്. പുരാതനമായ ഏതോ ചരിത്രരേഖകൾ തേടിപ്പോകുന്നതു പോലെ ആ യാത്ര അയാൾക്കനുഭവപ്പെട്ടു. അയാളല്ലാതെ ആരും ആ വഴിയിൽ ഉണ്ടായിരുന്നില്ല. ലോകത്ത് വളരെ കുറച്ചു പേർ മാത്രമാണെന്നു തോന്നുന്നു മരിക്കുവാൻ സ്വയം ഇറങ്ങിപ്പുറപ്പെടുന്നത്. തന്നെപ്പോലെ ചുരുക്കം ചിലർ. ആലോചിച്ചപ്പോൾ ആശ്വാസം തോന്നി. ജീവിതത്തെ നേരിടുന്നതിൽ മിക്കവരും വിജയിക്കുകയാണ്. ഒരർത്ഥത്തിൽ

താനും വിജയിയാണ്. പരാജയപ്പെടാനല്ലല്ലോ വിജയിക്കുവാനല്ലേ ഈ ആത്മബലി. അന്തമില്ലാത്ത അവഗണനകളിൽനിന്നുള്ള മോചനത്തേക്കാൾ വിജയം വേറെന്തുണ്ട്. അയാൾ സമാധാനിച്ചു.

നേരം ഇരുണ്ടുകഴിഞ്ഞിരുന്നു. കുറേ കയറിയപ്പോൾ മുകളിൽ വിശാലമായ ആകാശം ദൃശ്യമായിത്തുടങ്ങി. നീലനിറമുള്ള മേലാപ്പിലേക്ക് നടന്നു കയറുന്ന പോലെ. ഓരോ പടി കയറുമ്പോഴും കാഴ്ച വിസ്തൃതമായിക്കൊണ്ടിരുന്നു. ഒടുവിൽ പടി പൂർണ്ണമായും അവസാനിച്ചു. മുകളിൽ അഭൗമമായ ഒരു ലോകം അയാൾ കണ്ടു.

പരന്നുകിടക്കുന്ന ആകാശത്തിനു താഴെ കണ്ണെത്താദൂരത്തോളം പുൽപ്പരപ്പ്. ചുറ്റും ചിതറിയ പാറകൾ. പകുതിയടർന്ന ചെറിയൊരു കുന്ന്. അവിടെ ചലിക്കുന്നതായി ഒന്നും ഉണ്ടായിരുന്നില്ല. ഇലകള നങ്ങുന്ന ഒരു ചെറുമരം പോലും. കുന്നിനു സമീപം എന്നോ ഉപേക്ഷിക്കപ്പെട്ട ബംഗ്ലാവ്. തെറിച്ചു നിൽക്കുന്ന കുന്നിൻമുനമ്പിൽനിന്നു നോക്കുമ്പോൾ അകലെ അഗാധമായ താഴ്‌വരയിൽ വരച്ചിട്ട പോലെ പുഴ. ചലനത്തെ തടവറയ്ക്കിട്ട കാലത്തിന്റെ ഒരു തുരുത്ത്. അരണ്ട നിലാവിൽ ഇരുണ്ട നീലിമ പടർന്ന നിശ്ചലചിത്രം.

വണ്ടിക്കാരൻ പറഞ്ഞത് ശരിയാണ്. മരണത്തിന്റെ മനോഹരമായ കവാടം തന്നെ. താൻ മോഹിച്ചതുപോലെ ഒരു സ്ഥലം. വിജനതയുടെ സ്വപ്നഭൂമി. നിശ്ശബ്ദത ഘനീഭവിച്ച ബംഗ്ലാവ് എല്ലാത്തിനും മൂകസാക്ഷി പോലെ നിൽക്കുന്നു. അയാൾ ഇടിഞ്ഞുവീണുകിടക്കുന്ന കുന്നിന്റെ വക്കിലായി പോയി നിന്നു. താഴെ വിദൂരതയിൽ പുഴ ജലം കൊണ്ട് ആകാശത്തിന്റെ ഒരു തുണ്ട് വരച്ചിരിക്കുന്നു. ഇടിഞ്ഞുകിടക്കുന്ന കുന്നിന്റെ അടരുകൾ ചരിത്രാതീതമായ ഏതോ ശില്പാവശിഷ്ടങ്ങളെ ഓർമ്മിപ്പിക്കും. താഴേക്കു ചാടിയാൽ എങ്ങും തട്ടാതെ പുഴയിൽ ചെന്നു വീഴും. ആകാശത്തു നിന്ന് ഒരു പരുന്തിനെ പോലെ ഊളിയിട്ടിറങ്ങി മരണത്തെ കൊത്തിയെടുത്ത് ശാന്തിയിലേക്ക് പറന്നു പോകണം.

മുകളിൽ നിന്നു നോക്കവേ മരണം എത്രയോ ലഘുവായ ഒന്നായി അയാൾക്കു തോന്നി. പുഴ അയാളെ വിളിക്കുകയാണ്. ഇതാ വരുന്നു. താഴേക്ക് ചാടുവാനായി അയാൾ ആഞ്ഞു. പെട്ടെന്ന് നിന്നു. അത്രമേൽ സ്നേഹിച്ച ജീവിതമാണല്ലോ അവസാനിപ്പിക്കാൻ പോകുന്നത്. ഒരിക്കൽക്കൂടി അതിന്റെ ഗതിവിഗതികളിലേക്ക് തിരിഞ്ഞുനോക്കാൻ കൊതി വരുന്നു. അനുഭവിച്ചുതീർത്ത അടരുകളെ ഒന്നോടിച്ചു കണ്ടിട്ട് എല്ലാം അവസാനിപ്പിക്കാം. ആ ആയലിൽ നിന്നുകൊണ്ട് തന്റെ ഭൂതകാലം അയാൾ ഓർത്തു.

തിരിഞ്ഞുനോട്ടം

ഏഴാം ക്ലാസിൽ പഠിക്കുമ്പോൾ സ്കൂളിൽ നടന്ന യുറീക്ക ക്വിസ് മത്സരത്തിൽ ഒന്നാം സ്ഥാനം കിട്ടിയതോടെ ശാസ്ത്രജ്ഞൻ ആകണമെന്നുറപ്പിച്ചതാണ് അയാളെ സംബന്ധിച്ചിടത്തോളം ആദ്യത്തെ ലക്ഷ്യബോധം. പിന്നെ സ്കൂൾതലം കഴിയുന്നതുവരെ ശാസ്ത്രജ്ഞനാകാനുള്ള തയ്യാറെടുപ്പായിരുന്നു. അങ്ങനെയാണ് പ്രീഡിഗ്രിക്ക് സെക്കന്റ് ഗ്രൂപ്പെടുത്തത്. പ്രാക്ടിക്കൽ ക്ലാസ്സിന്റെ ആദ്യ ദിവസം ഡിസക്ഷൻ ടേബിളിൽ പാറ്റയെ കീറാൻ കത്തിയെടുത്ത നിമിഷം ബോധം കെട്ട് അടുത്തുനിന്ന അനുപമയുടെ മുകളിലൂടെ വീണു. അന്നു മുതൽ പ്രാക്ടിക്കലിനു കയറാതായി. സമയം പോക്കാൻ ടൗണിൽ പോയി സിനിമ കണ്ടു. അതു പിന്നെ പതിവായി. എപ്പൊഴോ സിനിമ ഭ്രാന്തായി. ഡിഗ്രി കടന്നതോടെ സിനിമാക്കാരനാകാനുള്ള തയ്യാറെടുപ്പായി. കുറേക്കാലം കഥ പറഞ്ഞു നടന്നു. പക്ഷേ, അയാളുടെ കഥയ്ക്ക് ഒരു കുഴപ്പമുണ്ടായിരുന്നു. ഒന്നിലും നായകരുണ്ടായിരുന്നില്ല. ആ കഥകളിലെ പുരുഷന്മാർ തോറ്റ് പോകുന്നവരും കരയുന്നവരുമായിരുന്നു. കഥകൾ കേട്ട സംവിധായകർ അയാളെ അഭിനന്ദിച്ചു. പക്ഷേ, ഒരാളും അവ സ്വീകരിച്ചില്ല. ഒരിക്കൽ ഹിറ്റ് മേക്കറായ സംവിധായകൻ ജോൺ പറഞ്ഞു.

''കൊള്ളാം നന്ദകുമാർ, നിനക്കു നല്ല ഭാവിയുണ്ട്. പക്ഷേ, ഇൻഡസ്ട്രിക്കാവശ്യം നായകരെയാണ്. ഹീറോയിസമാണ് ഇപ്പോഴത്തെ ട്രെൻഡ്. എല്ലാം തികഞ്ഞ പുരുഷന്മാരെ സൃഷ്ടിക്കൂ. നിങ്ങളുടെ നായകർ തെറ്റു ചെയ്യുന്നുണ്ട്. തോറ്റു പോകുന്നുണ്ട്. അത് പ്രേക്ഷകർ അംഗീകരിക്കില്ല.''

''പക്ഷേ സാർ, മനുഷ്യർ ഇങ്ങനെയല്ലേ. ഒരു പാട് തെറ്റുകളിലൂടെയല്ലേ നാമെല്ലാം വലിയ ശരികളിലെത്തുന്നത്?''

''ഇതു ജീവിതമല്ലല്ലോ നന്ദകുമാർ. സിനിമയല്ലേ. പക്ഷേ, നിങ്ങൾ നിരാശനാകരുത്. എന്റെ ഇത്ര നാളത്തെ അനുഭവത്തിന്റെ

വെളിച്ചത്തിൽ പറയാം, ഒരഞ്ചു വർഷം. അത്ര കൂടിയേ കഷ്ടിച്ച് ഈ ട്രെൻഡ് നിലനിൽക്കൂ. അപ്പോഴേക്ക് പ്രേക്ഷകർ മാറും. അവർ കുറേക്കൂടി റിയലിസ്റ്റിക്കാവും. എനിക്കു തോന്നുന്നു അന്ന് നിങ്ങളുടെ കൈയിലുള്ള കഥകൾക്കാകും ഡിമാൻഡ്. നന്ദൻ എഴുതിക്കൊണ്ടേയിരിക്കൂ. നിങ്ങളുടെ കാലം വരും.'

പക്ഷേ, പത്തു വർഷം സിനിമയുടെ വെള്ളിവെളിച്ചത്തിന്റെ നിഴലിൽ കഴിഞ്ഞിട്ടും ആ കാലം വന്നില്ല. വരും കാലത്തെ സിനിമകളുടെ തിരക്കഥ എന്നു പറഞ്ഞ് പണത്തിനു പകരം പലവ്യഞ്ജനക്കടയിൽ കൊടുക്കാനാവില്ലല്ലോ. പണയം വയ്ക്കാനുമാവില്ല. സ്വകാര്യ സ്ഥാപനത്തിലെ ജോലി ഉപേക്ഷിച്ചാണ് മുഴുവൻസമയ തിരക്കഥ എഴുത്തിനും സിനിമ ചെയ്യലിനുമായി ഇറങ്ങിത്തിരിച്ചത്. ഇടയ്ക്ക് വല്ലപ്പോഴും വന്നു ചേരുന്ന അസിസ്റ്റന്റ് ഡയറക്ടർ പണിയിലാണ് എന്തെങ്കിലും കിട്ടുക. അതും ലോ ബഡ്ജറ്റ് പടങ്ങളിൽ മാത്രമേ അയാൾക്ക് അവസരം ലഭിക്കാറുള്ളൂ. അവിടെ മൊത്തം ദാരിദ്ര്യമാണ്. പണി കഴിഞ്ഞ് തിരിച്ചുവരുമ്പോൾ കൈയിൽ പൈസ കിട്ടണമെങ്കിൽ യോഗം കൂടി വേണം.

അമ്മയുടെ ഒറ്റ മകനാണ്. അച്ഛൻ അയാളുടെ സ്കൂൾ കാലം കഴിയുംമുമ്പേ മരിച്ചു. മകൻ സിനിമ തെണ്ടിയിറങ്ങിയതോടെ അമ്മ വീണ്ടും ഒറ്റയ്ക്കായി. മടങ്ങിയെത്തുന്ന മകനുവേണ്ടി അമ്മ മാസങ്ങൾ കാത്തിരിക്കും. പണിയില്ലെങ്കിലും അയാൾ വീട്ടിലേക്കു പോകുമായിരുന്നില്ല. പകരം, സിനിമയുടെ ചുറ്റുവട്ടങ്ങളിൽ തങ്ങി. ഏതു നിമിഷമാണ് ഒരവസരം കൈയാട്ടി വിളിക്കുന്നതെന്ന് പറയാനാവില്ല. കുറച്ചു ദിവസം അമ്മയുടെ അടുത്തുപോയി നിൽക്കണമെന്നൊക്കെ ചിലപ്പോൾ തോന്നും. പിന്നെ വേണ്ടെന്നു വയ്ക്കും. നാട്ടിൽ പോയാൽ നാലുമുക്കിലേക്ക് ഇറങ്ങാനൊക്കില്ല. 'സിനിമ ഒന്നും ഇല്ലേ, എന്നാ നിന്റെ പടം വരിക' തുടങ്ങിയ ചോദ്യങ്ങളുടെ പടയാണ്.

ഒരു തവണ വീട്ടിൽ വന്നു മടങ്ങുന്നതിന്റെ തലേന്നു രാത്രി ബാഗിൽ തുണികൾ അടുക്കിവയ്ക്കവേ അമ്മ കട്ടിലിൽ അയാൾക്കരികിൽ വന്നിരുന്നു. കുറേനേരം അയാളുടെ വസ്ത്രങ്ങൾ മടക്കിക്കൊടുത്തു സമയം പോക്കി. അമ്മയ്ക്ക് എന്തോ പറയാനുള്ള പോലെ. നൂലും സൂചിയും എടുത്തുകൊണ്ടുവന്ന് ഷർട്ടിന്റെ ഇളകിയ ബട്ടൺ ഉറപ്പിക്കുന്നതിനിടയിൽ എപ്പോഴോ അതിൽ ശ്രദ്ധ ഊന്നിക്കൊണ്ട് അമ്മ പറഞ്ഞു.

"മോനേ, ഒറ്റയ്ക്കു ജീവിച്ചു മടുത്തടാ."

"എന്താ അമ്മയ്ക്ക് ഇപ്പോൾ ഇങ്ങനെ തോന്നാൻ?"

അയാൾ ചോദിച്ചു. പക്ഷേ, അമ്മ ഒന്നും പറയാതെ കുറച്ചു നേരം കൂടി ഇരുന്നശേഷം എഴുന്നേറ്റുപോയി. അന്നു രാത്രി ഉറങ്ങാതെ കിടന്നപ്പോഴാണ്, ഒരു വിവാഹം കഴിക്കണം, അത് അമ്മയ്ക്കും തനിക്കും കൂട്ടാവും എന്ന് അയാൾ ചിന്തിച്ചുതുടങ്ങിയത്. പിറ്റേന്ന് പുറപ്പെടാൻ നേരം ഉമ്മറത്തു വന്നുനിന്ന അമ്മയോട് പടിയിലിരുന്നു ഷൂസിടുന്നതിനിടയിൽ അയാൾ പറഞ്ഞു.

''അമ്മേ, ഞാനൊരു കല്യാണം കഴിച്ചാലോന്ന് ആലോചിക്കുന്നു.''

''നല്ല കാര്യം.''

അമ്മ പറഞ്ഞു. അങ്ങനെയാണ് പെണ്ണുകാണൽ ആരംഭിച്ചത്. വിജയിയല്ലാത്ത സിനിമാക്കാരനെന്ന നിലയിൽ കമ്പോളത്തിൽ അയാൾക്കു ഒട്ടും ഡിമാന്റ് ഉണ്ടായിരുന്നില്ല. പലയിടത്തും മിക്സ്ചർ തണുത്തതായിരുന്നു. ഏത്തക്കാ വറ്റൽ കാറിത്തുടങ്ങിയിരുന്നു.

പെണ്ണുവീടുകളിൽ വില കെട്ടവനായി തിരികെ നടന്ന ദിവസങ്ങളിലൊന്നിൽ അയാൾ സുസ്മിതയെ ഓർത്തു. എട്ടാം ക്ലാസ് മുതൽ തുടങ്ങിയ സൗഹൃദമായിരുന്നു. പത്തുവരെ ഒരുമിച്ച് ട്യൂഷനു പോയി. പരസ്പരം തോന്നിയ കൗതുകങ്ങൾ ക്രമേണ പ്രണയമായി മാറുകയായിരുന്നു. പ്രീഡിഗ്രിയും ഡിഗ്രിയും രണ്ടു കോളേജുകളിലായിരുന്നിട്ടും ആ ബന്ധം വളർന്നു. ബസ് സ്റ്റോപ്പിലും അമ്പലവഴിയിലും ആളൊഴിഞ്ഞ തോട്ടുവക്കത്തും അവർ കണ്ടുമുട്ടി. ഓരോ കണ്ടുമുട്ടലും അനുരാഗം വളർത്തി. കാണാതുഴറുന്തോറും വികാരങ്ങൾ ദൃഢമായി. നീലനിറമുള്ള ഇൻലന്റിൽ, കടുംനീല മഷിയിൽ സുസ്മിത അവളുടെ ഹൃദയം വരച്ച് അയാൾക്ക് അയച്ചുകൊണ്ടേയിരുന്നു.

പോസ്റ്റുമാൻ വിദ്യാധരന്റെ കൈയിൽനിന്ന് ഓരോ തവണ അതു വാങ്ങുമ്പോഴും അയാൾ ഒരു കുറ്റകൃത്യത്തിലേർപ്പെടും പോലെ വിയർത്തു. കാരണം, വിദ്യാധരന്റെ മകളായിരുന്നു സുസ്മിത. അതിനാൽ അയാൾക്ക് ഒരിക്കൽപ്പോലും അവളുടെ പ്രണയലേഖനങ്ങൾക്കു മറുപടി തപാലിലയയ്ക്കാൻ കഴിയുമായിരുന്നില്ല. പകരം, കത്തെഴുതി മടക്കി ഒപ്പം ഡയറി മിൽക്ക് വച്ച് പൊതിഞ്ഞ് വഴിവക്കിൽ വച്ചു കൈമാറും. ആദ്യതവണ ഭയം മൂലം ഒരുപാടു നാൾ കൊണ്ടുനടന്ന ശേഷമാണ് കൊടുക്കാനായത്. സുസ്മിത അതു നിവർത്തുമ്പോഴേക്ക് ചോക്കളേറ്റ് പുഴുവരിച്ചു തുടങ്ങിയിരുന്നു. കൊടിയ സ്നേഹം മൂലം അവൾ ആ ചോക്കളേറ്റ് മുഴുവൻ തിന്നതും ഒരാഴ്ച വയറിൽനിന്നു പോയി ആശുപത്രിയിൽ

കിടന്നതും അവരുടെ പ്രണയസഹനത്തിന്റെ മറക്കാത്ത അധ്യായത്തിൽപെടും.

കോളേജുകാലം കഴിഞ്ഞതോടെ സുസ്മിതയ്ക്ക് വീട്ടിൽ പിടിച്ചു നിൽക്കുക എളുപ്പമല്ലാതായി. അയാൾ സിനിമയിൽ ക്ലാപ്പടിച്ചു തുടങ്ങിയ കാലം. ഓരോ ആലോചനയും ജീവന്മരണ പോരാട്ടമാക്കിയാണ് അവൾ ഒഴിവാക്കിക്കൊണ്ടിരുന്നത്. ഒടുവിൽ അവൾ തളർന്നു. അയാളാകട്ടെ സിനിമയുടെ ലോകത്ത് പിടിച്ചു നിൽക്കുവാനുള്ള പെടാപ്പാടിലായിരുന്നു.

ഒരിക്കൽ സുസ്മിത കാമുകനെ നാട്ടിലേക്കു വിളിച്ചുവരുത്തി. ദൂരെയുള്ള സ്കൂളിൽ പി എസ് സി പരീക്ഷയെഴുതാൻ അവൾ പോകുന്നുണ്ട്. അവിടെ വരണമെന്നായിരുന്നു സന്ദേശം. പരീക്ഷ കഴിഞ്ഞശേഷം സ്കൂൾ മൈതാനത്തിനു അക്കരയുള്ള വലിയ മാവിൻചുവട്ടിൽ അവർ നിന്നു. സുസ്മിത ചോദിച്ചു.

''എന്താ നന്ദൂന്റെ പ്ലാൻ?''

പ്ലാനും പദ്ധതിയുമില്ലാത്ത ഒരു ലോകത്ത് ഫീൽഡ് നോക്കിയും ക്ലാപ്പടിച്ചും കഴിയുന്നവനോട് ഇങ്ങനെയൊന്നും ചോദിച്ചു കൂടാത്തതാണ്. ആവശ്യത്തിലേറെ മീശയും താടിയുമുള്ള ഇരുപത്തിയേഴുകാരൻ പുല്ലുപൊടിയുന്ന തറയിൽ കളം വരച്ചുനിൽക്കുന്നതു കണ്ടപ്പോൾ അവൾ ചോദിച്ചു.

''ഞാനൊരു കാര്യം പറയട്ടെ?''

അയാൾ മുഖമുയർത്തി അവളെ നോക്കി. അവൾ വീറോടെ അവന്റെ കണ്ണുകളിലും.

''നമുക്ക് നാടു വിട്ടാലോ?''

ഏതോ അജ്ഞാതഭാഷ കേട്ട പോലെ അയാൾ പകച്ചു. എന്തെങ്കിലും പ്രതികരിച്ചേ മതിയാകൂ.

''എന്താ നീ പറയുന്നത്? എനിക്കു വരുമാനമായിട്ടില്ല. അതു നീ മറന്നു.''

പക്ഷേ, സുസ്മിതയുടെ ശബ്ദം ശാന്തമായിരുന്നു.

''നന്ദൂ. നിനക്ക് വീട്ടിലെ അവസ്ഥ അറിയാല്ലോ. എനിക്കിനി പിടിച്ചു നിൽക്കാനാവില്ല. ജാതി പ്രശ്നം കാരണം കൊന്നാലും അച്ഛൻ നമ്മടെ വിവാഹം നടത്തിത്തരില്ല. ഞാൻ ഒരുപാട് ആലോചിച്ച് എടുത്ത തീരുമാനമാ. നീ നിനക്കു പരിചയമുള്ള ഒരു നാട് നോക്ക്.''

അയാൾ രണ്ടും കൈയും മലർത്തി.

''നമ്മളെങ്ങനെ ജീവിക്കും?''

''കല്ല് ചുമന്ന് ജീവിക്കാമെടാ. അല്ലെങ്കിൽ മീൻ വില്ക്കാം. നിനക്കു വയ്യെങ്കിൽ വേണ്ട. ഞാൻ ജോലി ചെയ്തോളാം. നീ നിന്റെ ആഗ്രഹം പോലെ സിനിമ ആവുംവരെ അതിന് ശ്രമിച്ചോ. നമ്മൾ ഒരുമിച്ച് ജീവിക്കുന്നത് ഒരുപാട് കാലം സ്വപ്നം കണ്ടുപോയി. അതു വിടാൻ വയ്യ.''

അവൾ ഉറച്ചു നിന്നു. അയാൾക്ക് കണ്ണിൽ ഇരുട്ടു കയറുന്നതു പോലെ തോന്നി. ഇവൾ എന്തു ഭാവിച്ചാണ്?

''സുസ്മീ, നീയൊരു കാര്യം മനസ്സിലാക്കണം. ഇതു കുട്ടിക്കളിയല്ല. നീണ്ടകഥയിലും സിനിമയിലുമൊക്കെ അതു നടക്കും. പക്ഷേ, ജീവിതം വേറെയാണ്. നിന്നെ കഷ്ടപ്പെടുത്താൻ എനിക്കു വയ്യ. വീട്ടുകാർ പറയുന്നത് കേൾക്ക്. നിനക്ക് നല്ല ജീവിതമുണ്ടാകും.''

''നടക്കാത്ത കാര്യങ്ങൾ പിന്നെന്തിനാണ് കവിതയായും കഥയായും നീ ഇത്രനാൾ എഴുതിക്കൂട്ടിയത്. ഞാൻ കുറ്റപ്പെടുത്താനില്ല. നീ ഒന്നുകൂടി ആലോചിക്ക്.''

''ആലോചിക്കാം. നിന്നെ വിളിക്കാം. നമുക്കിപ്പോൾ വീട്ടിൽ പോകാം.''

സുസ്മിതയുടെ കൈയിൽ ഒരു ബാഗുണ്ടായിരുന്നു. അവൾ കരുതിയാണ് വന്നത്. ഒരു വിധമാണ് അവളെ വീടെത്തിച്ചത്. പിന്നെ വളരെ കാലത്തേക്ക് അയാൾ നാട്ടിലേക്കു വന്നില്ല. അവളുടെ സന്ദേശങ്ങൾക്കു മറുപടി അയച്ചതുമില്ല. കുറേ നാളിനു ശേഷം അവളുടെ വിവാഹം കഴിഞ്ഞതായി അറിഞ്ഞു. ഏതോ ട്യൂട്ടോറിയൽ കോളേജ് അധ്യാപകനാണ് വരനെന്നു കേട്ടു. രണ്ടുകൊല്ലമായപ്പോൾ, അവർ അവസാനമായി കണ്ട ദിവസമെഴുതിയ പരീക്ഷയിൽ റാങ്ക് നേടി സുസ്മിത എൽ ഡി ക്ലർക്കായി. അപ്പോഴേക്ക് നായികയെ കൈയൊഴിയുന്ന നായകന്റെ അവസ്ഥ വച്ച് അയാളൊരു കഥയുണ്ടാക്കിയിരുന്നു. പക്ഷേ, സംവിധായകർ താല്പര്യം കാണിച്ചില്ല. ഹീറോയിസമില്ലാത്ത നായകനെ പ്രേക്ഷകർ തിരസ്കരിക്കും. അവർ ഓർമ്മപ്പെടുത്തി.

ഏറ്റവും പ്രിയപ്പെട്ടവളെ സിനിമയ്ക്ക് വേണ്ടി താൻ ഉപേക്ഷിക്കുകയായിരുന്നോ എന്ന് അയാൾക്കു പിന്നീട് തോന്നി. സിനിമയല്ലാതെ മറ്റൊരു സാഹസികത അയാൾക്കു കഴിയുമായിരുന്നില്ല.

പ്രണയം സുസ്മിതയോടും ഭ്രമം സിനിമയോടുമായതിന്റെ ദുരന്തമാണ് അവളെ നഷ്ടമാക്കിയത്. വളരെക്കാലം ആ മുറിവ് ഉണങ്ങാതെ കിടന്നിരുന്നു. ഒന്ന് ഉണങ്ങി വന്നാലും ഓർമ്മകൾ വന്നു തട്ടുമ്പോഴൊക്കെ അതിൽ ചോര പൊടിഞ്ഞുകൊണ്ടിരുന്നു. കൈവിട്ടുപോയ സ്നേഹം അറ്റുപോയ അവയവം പോലെയാണ്. ഹൃദയത്തോടു ചേർന്ന് അതിന്റെ ശൂന്യത മരണം വരെ നമ്മളെ പിന്തുടരും. ഭ്രാന്തമായ ഒരു പ്രണയത്തിനായി അകം കൊതിച്ചു. ജീവിതം തന്നെ വലിച്ചെറിഞ്ഞ് പ്രണയത്തിന്റെ അഗ്നിമുഖത്തേക്ക് പായണം. അതിൽ എരിഞ്ഞു തീരണം.

അനന്തരം

ഇണയെത്തേടിയുള്ള യാത്രാവഴികളിൽ സുസ്മിതയുടെ ഓർമ്മകൾ കൊഴിഞ്ഞുവീണുകൊണ്ടിരുന്നു. അതയാളെ ആകുലനാക്കി. പൂവു പോലുള്ള ഓർമ്മകൾക്കു പോലും വലിയ ഭാരം. ആ കൈനഷ്ടം അത്രമാത്രം അയാളെ ബാധിക്കുന്നുണ്ട്. സുസ്മിതയെ വിവാഹം ചെയ്തു കൊണ്ടുപോയ സ്ഥലത്തിനടുത്ത് പെണ്ണു കാണാൻ പോകുന്നതുപോലും അയാൾ ഒഴിവാക്കി. ഇനി ഒരു കൂടിക്കാഴ്ച വയ്യ.

കുറേ അലഞ്ഞിട്ടും പെണ്ണ് ഒത്തില്ല. വിവാഹമേ നടക്കുകയില്ലെന്നു തോന്നിത്തുടങ്ങുമ്പോഴാണ് അവസാനമായി ഒരു പെണ്ണിനെക്കൂടി കണ്ടുനോക്കാൻ ബ്രോക്കർ നിർബന്ധിച്ചത്. അങ്ങനെയാണ് സുഗന്ധിയെ കാണുന്നത്. അവൾ പ്രീഡിഗ്രി തോറ്റ് തയ്യലിനു പൊയ്ക്കൊണ്ടിരിക്കുന്ന സമയമാണ്. കാപ്പിപ്പൊടി നിറമുള്ള ചുരിദാറിൽ കനം കുറഞ്ഞ ഒരു പെൺകുട്ടി. ഇരു നിറം. അലങ്കാരങ്ങളില്ലാത്ത സൗന്ദര്യം അയാൾ കണ്ടു. ചായ വച്ച് മാറിനിന്ന അവളെ അയാൾ നിമിഷങ്ങളോളം നോക്കി. ഇഷ്ടമായി. അയാളുടെ പശ്ചാത്തലത്തിൽ അവർക്കും വലിയ അതൃപ്തി ഇല്ലെന്ന് ബ്രോക്കർ പറഞ്ഞിരുന്നു. ഇതുറപ്പിക്കാവുന്നതാണെന്ന് ഉള്ള് പറഞ്ഞു. തങ്ങളുടെ പ്രതിശ്രുതവധുക്കളെ ആദ്യം കണ്ട വേളയിൽ മലയാള സിനിമയിലെ പല പ്രശസ്ത സംവിധായകരും അവരോടു പറഞ്ഞ വാക്യം അയാൾ ഓർത്തു. സിനിമാകുടുംബത്തിലെ അംഗമെന്ന നിലയിൽ താനും അതു പറയേണ്ടതുണ്ട്.

"എന്റെ ഒന്നാം ഭാര്യ സിനിമ ആയിരിക്കും. അതു കഴിഞ്ഞേ നീ ഉണ്ടാവൂ."

പറഞ്ഞു കഴിഞ്ഞപ്പോൾ അയാൾക്ക് അഭിമാനം തോന്നി. താൻ നിലപാട് വ്യക്തമാക്കിയിരിക്കുന്നു. ആ വാക്കുകൾ ഒരിക്കൽക്കൂടി അയാൾ ആവർത്തിച്ചു. പക്ഷേ, സുഗന്ധി അതു കേട്ടോ എന്നു നിശ്ചയമില്ല.

“മമ്മൂട്ടിയെ കണ്ടിട്ടുണ്ടോ?” ജിജ്ഞാസയോടെ അവൾ തിരിച്ചു ചോദിച്ചു.

“ഉണ്ടല്ലോ.”

“സത്യം?” സുഗന്ധിക്ക് വിശ്വാസമാകാത്ത പോലെ. അവളുടെ മുഖത്ത് അതിശയം നിറഞ്ഞ ചിരി വിടർന്നു. അതു കണ്ടപ്പോൾ അയാൾക്ക് ആവേശമായി.

“മമ്മൂക്കയോട് ഒരു കഥ പറഞ്ഞിട്ടുണ്ട്. ഒരു പക്ഷേ, അടുത്തു തന്നെ അദ്ദേഹത്തെ വച്ച് സിനിമ ചെയ്യാനും കഴിയുമെന്നാണ് പ്രതീക്ഷ.”

“മമ്മൂട്ടിയെ വച്ചോ?” അവൾക്ക് അത്ഭുതം നിയന്ത്രിക്കാനായില്ല.

“അതെ. മിക്കവാറും.”

ഒരു പുഞ്ചിരി കൊണ്ട് 'മിക്കവാറും' എന്നതിന് അടിവരയിട്ട് സൗമ്യത വരുത്തി അയാൾ പറഞ്ഞു. അത് മുൻകൂർ ജാമ്യമായിരുന്നു. പക്ഷേ, സുഗന്ധി അതൊന്നും ശ്രദ്ധിച്ചതേയില്ല. അവൾ അടുക്കള ഭാഗത്തേക്ക് ഓടി. അമ്മയ്ക്കു മുമ്പിൽ ചെന്ന് ഒന്നു വട്ടം കറങ്ങി. പിന്നെ ചിരിച്ച് അമ്മയെ കെട്ടിപ്പിടിച്ച് തനിക്ക് ഈ വിവാഹത്തിനു സമ്മതമാണെന്ന് അറിയിച്ചു. അങ്ങനെയാണ് സുഗന്ധി അയാളുടെ ഭാര്യയായെത്തുന്നത്. വൈകാരികമായ എല്ലാ തീവ്രതയോടും കൂടി സുഗന്ധിയെ പ്രണയിക്കാൻ അയാൾ തീരുമാനിച്ചു. സുസ്മിതയ്ക്ക് കൊടുക്കാനാവാതെ പോയ നീതി കൂടി ഇവൾ അർഹിക്കുന്നു. ആദ്യ രാവുകളിലൊന്നിൽ അയാൾ ചോദിച്ചു.

“സുഗന്ധീ, ഞാൻ നിന്നെ പ്രേമിക്കട്ടെ, അഗാധമായി.”

സുഗന്ധി ചിരിച്ചു. പിന്നെ ചൂണ്ടുവിരലുയർത്തി ഉപാധി വച്ചു.

“പ്രേമിച്ചോ. പക്ഷേ, മമ്മൂട്ടീടെ കൂടെ നിർത്തി എന്നെ ഫോട്ടോ എടുക്കണം.”

എന്തുകൊണ്ടോ, അയാളുടെ കാല്പനികഭാവനയ്ക്കു യോജിച്ചതായിരുന്നില്ല സുഗന്ധിയുടെ മറുപടി. രണ്ടു തരം മാനസസഞ്ചാരങ്ങൾ. ആറേഴു വർഷത്തോളം സുഗന്ധി അവളുടെ മോഹങ്ങളുമായി കാത്തിരുന്നു. അതിനിടയിൽ അമ്മയ്ക്ക് സഹായിയായും അയാളെത്തുന്ന നേരത്ത് അന്തിക്കൂട്ടായും ഒരു കുഞ്ഞിന്റെ അമ്മയായും അവൾ വേഷം ചെയ്തു. അയാളുടെ സിനിമ മാത്രം നടന്നതുമില്ല. സിനിമയ്ക്കൊപ്പം ജീവിതത്തിൽ ചാർത്തേണ്ട ആടയാഭരണങ്ങളും എത്തിയില്ല. ഏഴെട്ടു വർഷം കഴിഞ്ഞപ്പോൾ മമ്മൂട്ടി അവരുടെ ദാമ്പത്യത്തിൽ വിഷയമായി.

‘‘എവിടെ മമ്മൂട്ടിയുടെ സിനിമ? മമ്മൂട്ടി പോയിട്ട് ആരുടെയെങ്കിലും സിനിമ നിങ്ങൾ ചെയ്തോ? എന്നെ പറ്റിക്കുകയായിരുന്നു. ഈ ദാരിദ്ര്യം എത്രകാലം കൂടി ഞാൻ സഹിക്കണം?’’

അയാളുടെ പല പ്രോജക്ടുകളും പാതിവഴിയിൽ കിടക്കുന്ന സമയമാണ്. അനിശ്ചിതത്വവും പണമില്ലായ്മയും അയാളെ തളർത്തുന്നുണ്ട്. കഷ്ടപ്പാട് ആരോടും പറയാത്ത പ്രകൃതമായിരുന്നു അയാൾക്ക്. പക്ഷേ, ഇനി താങ്ങാൻ വയ്യ. സുഗന്ധിയോടെങ്കിലും പറയണം. ഒരു ദിവസം തന്റെ സങ്കടങ്ങൾ അയാൾ പറഞ്ഞു തുടങ്ങി.

‘‘പല പ്രോജക്ടുകളും ഇന്നല്ലെങ്കിൽ നാളെ എന്നു പറഞ്ഞു നിൽക്കുന്നു. പക്ഷേ, ഒന്നും നടക്കുന്നില്ല സുഗന്ധീ. ഏതെങ്കിലും ഒന്ന് തുടങ്ങിയാലേ അഡ്വാൻസ് പോലും കിട്ടൂ. ഇതാണ് പ്രശ്നം. ദിവസവും യാത്രയും നടന്മാരെ കാണലും സംവിധായരുമായി ചർച്ചയും ഒക്കെ നടക്കും. പക്ഷേ, വിളിച്ചു പോകുന്ന ഓട്ടോയുടെ മീറ്റർ ഓടും. കഴിക്കുന്ന ഭക്ഷണത്തിന് ബില്ല് വരും. മൂത്രപ്പുരയിൽ കയറുംമുമ്പ് മുമ്പിൽ കിടക്കുന്ന മേശമേൽ നാണയം വയ്ക്കണം. ആ നാണയം മാത്രം ഇങ്ങോട്ടു വരുന്നില്ല. വേറൊരു ജോലിക്ക് പോകാനാവില്ല. എന്തു ചെയ്യും? ചിലപ്പോൾ തോന്നും സിനിമ വിട്ടാലോ എന്ന്. അന്ന് എവിടെനിന്നെങ്കിലും ഒരു കോള് വരും. പ്രോജക്ട് സെറ്റായിട്ടുണ്ട്, കേട്ടോ. അടുത്തയാഴ്ച അറിയാം. അതു നടക്കില്ലെന്നറിയാൻ ആറു മാസം വേണ്ടിവരും. അപ്പോഴേക്ക് പുതിയൊരു പ്രതീക്ഷ വരും. ഒരു തീരുമാനമെടുക്കാൻ കഴിയുന്നില്ല.’’

സുഗന്ധി അത്ര വരെയേ സഹിച്ചുള്ളൂ.

‘‘നിങ്ങടെ സങ്കടമൊന്നും എനിക്കു കേൾക്കണ്ട. എന്റെ സങ്കടം തന്നെ ആവശ്യത്തിലേറെയുണ്ട്. എനിക്കും മോനും കഞ്ഞി വയ്ക്കാനുള്ള പൈസ എപ്പോ കിട്ടും. അതു പറ.’’

അയാൾ കുടുംബകഥ വച്ച് തിരക്കഥയെഴുതുന്നതു നിർത്തിയത് അതോടെയാണ്. കുടുംബകഥയുടെ കാലം തീർന്നു എന്നു മനസ്സിലായി. അവർക്കിടയിൽ ക്രമേണ അഭിപ്രായ വ്യത്യാസം തളിരുപൊട്ടാൻ തുടങ്ങി. അതു പിന്നെ ഇലയും കായും വച്ചു. അയാൾ വീട്ടിലേക്കു പോകുന്ന ശീലം കുറച്ചു.

മൂന്ന് വർഷം മുമ്പ് അമ്മ മരിച്ചു. അധികം താമസിയാതെ ഒരു വഴിത്തിരിവ് അയാളുടെ ജീവിതത്തിലുണ്ടായി. വഴക്കൊക്കെ ആണെങ്കിലും സുഗന്ധി കടുത്ത തീരുമാനമെടുക്കുമെന്ന് അയാൾ കരുതിയിരുന്നില്ല. സുഗന്ധിക്കും അങ്ങനെ ഉദ്ദേശ്യമുണ്ടായിരുന്നില്ല. പക്ഷേ, പട്ടാളത്തിൽനിന്ന് പെൻഷനായി വന്ന അവളുടെ അമ്മാവന്റെ വിഭാര്യനായ മകൻ മോഹനന് ഒരു നിർബന്ധം. അവളുടെ

അമ്മയും അതിനെ അനുകൂലിച്ചു. അമ്മാവന്റെ മകൻ കുട്ടിക്കാലത്തേ സുഗന്ധിയെ മോഹമായിരുന്നു. സുഗന്ധിക്കു തിരിച്ചും. പക്ഷേ, വിവാഹപ്രായമായപ്പോൾ സുഗന്ധിയുടെ അച്ഛനും അമ്മാവനും തമ്മിൽ വഴക്കായി. മകളെ വേറെ വിവാഹം കഴിച്ചു വിട്ടാണ് സുഗന്ധിയുടെ അച്ഛൻ വാശി തീർത്തത്. അമ്മാവൻ മകനെയും വേറെ കൊണ്ടു പോയി കെട്ടിച്ചു. അധികം താമസിയാതെ ഭാര്യ മരിച്ചതോടെ മോഹനൻ വീണ്ടും സുഗന്ധിയെ മോഹിക്കാൻ തുടങ്ങി. ആരെങ്കിലും ആത്മാർത്ഥമായി മോഹിച്ചാൽ പ്രപഞ്ചം മുഴുവൻ ആ ആഗ്രഹത്തിനൊപ്പം നിൽക്കും, നടത്തിക്കൊടുക്കും എന്നോ മറ്റോ അല്ലേ പൗലോ കൊയ്‌ലോ പറഞ്ഞത്. അതു മോഹനന്റെ കാര്യത്തിലെങ്കിലും സംഭവിച്ചു. സുഗന്ധി കുട്ടിയെയും എടുത്ത് വീട്ടിലേക്കു പോയി.

ഒറ്റയ്ക്കായതോടെ അയാൾ വാടകവീട് ഒഴിഞ്ഞു. ആരും താമസിക്കാനില്ലാത്ത വീട് ആദർശാത്മക പ്രണയം പോലെയാണ്. വെറുതെ വാടക കൊടുക്കാമെന്നല്ലാതെ എന്തു കാര്യം. അങ്ങനെയാണ് അയാൾ വസന്താ ലോഡ്ജിലെ സ്ഥിരം അന്തേവാസിയായത്.

പല സിനിമാചർച്ചകളും നടക്കുന്നുണ്ടായിരുന്നു. പക്ഷേ, ആ ലോകം അയാൾക്കു പറ്റിയതായിരുന്നില്ല. പല ഒത്തുതീർപ്പുകൾക്കും അയാൾ വഴങ്ങിയിരുന്നില്ല. ചില പാക്കേജ് പ്രോജക്ടുകളും സ്വയം വേണ്ടെന്നു വച്ചില്ലായിരുന്നുവെങ്കിൽ ഒരു പക്ഷേ, ഇതിനു മുമ്പേ സംവിധായകൻ ആകാമായിരുന്നു. പുതുപ്പണക്കാരായ ചിലർ സിനിമ നിർമ്മിക്കാൻ എത്തുമ്പോൾ സിനിമാ നിർമ്മാണത്തോടൊപ്പം നടിയോടൊപ്പമുള്ള ശയനവും പ്രോജക്ടിൽ ഉൾപ്പെടുത്തുന്നതിനെയാണ് സിനിമാഭാഷയിൽ പാക്കേജ് എന്നു വിളിക്കുന്നത്. ചില പുതുമുഖങ്ങളും ഗതികേട് അനുഭവിക്കുന്ന ചെറുകിട നടിമാരുമാണ് മിക്കപ്പോഴും ഇതിൽ ഇരകളാകുന്നത്. സിനിമ ചെയ്യാൻ സിനിമ മാത്രം അറിഞ്ഞിട്ടു കാര്യമില്ലെന്ന് ഈ വ്യവസായത്തിൽ എല്ലാവർക്കും അറിയാം. അയാൾക്കുമറിയാം. ചില നിമിഷങ്ങളിൽ നഷ്ടമായ ജീവിതം തിരിച്ചുപിടിക്കുവാൻ അയാൾ സുഹൃത്തായ പ്രൊഡക്ഷൻ മാനേജരോടു പറയും,

''ജീവാ, എന്ത് കോപ്പുമാകട്ടെ. എന്ത് പാക്കേജുമാകട്ടെ, ഞാൻ തലയിടില്ല. നീ പ്രോജക്ട് ശരിയാക്ക്.''

രണ്ടു ദിവസമേ ഈ പ്രായോഗികചിന്ത നിലനിൽക്കൂ. ഏതെങ്കിലുമൊരു നിർമ്മാതാവിനെയും തപ്പി ജീവ വരുമ്പോൾ അയാൾ വാക്ക് മാറും.

''അയ്യോ, അതു ശരിയാവില്ല.''

ഒടുവിൽ ഒരു അവസരം അയാൾക്ക് ഒത്തു വന്നു. പ്രമുഖ നടനായ രാഗേഷ് അയാളുടെ തിരക്കഥയിൽ പ്രധാന കഥാപാത്രം ചെയ്യാമെന്നേറ്റു. വിനോദാണ് സംവിധായകൻ. അയാളുടെ അടുത്ത സുഹൃത്ത്. സാങ്കേതിക വിദഗ്ദ്ധർ ഉൾപ്പെടെ എല്ലാപേരെയും നിശ്ചയിച്ചു. ഷൂട്ടിങ് തീയതി ഉറപ്പിച്ചു. സിനിമാമേഖലയിലാകെ ആ വാർത്ത പരന്നു. പലരും അഭിനന്ദനങ്ങൾ അയച്ചു.

''നിന്റെ വർഷങ്ങളുടെ കാത്തിരിപ്പിന് ശമനം വരികയാണല്ലോ. നന്നായി.''

''ഒരു പ്രതിഭയെയും കാലം മറന്നുപോകില്ല. ഇനി നിങ്ങളുടെ നാളുകളാണ്.''

പ്രകീർത്തനങ്ങളുടെ നീണ്ട നിര അയാളെത്തേടി വന്നു. വൈകുന്നേരം നക്ഷത്രഹോട്ടലിലാണ് ഔദ്യോഗിക പ്രഖ്യാപനം. ഓർമ്മിച്ചെടുത്ത സുഹൃത്തുക്കളെയാകെ ചടങ്ങിലേക്കു വിളിച്ചു. അല്പം നേരത്തേ തന്നെ ഹോട്ടലിലെത്തി. ഒരുപാട് നാളായി കാണാതിരുന്ന പല പരിചയക്കാരും ഇങ്ങോട്ടു വന്നു സംസാരിച്ചു. അടുത്ത പ്രോജക്ടിനെക്കുറിച്ച് ആലോചിച്ചു തുടങ്ങാൻ ഉപദേശിച്ചു. ശരിയാണ്. ആലോചിക്കണം. അയാൾക്കും തോന്നി.

സമയമായപ്പോഴാണ് നിർമ്മാതാവും സംവിധായകനും വന്നത്. അവർ തനിക്കു മുഖം തരാതെ മാറിയത് തിരക്കുകൊണ്ടാണെന്ന് അയാൾ കരുതി. സംവിധായകൻ വിനോദുമായി വർഷങ്ങളുടെ ബന്ധമാണ്. വിനോദിന്റെ മുഖത്ത് അല്പം പിരിമുറുക്കം ഉണ്ടോയെന്നു തോന്നി. വേദിയിൽ സിനിമയുടെ ബാനർ കെട്ടിയിട്ടുണ്ട്. 'കിനാവ് പോലെ' എന്നാണ് സിനിമയുടെ പേര്. വർഷങ്ങളായി താൻ ഉള്ളിൽ കൊണ്ടു നടന്ന കഥയാണ്. അന്നുതന്നെ തലക്കെട്ടും ജനിച്ചിരുന്നു. ഇപ്പോൾ അത് വെള്ളിത്തിരയിലേക്കുള്ള പ്രധാന പടവ് ചവിട്ടുകയാണ്. അയാൾക്ക് ഉള്ളിലെവിടെയോ വൃശ്ചികക്കാറ്റിന്റെ സ്പർശം അനുഭവപ്പെട്ടു.

നടൻ രാഗേഷ് എത്തിയതോടെ യോഗനടപടികൾ ആരംഭിച്ചു. നിർമ്മാതാവ് ചിത്രം പരിചയപ്പെടുത്തിയപ്പോൾ താൻ കേട്ടത് കേൾവിക്കുറവ് കൊണ്ട് സംഭവിച്ചതാണോ എന്ന് അയാൾ ശങ്കിച്ചു. അല്ലാ എന്ന് അടുത്തുനിന്ന സ്റ്റിൽ ഫോട്ടോഗ്രാഫർ ഇല്യാസ് കാതിൽ പിറുപിറുത്തപ്പോൾ മനസ്സിലായി.

''എന്ത് പണ്ടാരമാണ്. ഇന്നലെവരെ തിരക്കഥാകൃത്ത് നീ. ഇപ്പോൾ പറഞ്ഞത് വേറൊരുത്തനെ.''

കുറച്ചു കഴിഞ്ഞപ്പോൾ വിനാദ് മെല്ലെ കറങ്ങി അയാളുടെ അടുത്തെത്തി. തോളിൽ കൈയിട്ട് അല്പം ദൂരേക്ക് കൊണ്ടുപോയി.

''നന്ദാ, ശപിക്കരുത്. ഇതല്ലാതെ വേറെ വഴിയില്ല. അവസാന നിമിഷം രാഗേഷിന് ഒറ്റ വാശി. തിരക്കഥ അയാളുടെ ആളിന്റേത് മതി. പ്രോജക്റ്റ് മൊത്തമായി മാറിയിരിക്യാണ്. ഫണ്ട് തികയാത്ത നിർമ്മാതാവിനോട് അതിലും പങ്കാളിയാകാമെന്ന് അവന് വാക്ക് കൊടുത്തതോടെ എനിക്ക് വോയ്സ് ഇല്ലാതായി.''

വിനോദൻ അയാളുടെ രണ്ടു കൈകളും കൂട്ടിപ്പിടിച്ചു.

''നിനക്കറിയാമല്ലോ. അഞ്ചു വർഷം കാത്തിരുന്ന് കിട്ടിയ പടമാണ്. വീട് ജപ്തിയിലാണ്. കുടുംബം ഡിവോഴ്സിന്റെ വക്കിലാണ്. ഇവിടെ ഞാൻ ശബ്ദിച്ചാൽ അവർ എന്നെയും മാറ്റും. നമുക്ക് ഒന്നിക്കാൻ ഇനിയും സമയമുണ്ടെടാ. ഞാനൊന്ന് രക്ഷപ്പെട്ടോട്ടെ.''

തോളിൽതട്ടി അയാൾ ദേഷ്യപ്പെട്ടില്ലെന്ന് ഉറപ്പു വരുത്തി വിനോദൻ പതുക്കെ നടന്നുപോയി. അയാൾക്ക് ഒന്നും പറയാൻ തോന്നിയില്ല. എന്തുകൊണ്ടാണ് താൻ ഒഴിവാക്കപ്പെട്ടത്? പ്രത്യേകിച്ച് കാരണമൊന്നുമില്ല. പ്രമുഖ നടനു തോന്നി, അയാളുടെ ആള് വേണമെന്ന്. അത്രതന്നെ. ഇതെന്തൊരു ജീവിതമാണ്. ഏതു നിമിഷവും പകരക്കാർക്കുവേണ്ടി പുറത്തേക്കെടുത്തെറിയാൻ മാത്രമുള്ള ജീവിതം. ഒരു ഉറപ്പുമില്ലാത്ത ജീവിതം. ആത്മാഭിമാനമില്ലാത്ത ജീവിതം. ഈ ലോകത്ത് ഇനിയും പട്ടിയെപ്പോലെ ജീവിക്കുന്നതാണ് തോൽവി.

ഒരു നിമിഷം കൊണ്ട് താൻ വലിയൊരു ശൂന്യതയായി മാറിയത് അയാളറിഞ്ഞു. ആരൊക്കെയോ എന്തൊക്കെയോ ചോദിക്കുന്നു. ഉത്തരമില്ല. കലങ്ങിയ കണ്ണുകൾ വഴി തെളിയാതെ ബുദ്ധിമുട്ടി. ഒരു ഓട്ടോ പിടിച്ച് നേരേ ലോഡ്ജിലെത്തി. രാത്രി മുഴുവൻ ഉറങ്ങാതെ കിടന്നു. ഇനിയും പൊരുതാനുള്ള ശേഷിയില്ല. ഈ ജീവിതം തുടരാൻ വയ്യ. ആർക്കു വേണ്ടി ജീവിക്കാൻ. ഒടുവിൽ ശാന്തമായ മനസ്സോടെ എടുത്ത തീരുമാനമാണ് ജീവിതം അവസാനിപ്പിക്കുക എന്നത്.

വലിയ സ്വപ്നങ്ങൾ കണ്ട, ഒരുപാട് സുഖാനുഭവങ്ങൾ കൊതിച്ച ജീവിതം പാഴ്ച്ചരക്കായി. ആർക്കും വേണ്ടാത്തവനായി ഇനിയും ജീവിക്കാൻ വയ്യ. അയാൾ ഒരിക്കൽക്കൂടി താഴേക്കു നോക്കി. അകലെ ആകാശം പോലെ നദി. ഒറ്റ ചുവട് വച്ചാൽ സ്വച്ഛതയുടെ ലോകം പൂകും. കണ്ണുകൾ ഇറുക്കിയടച്ചു. ശരീരത്തിന്റെ ഭാരം നഷ്ടപ്പെടുന്ന പോലെ. സർവ്വശക്തിയും സമാഹരിച്ച് താഴേക്കാഞ്ഞു. ആരോ തന്നെ താങ്ങിയപോലെ ഒരു തൂവലായി പറന്നിറങ്ങുന്നത് അയാളറിഞ്ഞു.

ആശുപത്രി

മഴയാണ് അയാളെ താങ്ങിയത്. അതിന്റെ ആയിരം നൂൽക്കൈകളാൽ നെഞ്ചോട് ചേർത്തു പിടിക്കുകയായിരുന്നു. വരണ്ടുണങ്ങിയ ജീവനിലേക്ക് മഴ ആർത്തു പെയ്തു. ആ മഴ ഏതായിരിക്കും എന്നയാൾ ഓർത്തെടുക്കാൻ തുടങ്ങി. അതിനായി ഓർമ്മയുടെ അവസാനതീരം വരെ തിരിച്ചുപോയി. വന്മരങ്ങളെ കുലുക്കിയെടുക്കുന്ന ഒരു ഇടവപ്പാതിയിൽ വീടിന്റെ ഉമ്മറത്ത്, അമ്മയുടെ മടിയിലിരുന്ന് മഴ നോക്കിയിരുന്ന മൂന്നു വയസ്സുകാരൻ ഇരുളിൽ ചിരിച്ചു. ഓർമ്മയിലെ ആദ്യത്തെ മഴ. വിട്ടുപോകാൻ വെമ്പുന്ന വൈദ്യുതി ബൾബിന്റെ മഞ്ഞവെളിച്ചത്തിൽ അമ്മയുടെ മുഖം അയാൾ കണ്ടു.

അമ്മ കണ്ണെഴുതി പൊട്ടു തൊട്ട് പിച്ചകപ്പൂക്കൾ ചൂടി സുന്ദരിയായി ഇരുന്നു. അത് കാത്തിരിപ്പിന്റെ രാത്രിയായിരുന്നു. അവരിരുവരും അച്ഛനു വേണ്ടിയാണ് വഴിക്കണ്ണുമിട്ടിരുന്നത്. മകൻ പിറന്ന ശേഷം ആദ്യമായി അച്ഛൻ വരികയാണ്. അദ്ദേഹം ആസാമിൽ പണിക്കു പോയിരിക്കുകയായിരുന്നു. അവിടെ ഒരു തൊഴിലാളി സമരത്തിൽ ഉൾപ്പെട്ട് വർഷങ്ങളോളം ജയിലിലായി. പിന്നീട് പുറത്തിറങ്ങി വീണ്ടും പണിക്കിറങ്ങി. ഇക്കാലമത്രയും ചന്ദനനിറമുള്ള തപാൽക്കവറിലിട്ട കത്തുകൾ അച്ഛൻ അമ്മയ്ക്ക് അയച്ചുകൊണ്ടേയിരുന്നു. അവ വായിച്ച് അമ്മ പുഞ്ചിരിക്കുകയും കണ്ണുനീർ തുടയ്ക്കുകയും ചിലനേരം എഴുത്ത് മാറോടു ചേർത്തുപിടിക്കുകയും ചെയ്തു.

രാത്രി ഏറെ വൈകിയാണ് കറുപ്പും മഞ്ഞയും നിറമുള്ള ടാക്സികാർ മഴയെ വകഞ്ഞുമാറ്റി മുറ്റത്തു വന്നു നിന്നത്. ആ നേരം കറന്റ് പോയിരുന്നു. മണ്ണെണ്ണ വിളക്കിന്റെ തെളിച്ചത്തിലാണ് അച്ഛനെ ആദ്യമായി കാണുന്നത്. വലിയൊരു കാലൻകുട നിവർത്തി അച്ഛൻ കാറിൽ നിന്നിറങ്ങി. അതു വരെ ഭിത്തിയിലെ ഫോട്ടോയിൽ മാത്രം കണ്ടിരുന്ന അച്ഛനെ നേരിട്ടു കാണുകയായിരുന്നു.

ഫോട്ടോയിലെ ഗാംഭീര്യമായിരുന്നില്ല നേരിട്ടു കണ്ടപ്പോൾ സ്നേഹത്തോടെ കവിളിൽ തൊട്ടു. പിന്നെ രണ്ടു കൈ കൊണ്ടും മുകളിലേക്കു പൊക്കിയെടുത്തു. അയാളോർത്തു, അത്രയും ഉയരത്തിൽ താൻ ആദ്യമായി എത്തുകയായിരുന്നു. രാത്രി ഏറെ വൈകുവോളം അച്ഛൻ കൊണ്ടുവന്ന ഓറഞ്ച് മിഠായിയും ബിസ്ക്കറ്റും കഴിച്ച് വീടാകെ ഓടി നടന്നു.

“നിനക്കുറങ്ങണ്ടേ കണ്ണാ?”

ഇടയ്ക്ക് അമ്മ ചോദിക്കുന്നുണ്ടായിരുന്നു. എപ്പോഴോ തളർന്നുറങ്ങി. ഇടയ്ക്ക് ഉണർന്നപ്പോൾ അമ്മ തന്റെ അരികിലുണ്ടായിരുന്നില്ല.

അമ്മേ എന്ന് അയാൾ കരഞ്ഞു. അമ്മ വാതിൽപ്പടിയിൽ പിടിച്ച് പുറത്തേക്കിറങ്ങി വന്നു. അവർ ജരാനരകൾ പിടിച്ച് അവശയായിരുന്നു.

“എത്ര നാളായടാ പോയിട്ട്. സിനിമേന്നു പറഞ്ഞ് ഇങ്ങനെ കറങ്ങിനടന്നോ. എന്നെയിവിടെ ഒറ്റയ്ക്കിട്ടിട്ട്?”

അച്ഛൻ മരിച്ചിട്ട് നീണ്ട മുപ്പതു വർഷമാണ് അമ്മ ജീവിച്ചിരുന്നത്. അവസാന നാളുകളിൽ അമ്മയുടെ അരികിൽ പോയിരിക്കണെമെന്നും ആ കവിളത്ത് ഉമ്മ നല്കണമെന്നും മടിയിൽ കിടക്കണെമെന്നും മനസ്സ് ആഗ്രഹിച്ചതാണ്. അതിനിടയിൽ അമ്മ പോയി. അമ്മേ എന്ന് കുറച്ചു കൂടി വ്യക്തതയോടെ, ഗദ്ഗദത്തോടെ അയാൾ വിളിച്ചു. ആരോ തന്റെ തോളിൽ തട്ടുന്നു. അയാൾ കണ്ണു തുറന്നു. താനിപ്പോൾ ആശുപത്രിയിലാണെന്നു തിരിച്ചറിയാൻ കുറേ നിമിഷങ്ങൾ വേണ്ടി വന്നു. അരികിൽ നഴ്സ് നില്പുണ്ട്. ആദ്യം തോന്നിയ അമ്പരപ്പ് അവളുടെ പുഞ്ചിരിയിൽ അലിഞ്ഞുപോയി.

“അമ്മയെ കാണണോ?”

നഴ്സിന്റെ കുസൃതി നിറഞ്ഞ ചിരി. അയാൾ അവരെ ഉറ്റു നോക്കി. ചിരിക്കാൻ മാത്രം താൻ ഇപ്പോൾ എന്തായിരിക്കും പറഞ്ഞത്?

“ഞാനെങ്ങനെയാ ഇവിടെ എത്തിയത്?”

അയാൾ ചോദിച്ചു. പുറത്തേക്കു പോകാനിറങ്ങിയ നഴ്സ് തിരിഞ്ഞുനിന്നു. ഉത്തരം മറ്റൊരു ചോദ്യമായിരുന്നു.

“ആരായിരുന്നു ആ ലേഡി?”

“ഏതു ലേഡി?”

“ഒരു സ്ത്രീയാണ് താങ്കളെ ഇവിടെ കൊണ്ടുവന്നത്.”

"ആര്?"

'ആ' എന്ന് തോള് കുലുക്കി നഴ്സ് പോയി. അയാൾ ചിന്താകുലനായി. സ്ത്രീയോ? ആരാണത്? വളരെ കണക്കുകൂട്ടി ദൃഢനിശ്ചയത്തോടെ ചെയ്ത ആത്മഹത്യാശ്രമവും വിഫലമായി. മരണത്തിൽ പോലും താനൊരു പരാജയമായിരിക്കുന്നു. എന്നാൽ അതിനേക്കാളേറെ പുഴയുടെ ആഴത്തിലേക്ക് എടുത്തു ചാടിയ തന്നെ ആരാണ് ഇവിടെ എത്തിച്ചത് എന്ന ചിന്ത അയാളെ കുഴക്കി. ആ വിജനമായ സ്ഥലത്ത് തന്നെ രക്ഷിക്കാൻ നിയോഗിക്കപ്പെട്ട് ആരായിരിക്കും വന്നിരിക്കുക? ഡോക്ടർ വന്നു തട്ടിയുണർത്തിയപ്പോഴാണ് പിന്നെ അയാളുണർന്നത്.

"ക്ഷീണം കുറവുണ്ടോ?"

"കുറച്ച്."

"സാരമില്ല. നാളെയാവുമ്പോൾ പൂർണമായും മാറും. സന്തോഷത്തോടെ ഇരിക്കുക."

പെരുവിരലുയർത്തി അയാളെ അഭിവാദ്യം ചെയ്ത് ഡോക്ടർ പോയി.

കെട്ടുപോയ ട്രാഫിക് സിഗ്നലിൽപെട്ട നഗരമധ്യത്തിലെ വാഹനങ്ങൾപോലെ ചിന്തകൾ അയാളിൽ കുരുങ്ങിക്കിടന്നു. ഒന്നിനും മുന്നോട്ടു പോകാൻ കഴിയുന്നില്ല. അതിൽനിന്ന് അമ്മയെ മാത്രം അയാൾ പുറത്തേക്കെടുത്തു.

അമ്മ എന്തിനാകും ഇപ്പോൾ തന്റെ ഓർമ്മകളിലേക്കു വന്നത്. മയക്കം കണ്ണുകളെ പിടികൂടവേ, പെട്ടെന്ന് തലയ്ക്കടി പോലെ അയാളിൽ ഒരു ഓർമ്മ വന്നു വീണു. പണ്ട് കട്ടിലിൽ വന്നിരുന്ന് അമ്മ പറഞ്ഞ വാക്കുകൾ. ഒറ്റയ്ക്കു ജീവിച്ചു മടുത്തടാ, എന്നോ മറ്റോ ആയിരുന്നു അത്. ആ വാക്കിനെ വ്യാഖ്യാനിച്ചാണ് അയാൾ വിവാഹം കഴിക്കാമെന്നു തീരുമാനിച്ചത്. ഛെ! അതായിരുന്നോ അമ്മ അർത്ഥമാക്കിയത്? അമ്മ അവരുടെ ഏകാന്തതയല്ലേ തന്നോട് പറഞ്ഞത്. അവർ ഒരു ജീവിതപങ്കാളിയെ കൊതിച്ചിരുന്നു. താനോ, പെണ്ണ് കെട്ടി അമ്മയ്ക്ക് കൂട്ടിരുത്താൻ നോക്കി. അന്ന് എത്ര ചോദിച്ചിട്ടും അമ്മ അതിനെക്കുറിച്ച് പിന്നെ ഒന്നും പറഞ്ഞില്ല. ഇന്നും ഒരമ്മയ്ക്കും അതിനപ്പുറം വിശദീകരിക്കാനാവുമെന്നു തോന്നുന്നില്ല. വിധവകൾ എന്നും അവരുടെ ഭർത്താവിന്റെ ശവകുടീരങ്ങളാണ്. വിധവകളുടെ ആന്തരികതൃഷ്ണകൾക്കു മുകളിലാണ് സമൂഹം മരിച്ചവർക്ക് സ്മാരകം പണിയുന്നത്. അമ്മയോടു താൻ തെറ്റ് ചെയ്തു. അയാളുടെ കണ്ണ് നിറഞ്ഞു.

അടുത്ത ദിവസം ഉണർന്നപ്പോഴേക്കും നല്ല ഉന്മേഷം അനുഭവപ്പെട്ടു. രാവിലെ മരുന്നുമായെത്തിയ നഴ്സ് പറഞ്ഞു.

''ഇപ്പോൾ നിങ്ങൾ ഓക്കെയാണ്. വീട്ടിലേക്കു പോകാം. അതിനു മുമ്പ് കൗൺസെലറെ കാണണം.''

നഴ്സ് അയാളെ അടുത്ത കെട്ടിടത്തിലെ ഒരു മുറിയിലേക്കു നയിച്ചു. നാല്പതുകൾ പ്രായമുണ്ടെങ്കിലും അത്ര തോന്നാത്ത സ്ത്രീയായിരുന്നു കൗൺസെലർ. തുറന്ന ചിരി. ചേലുള്ള പെരുമാറ്റം. കടും ചെമപ്പുനിറത്തിൽ വെള്ളയും കറുപ്പും അതിരുകളുള്ള ചുരിദാറിൽ ഒരു മനോഹരി. എവിടെയോ കണ്ട രൂപമല്ലേ എന്ന് അയാൾക്കു തോന്നി. തന്റെ തന്നെ ഏതോ കഥാപാത്രമാകാം. ഉപേക്ഷിച്ച മുഖങ്ങളൊക്കെ പല വിധത്തിൽ തിരിച്ചുവരുമോ? അവളുടെ മുമ്പിലിരിക്കുവാൻ ജാള്യം അനുഭവപ്പെട്ടു. ആത്മഹത്യ ചെയ്യാൻ ശ്രമിച്ച ഒരുവനെക്കുറിച്ച് എന്താവും വിചാരിക്കുക? കൗൺസെലർ അയാളോടു പലതും ചോദിച്ചറിഞ്ഞു. ഒടുവിൽ കസേരയിലേക്ക് ചാഞ്ഞുകൊണ്ട് പറഞ്ഞു.

''നോക്കൂ മിസ്റ്റർ നന്ദകുമാർ, ആത്മഹത്യയ്ക്കു ശ്രമിക്കുന്നത് പ്രോത്സാഹിപ്പിക്കേണ്ട കാര്യമൊന്നുമല്ല. എന്നുവച്ച്, ആത്മഹത്യയ്ക്കു മുതിർന്ന ആളെ കുറ്റവാളിയായി ഞാൻ കാണുന്നുമില്ല. അതും അതിജീവനത്തിന്റെ ഒരു വഴി. അത്രേയുള്ളൂ. മരണത്തിലെങ്കിലും വിജയിക്കണമെന്നു കരുതുന്ന നിങ്ങൾ ജീവിതത്തെ വല്ലാതെ സ്നേഹിക്കുന്ന ആളാണ്. പക്ഷേ, അവിടെയൊരു മണ്ടത്തരമുണ്ട്. മരിക്കാനായി പാഴാക്കിയ മനക്കരുത്ത് പൊരുതാൻ ചെലവഴിച്ചാൽ വിജയം ജീവിതത്തിൽത്തന്നെ നിങ്ങൾക്ക് ഉണ്ടാക്കാമല്ലോ. വഴി തെറ്റിപ്പോയ പോരാട്ടവീര്യമാണ് ആത്മഹത്യയിൽ ഞാൻ കാണുന്നത്. സ്വന്തം ശക്തി പോസിറ്റീവായി പ്രയോജനപ്പെടുത്തിയാൽ ജീവിതത്തിന്റെ എല്ലാ പ്രതിബന്ധങ്ങളെയും നിങ്ങൾക്കു തരണം ചെയ്യാനാവും. മരിക്കാൻ മടിയില്ലാത്ത നിങ്ങൾക്കുള്ളിൽ തോൽക്കാതിരിക്കാനുള്ള ഒരു തരം വീറ് തീർച്ചയായും ഉണ്ടാവും. ആത്മഹത്യയിൽ പരാജയപ്പെട്ടുവരുന്ന എല്ലാവരോടും ഞാനിതു പറയാറുണ്ട്. നിങ്ങളും അത്തരമൊരു ഭാഗ്യവാനാണെന്നു കൂട്ടിക്കോ. ഇത്രയേ ഉള്ളൂ പറയാൻ. എനിക്കു തോന്നുന്നില്ല ഒരിക്കൽക്കൂടി നിങ്ങൾ ആത്മഹത്യക്കു ശ്രമിക്കുമെന്ന്.''

''ഇല്ല മാഡം. ഒരു ചോദ്യത്തിന്റെ ഉത്തരം എനിക്ക് കിട്ടാനുണ്ട്. അതുവരെ മരിക്കാനാവില്ല.''

''കൊള്ളാമല്ലോ. ഏതാണ് പ്രത്യാശ നൽകുന്ന ആ ചോദ്യം?''

''എന്നെ രക്ഷിച്ച് ഇവിടെയാക്കിയത് ഒരു ലേഡിയാണെന്ന് ആശുപത്രിയിലുള്ളവർ പറയുന്നു. ആരായിരിക്കും അവർ?''

''നല്ല ചോദ്യമാണല്ലോ. നിങ്ങളുടെ അഡ്മിഷൻവിവരങ്ങൾ ഞാനൊന്നു പരിശോധിക്കട്ടെ.''

മുമ്പിലെ മോണിട്ടറിൽ വിവരങ്ങൾ തിരഞ്ഞിട്ട് കൗൺസെലർ പറഞ്ഞു.

''റാണി, ഭാരതി മാൻഷൻസ്, പുതിയ പാലം. ഇതാണ് അവർ നൽകിയിരിക്കുന്ന മേൽവിലാസം. നിങ്ങൾ ഇതുനോക്കി പോകണ മെന്നില്ല. വ്യാജമാകാനാണ് സാധ്യത. ഞാൻ ആ സ്ഥലക്കാരിയാണ്. അവിടെ ഇങ്ങനെയൊരു അപ്പാർട്ട്മെന്റില്ല.''

''ഇവിടുത്തെ സിസിടിവി ഫുട്ടേജ് പരിശോധിക്കാനാവുമോ?''

കൗൺസെലർ ചിരിച്ചു.

''കൊള്ളാം. താങ്കൾ ഡിറ്റക്ടീവാണോ. എന്താണ് പ്രൊഫഷൻ?''

''തിരക്കഥാകൃത്താണ്.''

''ചുമ്മാതല്ല ഇതുമാതിരി എളുപ്പവിദ്യകൾ തോന്നുന്നത്. ഒന്നാ മത് ഇതൊരു സർക്കാർ സ്ഥാപനമാണ്. ഇവിടുത്തെ ഫുട്ടേജ് പരി ശോധനയ്ക്ക് കൃത്യമായ പ്രോട്ടോകോൾ ഒക്കെയുണ്ട്. മാത്രമല്ല ഇവിടുത്തെ സിസിടിവി സംവിധാനം മൂന്നു ദിവസം മുമ്പ് തകരാ റിലായി. അതായത് നിങ്ങൾ വന്ന സമയത്ത്. ക്രൂഷ്യൽ ആയ നേരത്ത് സിസിടിവി കേടാകുന്ന പരിപാടി നിങ്ങളെപ്പോലുള്ളവർ എല്ലാ ത്രില്ലർ സിനിമകളിലും എഴുതിവയ്ക്കാറുള്ള ഡയലോഗാ ണല്ലോ എന്നാകും ചിന്തിക്കുന്നത്. പക്ഷേ, സത്യമാണ്. ചില നേരം സിനിമയെക്കാൾ തേഞ്ഞതാണ് ജീവിതം.''

''എന്റെ ചിന്ത നിറയെ ഇപ്പോൾ ആ സ്ത്രീയാണ്. എങ്ങനെ യാണ് അവർ എന്നെ രക്ഷിച്ചത് എന്നെങ്കിലും എനിക്കു ചോദി ക്കണം. അതും കുന്നിൻപുറത്തുനിന്ന് താഴേക്കു ചാടിയ എന്നെ. അസാധ്യം.''

''തീർച്ചയായും അസാധ്യം. പക്ഷേ, അസാധ്യമായത് ചെയ്യുന്ന വരാണല്ലോ സ്ത്രീകൾ. നിങ്ങൾ അവരെ തിരയൂ. കണ്ടെത്തുംവരെ തളരരുത്. അവരെക്കുറിച്ചുള്ള അന്വേഷണം നിങ്ങളുടെ ജീവിത ത്തിനു തന്നെ അർത്ഥമുണ്ടാക്കിയേക്കാം. അവർ ആരാണ്? എന്താണ്? ഇനി ഈ ചോദ്യങ്ങൾക്കൊന്നും ഒരിക്കലും ഉത്തരം കിട്ടിയില്ലെങ്കിൽ പോലും നിങ്ങളെ അതു വളരെ ദൂരം മുന്നോട്ടു കൊണ്ടുപോകും. ഈശ്വരനെ തേടിയിറങ്ങിയ ഒരാളും അതു കണ്ടെത്തിയതായി തെളിവില്ല. പക്ഷേ, അവരൊക്കെയും മഹാന്മാരായില്ലേ. നിങ്ങളും

ആവും. അതുകൊണ്ട് അന്വേഷണം നടക്കട്ടെ. ഒരിക്കൽ ഉപേക്ഷിച്ച ജീവിതം കൂടുതൽ വീറോടെ തിരിച്ചുപിടിക്കുക. നിങ്ങൾക്ക് കഴിയും. എല്ലാ ആശംസകളും.''

കൗൺസെലറുടെ വാക്കുകളും പ്രസാദാത്മകമായ ശരീരഭാഷയും അയാൾക്ക് കുറച്ചൊരു ആശ്വാസം നല്കി. ആശുപത്രി വിട്ട് സന്ധ്യയോടെ ലോഡ്ജിലെത്തി. ആർക്കും മുഖം കൊടുക്കാൻ വയ്യ. തന്നെ ആരെങ്കിലും ആശുപത്രിയിൽ വച്ച് കണ്ടിട്ടുണ്ടാകുമോ? തല കുനിച്ച് കോവണി ലക്ഷ്യമാക്കി നടന്ന അയാളെ മാനേജർ പിറകിൽനിന്നു വിളിച്ചു.

''സാറേ, രണ്ടു ദിവസം കാണാനില്ലാരുന്നല്ലോ. എവിടാരുന്നു? വല്ല പടവും ഒത്തോ?''

''ഒന്നും ഉറപ്പിച്ചിട്ടില്ല. ചെന്നൈ വരെ പോയിരുന്നു.''

അയാൾ ഉത്തരം കണ്ടുപിടിച്ചു പറഞ്ഞു.

''എന്നു പടം ചെയ്താലും ശരി തുടക്കത്തിൽ വസന്താ ലോഡ്ജിന് നന്ദി എഴുതി കാണിക്കണം.''

പല തവണ പറഞ്ഞു കേട്ട ആഗ്രഹമാണ്. ആയിക്കോട്ടെ എന്നു തലകുലുക്കി മുകളിലേക്കു കയറി. പരേതന്റെ മുറി തുറക്കാൻ വരുന്ന പൊലീസുകാർക്കു വേണ്ടിയാണ് വാതിൽപൂട്ടാതെ പോയത്. അതു നന്നായി. ഇല്ലെങ്കിൽ മൊബൈൽ ഫോണിനും പേഴ്സിനു മൊപ്പം താക്കോലും നഷ്ടമായേനേ.

മരിക്കാനുള്ള മനസ്സ് കൈവിട്ടുപോയി. ജീവിക്കാനുള്ള ആഗ്രഹം തിരിച്ചുകിട്ടിയതുമില്ല. അസഹനീയമായ ഒരവസ്ഥയുടെ ചുഴിയിൽ പ്പെട്ട് അയാൾ കിടന്നു. പാതിരാവായിക്കാണും. ഒരു മയക്കത്തിൽ നിന്ന് ഞെട്ടിയുണർന്നു.

ഒരു മണമാണ് വിളിച്ചുണർത്തിയത്. സ്വപ്നത്തിലായിരിക്കും. അല്ലെങ്കിൽ തുറന്നിട്ട ജനാലയിലൂടെ കാറ്റ് കൊണ്ടുവന്നതാകും. കൃത്യമായി വേർതിരിച്ചെടുക്കാനാവുന്നില്ല. പൂത്തു മദിച്ച ഏതോ കാട്ടുപൂവിന്റെ അവ്യക്തമായ ഓർമ്മ അയാളുടെ ഉള്ളിൽനിന്ന് അടിമണ്ണിളക്കി പുറത്തേക്കു വന്നു.

അനുഭവം

അച്ഛന്റെ രാവണൻകോട്ടയിൽ ചങ്ങലയ്ക്കിട്ട രാജകുമാരിയായി അരുന്ധതി വളരുകയായിരുന്നു. സ്കൂൾ വിട്ടു കോളേജിലായെപ്പോഴേക്കും അച്ഛന്റെ നിയന്ത്രണം അവളിൽ ആനക്കാലിലെ ചങ്ങലയായി മാംസത്തിലേക്ക് ആഴ്ന്നിറങ്ങിക്കഴിഞ്ഞിരുന്നു. അനുസരണയുള്ള മകളായി, കുലമഹിമ പാലിക്കുന്ന പെണ്ണായി അവൾ തന്നെ നിലനിർത്തി. പക്ഷേ, സ്നേഹം അവളുടെ കാനൽജലമായി.

ആരെങ്കിലും സ്നേഹിക്കാതെ, ആരെയെങ്കിലും സ്നേഹിക്കാതെ മനുഷ്യൻ എങ്ങനെ ജീവിക്കാനാണ്. അച്ഛനോ വേലക്കാരോ അവളുടെ മനസ്സ് കണ്ടില്ല. പുറത്താരോടും ഇടപെടാൻ അവകാശവുമില്ല. അവൾ തന്റെ സ്നേഹസന്താപങ്ങൾ ഉള്ളിൽ അമർത്തിപ്പിടിച്ചു. പക്ഷേ, വസന്തത്തിന്റെ മകളാണവൾ. തടവിലിട്ട പൂന്തോട്ടം. ആ ഉടല് വിടർന്നു. സാരിയിലും ബ്ലൗസിലും അതു വിങ്ങിനിറഞ്ഞു.

കണ്ണുകളുടെ കാന്തികശക്തി കൂടി. ഹൃദയം മോഹജലത്താൽ നിറഞ്ഞു. പറങ്കിമാവിൻകാടിന്റെ വന്യതയും സ്വകാര്യതയും നഷ്ടമായെങ്കിലും അവൾ ഉള്ളിലെ കാട്ടിൽ സ്വൈരവിഹാരം ചെയ്തു. അടച്ചിട്ട വാതിലിനും തുറന്നിട്ട ജനാലകൾക്കുമിടയിൽ ആടിപ്പാടി. ഓടി നടന്നു. കാട്ടുപൂക്കൾ നുള്ളി. ചോലകളിൽ നീന്തിത്തുടിച്ചു. മാനത്തുകണ്ണികളെ തോർത്തിട്ടു പിടിച്ചു. മരത്തുമ്പിൽക്കയറി കടൽ നോക്കി. പാതിരാവുകളിൽ ചന്ദ്രനെ നോക്കി ഓരിയിട്ടു. രാത്രിയിൽ വാഴക്കൈകൾ ഇളകിയപ്പോൾ അവയുടെ നിഴലിൽ നിന്ന് അരൂപിയായൊരു സ്നേഹം അകത്തേക്കു കയറിവന്ന് അവളുടെ പകുതി വിടർന്ന ചുണ്ടുകളെ താലോലിച്ചു. അവൾ സുഗന്ധം പൊഴിച്ചു. ഹൃദയം ഗന്ധമാദനം പോലെ തലയുയർത്തി നിന്നു.

കോളേജിൽ ഒരുപാട് ആൺകുട്ടികളിൽ അരുന്ധതി നെരിപ്പോടായി. പല അഭ്യർത്ഥനകളും വന്നു. എല്ലാത്തിനും നേരേ ചെവി

കൊട്ടിയടച്ചു. കണ്ടതൊന്നും കരളിലേക്കു കടക്കാൻ അനുവദിച്ചില്ല. ചില ആൺകുട്ടികൾ അവളിലും തിരയിളക്കം തീർത്തിരുന്നു. പക്ഷേ, മോഹങ്ങളെ ആഴത്തിൽ അമർത്തിപ്പിടിച്ച് അവൾ അതി ജീവിച്ചു. അവളുടെ ഒരു പിടച്ചിൽ പോലും ലോകം കണ്ടില്ല. ഉള്ളിൽ അവൾ മാത്രം ആ മരണവെപ്രാളം അനുഭവിച്ചു. കാമനകളെ ചങ്ങലയ്ക്കിട്ട വളർത്തുമൃഗമാണോ താനെന്ന് അവൾ വിഷാദിച്ചു. അതേസമയം, എന്നോ വരാനിരിക്കുന്ന ഒരു പുരുഷനെ നിനച്ച് കാത്തിരിക്കാൻ തീരുമാനിക്കുകയും ചെയ്തു.

രണ്ടു വഴികളായിരുന്നു അവൾക്കു മുമ്പിൽ. ഒന്നുകിൽ മനസ്സു പറയുന്ന വഴിയേ സഞ്ചരിക്കുക. അല്ലെങ്കിൽ അച്ഛന്റെ ആജ്ഞ അനുസരിക്കുക. രണ്ടാമത്തേതിനേ അവൾക്കു കഴിയുമായിരു ന്നുള്ളൂ. ഒരിക്കൽ തന്നെ വരിക്കുവാനായി ഒരാൾ ഈ വീട്ടിലേക്ക് വരും. കണ്ട്, പരിചയപ്പെട്ട്, ഇഷ്ടം തോന്നി, അനുരാഗമുണ്ടായി, തലയ്ക്കു പിടിച്ച ഭ്രാന്തായി അവനെ കൊതിച്ചു പോകുന്ന നിമിഷം വരും. മധുവിധുരാവിലെ പൂനിലാവിൽ തീവ്ര പ്രണയത്തിന്റെ മദം കൊണ്ടു നിറയുന്ന നേരം ഒരു നേർച്ചദ്രവ്യമായി അവനു മുമ്പിൽ സ്വയം സമർപ്പിക്കും. ആ കാഴ്ചവയ്ക്കലിന്റെ ഓരോ വിശദാംശവും അതിന്റെ പശ്ചാത്തലഭംഗികളുടെ ഓരോ സൂക്ഷ്മാംശവും അവൾ മനസ്സിൽ വരച്ചിട്ടു. കണ്ണിൽ വീണ പീലി തൂവാലത്തുമ്പു കൊണ്ടു പുറത്തെടുക്കുന്നതിലെ കരുതലും മൃദുത്വവും നിറഞ്ഞതാണ് അവ ളുടെ സ്വപ്നത്തിലെ ആ നിമിഷങ്ങൾ.

നല്ല നിലയിലാണ് അരുന്ധതി എം എ പാസായത്. ഗവേഷണം അവൾക്ക് ഇഷ്ടമാണ്. ഒരു കോളേജ് അധ്യാപികയാകണമെന്നും മോഹിച്ചു. പക്ഷേ, അച്ഛൻ അവളെ പൂമുഖത്തേക്ക് വിളിച്ചു വരുത്തി. എത്രയോ കൊല്ലങ്ങൾക്കു ശേഷമാണ് അയാൾ അവളോട് കാര്യ മായി സംസാരിക്കുന്നത്.

“പഠിച്ചതൊക്കെ മതി. നീ ജോലി ചെയ്ത് വരുമാനം കൊണ്ടു വരാനല്ല കോളേജിലയച്ചത്. കെട്ടുപ്രായം ആവും വരെ ഒരു കാര്യം ആയിക്കോട്ടെ എന്നു കരുതിയാണ്. ഇനി ഒന്നും വേണ്ട.”

കണ്ടത്തിൽ കളകൾക്ക് തീയിടും പോലെ ഒറ്റദിവസം കൊണ്ട് അവളുടെ ജീവിതമോഹങ്ങളൊക്കെയും അച്ഛൻ കരിച്ചു കളഞ്ഞു. അധികം കഴിയും മുമ്പ് വിവാഹാലോചനകൾ ആരംഭിച്ചു. പയ്യന്മാർ പലരു വന്നു പെണ്ണ് കണ്ടു. അവർ പെണ്ണിന്റെ ചുണ്ടിന്റെ കൊഴുപ്പും നെഞ്ചിന്റെ മൂർച്ചയും ആകാരവടിവിന്റെ അനുപാതവും അളന്ന പ്പോൾ കൂടെ വന്ന കാരണവന്മാർ പുരയിടത്തിന്റെ വിസ്തൃതിയും

വീടിന്റെ എടുപ്പും പ്രതാപത്തിന്റെ പെരുമയും തിട്ടപ്പെടുത്തി. പക്ഷേ, അവരിലാരെയും അച്ഛന് ബോധിച്ചില്ല. ഒരു നാൾ അച്ഛൻ അവളെ വീണ്ടും വിളിപ്പിച്ചു.

''ഇന്നു നിന്നെക്കാണാൻ ഒരു ചെറുക്കൻ വരുന്നുണ്ട്. ദുബായിൽ എഞ്ചിനീയർ ആണ്. ഞാൻ അന്വേഷിച്ചു. നല്ല തറവാട്. നല്ല സ്വഭാവവും. എനിക്കിഷ്ടമായി. നിനക്കും ഇഷ്ടമാകും. പുതിയ കാലമല്ലേ. നിന്നോട് ആലോചിക്കാതെ കല്യാണം ഉറപ്പിച്ചു എന്നു പരാതി വരരുതല്ലോ. അതുകൊണ്ട് പറഞ്ഞതാണ്.''

അവൾ തിരികെ നടക്കുമ്പോൾ അച്ഛൻ പൂമുഖത്തിരുന്ന പരിചയക്കാരനോടു പറയുന്നതു കേട്ടു.

''പുതിയ പിള്ളാരല്ലേ. പുതിയ സിദ്ധാന്തങ്ങളല്ലേ വായിക്കുന്നതും പഠിക്കുന്നതും. നമ്മടെ കാലത്തൊന്നും ഇങ്ങനെ ചോദിപ്പുമില്ല, പറയലുമില്ല.''

പിറ്റേന്ന് രാവിലെ വീട്ടുമുറ്റത്ത് ഒരു കറുത്ത മിറ്റ്സുബിഷി ലാൻസർ കാർ വന്നു നിന്നു. വാതിൽ വിടവിലൂടെ അവൾ ചെറുക്കനെ കണ്ടു. വെളുത്ത് ഉയരമുള്ള സുന്ദരൻ.

''രാഹുൽ മേനൻ''

ചായയുമായി എത്തിയ അവളെ നോക്കി പുഞ്ചിരിച്ചുകൊണ്ട് അയാൾ പരിചയപ്പെടുത്തി. അച്ഛൻ പറഞ്ഞത് ശരിയാണെന്നു തോന്നുന്നു. വാക്കുകളിൽ വിനയവും പെരുമാറ്റത്തിൽ മിതത്വവുമുണ്ട്.

''എന്തായിരുന്നു മെയിൻ?''

''മലയാളം.''

''ഓ. സാഹിത്യം. എഴുത്തൊക്കെയുണ്ടോ?''

അവൾ ഉണ്ടെന്നോ ഇല്ലെന്നോ വേർതിരിക്കാനാവാത്ത വിധം തോൾ കുലുക്കി. അതേസമയം തന്നെ അവളുടെ കണ്ണുകൾ ഒരു മാത്ര അടയുകയും മുഖത്ത് പുഞ്ചിരിയുടെ പൊടിപ്പ് വിടരുകയും ചെയ്തു. ആ ഭാവം രാഹുൽ മേനോന് ഇഷ്ടമായി. അയാൾ ആസ്വദിച്ചു ചിരിച്ചു.

രാഹുലിനും കൂടെ വന്നവർക്കും ചായയും പലഹാരങ്ങളും കൊടുക്കുന്ന ചടങ്ങ് കഴിഞ്ഞതോടെ അരുന്ധതി തന്റെ മുറിയിലേക്കു തിരിച്ചുവന്നു. കസേരയിലിരുന്ന് ജനാലയിലൂടെ നോക്കി വെറുതേ പുഞ്ചിരിച്ചു. കൊള്ളാം. ആ ചിരിയിൽ തന്നോടുള്ള കരുതലുള്ള പോലെ. ആ മനസ്സിലാണ് ഇനി താൻ ജീവിക്കാൻ പോകുന്നത്.

ഇത്ര നാൾ കാത്തുവച്ച പ്രണയം മുഴുവൻ ഇനി രാഹുലിനുള്ള താണ്.

പെട്ടെന്ന് കാൽപ്പെരുമാറ്റം കേട്ട് അവൾ ഞെട്ടിയെഴുന്നേറ്റ് തിരിഞ്ഞു. മുറിയുടെ വാതിലിൽക്കൽ രാഹുൽ മേനോൻ.

‘‘പേടിച്ചുപോയോ?’’

അവൾ എഴുന്നേറ്റുനിന്നു. എന്തു പറയണമെന്നറിയാതെ ഉഴറി.

കുറച്ചു പേടിയൊക്കെ നല്ലതാണ് എന്നു പറഞ്ഞുകൊണ്ട് അയാൾ അകത്തേക്കു കടന്നു. തന്റെ മുറിയിലേക്ക് അനുവാദമില്ലാതെ കടന്നുവന്നതിൽ അവൾക്കു വിഷമമുണ്ടായി. അടുത്ത നിമിഷം അവൾ ചിരിച്ചു, ഇനി രാഹുലിന് അനുവാദത്തിന്റെ ആവശ്യമുണ്ടോ?

അയാൾ കുറേ നേരം സംസാരിച്ചു. മനസ്സിൽ കയറിക്കൂടുന്ന വാക്കുകൾ. ദാമ്പത്യജീവിതത്തെക്കുറിച്ചാണ് സംസാരിച്ചത്. ഒടുവിൽ അയാൾ പറഞ്ഞു.

‘‘എനിക്കു സഹോദരിമാരൊന്നുമില്ല. സ്ത്രീകളായ സുഹൃത്തുക്കളുമില്ല. അതുകൊണ്ട് പെണ്ണുങ്ങളോട് പെരുമാറുന്ന വിധം ശരിയാണോ തെറ്റാണോ എന്നൊന്നും അറിയില്ല. എന്തെങ്കിലും പാകപ്പിഴ വന്നാൽ ക്ഷമിക്കണം.’’

അവൾ പുഞ്ചിരിയോടെ തലകുലുക്കി. അയാൾ ഒരു ചുവട് അവളോടടുത്തു.

‘‘കുലുക്കിയാൽ പോരാ. ക്ഷമിക്കണം.’’

അതും പറഞ്ഞ് പെട്ടെന്ന് അവളെ തന്നോടുചേർത്തു പിടിച്ചു. ചുണ്ടുകളിൽ ചുംബിച്ചു. നിമിഷങ്ങളോളം അയാളത് അനുഭവിച്ചു. ബലിഷ്ഠമായ കരങ്ങളിൽ അവൾ പിടഞ്ഞു കൊണ്ടിരുന്നു. ഒടുവിൽ കൈയെടുത്ത് സർവ്വശക്തിയോടെ വീശി. ആ തല്ലിൽ പിടിവിട്ട് അയാൾ അല്പമൊന്നു കിതച്ചു. കവിൾ തടവി. അരുന്ധതി പിന്നിലേക്ക് പരമാവധി ഒതുങ്ങി. ചുണ്ടിൽ വിരൽ തൊട്ടു. ചോര പൊടിയുന്നുണ്ട്.

‘‘സോറി.’’

നിമിഷങ്ങൾകൊണ്ട് പരിസരബോധം വീണ്ടെടുത്ത് രാഹുൽ പറഞ്ഞു. പിന്നെ കണ്ണിറുക്കി ചിരിച്ചുകൊണ്ട് പറഞ്ഞു.

‘‘രുചിച്ചു നോക്കാതെ നിന്നെ കൊണ്ടുപോകുന്നതിൽ ഒരു ശരികേടു തോന്നി.’’

അവളുടെ കണ്ണു നിറഞ്ഞു. ദേഷ്യപ്പെടണോ പൊട്ടിക്കരയണോ എന്നറിഞ്ഞുകൂടാതെ തരിച്ചുനിന്നു.

''നല്ല തല്ലായിരുന്നു കേട്ടോ. ഞാനത് മറക്കുന്നു. നീയും മറന്നേരെ. എനിക്കു വേണം നിന്നെ. സമ്മതമാണെന്ന് ഞാൻ അച്ഛനോട് പറയാൻ പോവുകയാണ്. ഓക്കെ?''

ചിരിച്ചുകൊണ്ട് അയാൾ പുറത്തേക്കു പോയി. ജയിച്ചവന്റെ ചിരി.

മൂന്നു മാസങ്ങൾക്കു ശേഷമുള്ള ഒരു തീയതിയിലേക്ക് വിവാഹം നിശ്ചയിച്ചു. അന്നു നടന്ന സംഭവം അവളെ വല്ലാതെ ആശയക്കുഴപ്പത്തിലാക്കി. എന്താണ് സംഭവിച്ചതെന്ന് എത്ര ആലോചിച്ചിട്ടും വ്യക്തമായില്ല. അയാൾ എന്തിനാണ് അനുവാദമില്ലാതെ തന്റെ ശരീരത്തു തൊട്ടത്? ഭർത്താവ് ആകാൻ പോകുന്നതുകൊണ്ടാണോ? ഭർത്താവിന് അയാളുടെ ഭാര്യയുടെ ശരീരത്തിൽ ഒരു തരത്തിലുള്ള അനുവാദത്തിന്റെയും കാര്യമില്ലേ? ആ വെപ്രാളത്തിൽ താൻ അയാളുടെ മുഖത്തു തല്ലിയെന്ന് രാഹുൽ പറയുന്നു. അതു ശരിയായോ? അനുസരിക്കുക മാത്രമാണ് അവളുടെ ശീലം.

ഇവിടെയും രണ്ടു വഴികളുണ്ട്. തനിക്കീ വിവാഹം വേണ്ടെന്ന് അച്ഛനോടു പറയാം. പറഞ്ഞാൽ അച്ഛൻ സമ്മതിക്കുമോ? അഥവാ, ഇതു വേണ്ടെന്നു വച്ചാൽ അടുത്തു വരുന്ന ആൾ ഏതു തരത്തിലാകും? പെൺകുട്ടിക്ക് അവളുടെ ജീവിതപങ്കാളിയെ തിരഞ്ഞെടുക്കാൻ ഒരു സാധ്യതയും ഇല്ലല്ലോ. നോവലുകളിലും മറ്റും കാണുന്ന ഒരു ലോകമുണ്ടായിരുന്നെങ്കിൽ എത്ര നല്ലതായിരുന്നു എന്ന് അവൾ ചിന്തിച്ചു. പ്രണയിക്കാനുള്ള അവകാശം, പ്രണയത്തിന്റെ പാതിവഴിയിൽ ഈ ബന്ധം തനിക്ക് അനുയോജ്യമല്ല എന്നു മനസ്സിലാക്കിയാൽ പിന്തിരിയാനുള്ള അവകാശം, തിരഞ്ഞെടുക്കാനുള്ള അവകാശം ഇതൊക്കെ എന്നാകും പെണ്ണിനു കിട്ടുക. തീർച്ചയായും തന്റെ കുട്ടികളെ ഈ അവകാശങ്ങളെക്കുറിച്ച് പഠിപ്പിക്കുമെന്ന് അവൾ തീരുമാനിച്ചു. അപ്പോൾ തന്റെ ജീവിതമോ? ഉത്തരമില്ലാത്ത ചോദ്യമായി അത് ഉള്ളിലെവിടെയോ കുരുങ്ങിക്കിടന്നു.

ഒരു മാസം കഴിഞ്ഞു കാണും. ഒരു വൈകുന്നേരം. അരുന്ധതിയുടെ അച്ഛൻ പറങ്കിയണ്ടിയുടെ മൊത്തക്കച്ചവടവുമായി ബന്ധപ്പെട്ട് തമിഴ്നാട്ടിലേക്കു പോയ ദിവസം. വേലക്കാരി വന്നു കതകിനു തട്ടി. അവർക്ക് ചെറിയൊരു നാണം.

''പുതിയ ചെറുക്കൻ വന്നിട്ടുണ്ട്.''

രാഹുൽ എന്തിനാകും ഇപ്പോൾ വന്നിരിക്കുക എന്നു ചിന്തിച്ചുകൊണ്ട് അവൾ പൂമുഖത്തേക്കു ചെന്നു. നവവരൻ മുറ്റത്ത് കറുത്ത മിറ്റ്സുബിഷി ലാൻസറിൽ ചാരി നിൽക്കുന്നു. അവളെ നോക്കി അയാൾ മധുരമായി ചിരിച്ചു.

"കയറി ഇരുന്നാട്ടെ."

അവൾ ക്ഷണിച്ചു. അനുവാദം കിട്ടിയതോടെ അയാൾ അകത്തേക്കു കടന്നു.

"ഇതുവഴി ഒരു യാത്ര ഉണ്ടായിരുന്നു. അപ്പോൾ അച്ഛനുണ്ടെങ്കിൽ ഒന്നു കാണാമല്ലോ എന്നു കരുതി."

സോഫയിലിരുന്ന് അയാൾ അവളെത്തന്നെ നോക്കിയിരുന്നു. അവൾ പിടഞ്ഞു. വിഷയം മാറ്റാനായി അച്ഛന്റെ കൃഷിയെക്കുറിച്ചും കച്ചവടത്തെക്കുറിച്ചും അയാൾ തിരക്കി. അവൾക്ക് അതിനെക്കുറിച്ച് വേലക്കാർ പറഞ്ഞുകേട്ട കാര്യങ്ങളേ അറിയുമായിരുന്നുള്ളൂ. എന്തൊക്കെയോ പറഞ്ഞു. ഇടയ്ക്ക് അയാൾ ചോദിച്ചു.

"അരുന്ധതി വലിയ വായനക്കാരിയാണെന്നൊക്കെ പറയുന്നു. ശരിയാണോ? ആരൊക്കെയാ ഇഷ്ടഎഴുത്തുകാർ? തകഴി, കേശവദേവ്...?"

അവൾ പെട്ടെന്ന് ആവേശത്തോടെ പറഞ്ഞു

"മാധവിക്കുട്ടി."

"അതു ശരി."

ഒരു നിമിഷം അയാൾ മൗനമായി. പിന്നെ ചിരിച്ചു.

"എന്റെ കഥയുടെ കുറേ ഭാഗങ്ങൾ ഞാൻ വായിച്ചിട്ടുണ്ട്. എനിക്ക് അരുന്ധതിയുടെ കളക്ഷൻ ഒന്നു കാണാമോ?"

അയാൾ എഴുന്നേറ്റു. എങ്ങോട്ടാണ് വഴിയെന്ന മട്ടിൽ അവളെ പ്രതീക്ഷിച്ചുനിന്നു. അവൾ ഒന്നറച്ച് മുറിയിലേക്കു നടന്നു. അയാൾ പിന്തുടർന്നു. അവളുടെ മുറിയിൽ സൂക്ഷ്മമമായി അടുക്കിവച്ചിരുന്ന പുസ്തകങ്ങളിലൂടെ അയാൾ വിരലോടിച്ചു. ഇടയ്ക്കു ചിലതെടുത്ത് മറിച്ചു നോക്കി. ചിലത് മണത്തു നോക്കി.

"പുസ്തകത്തിന്റെ മണം എനിക്കിഷ്ടമാണ്. പത്താം ക്ലാസ് വരെ ഞാനും വായിക്കുമായിരുന്നു. പിന്നെ വിട്ടു."

അയാൾ പുസ്തകങ്ങൾ ഓരോന്നായി നോക്കി. ഇടയ്ക്ക് അവളുടെ ചില നോട്ട് ബുക്കുകൾ കൈയിലെടുത്തു. അരുന്ധതി ഉള്ളുകാളി നിന്നു. തന്റെ ഡയറിക്കുറിപ്പുകളും അക്കൂട്ടത്തിലുണ്ട്. ഭാഗ്യം. അയാളെടുത്തതൊക്കെ എം എ നോട്ടുകളായിരുന്നു. ഒന്നു രണ്ടെണ്ണം മറിച്ചുനോക്കിയശേഷം താഴെവച്ച് മുന്നോട്ടു നടന്നു. അവൾ ആശ്വാസം കൊണ്ടു. തൊട്ടപ്പുറത്തിരുന്നവ താൻ കഥകൾ കുറിച്ചിട്ട പുസ്തകങ്ങളായിരുന്നു. എന്തുകൊണ്ടോ അതിലേക്ക് കൈ പോയില്ല. മാധവി

ക്കുട്ടിയുടെ ചെറുകഥകൾ മറിച്ചുനോക്കിക്കൊണ്ട് അയാൾ അവളെ നോക്കി.

''അപ്പോൾ സെക്സിനോടൊക്കെ നല്ല താല്പര്യം കാണും ല്ലേ?''

പുസ്തകം റാക്കിൽവച്ച് അയാൾ അവൾക്കുനേരേ നടന്നടുത്തു.

''ഞാൻ നല്ല പോലെ പണിയെടുക്കേണ്ടി വരുമല്ലോ.''

അയാൾ അടുക്കുന്തോറും അവൾ പേടിച്ച് പിന്നിലേക്കു മാറി. പെട്ടെന്ന് അയാൾ കതകടച്ചു കൊളുത്തിട്ടു.

''എന്തായിത്? അച്ഛനറിഞ്ഞാൽ പ്രശ്നമാകും.''

''നിന്റെ അച്ഛൻ ഇതിൽ സദാചാരം പറയാനൊന്നും പോവില്ല. എന്റെ സ്വഭാവഗുണമൊക്കെ അങ്ങേര് വിശദമായി തിരക്കി അറിഞ്ഞിട്ടുണ്ട്. പേടിക്കണ്ട. ഇത് നമ്മൾ തമ്മിലുള്ള ബിസിനസാണ്.''

''ഇത് ശരിയല്ല.''

''എന്താ ശരിയല്ലാത്തത്? വിവാഹം കഴിക്കാൻ പോകുന്ന രണ്ടു പേർ അവരിരിക്കുന്ന മുറിയുടെ കതക് കുറ്റിയിട്ടെന്നു കരുതി ആകാശമൊന്നും ഇടിഞ്ഞുവീഴില്ല. നിന്നെക്കണ്ടു മോഹിച്ചിട്ട് മാസം രണ്ടായി. ഇനിയും കാത്തിരിക്കാൻ നിന്റപ്പനല്ല ഇന്ദ്രൻ പറഞ്ഞാലും രാഹുൽമേനൻ കേൾക്കില്ല.''

അയാൾ അവളെ കടന്നുപിടിച്ച് ഒരു കൈ കഴുത്തിലും മറ്റേ കൈ അടിവയറ്റിനു താഴെയും കയറ്റി പൊക്കിയെടുത്ത് കട്ടിലിലേക്കിട്ടു. അതൊരു ബലാത്സംഗമായിരുന്നു. വാദിക്ക് ശബ്ദമോ പ്രതിക്ക് ഭയമോ ഇല്ലാത്ത കുറ്റകൃത്യം. രാഹുൽ മേനോൻ എഴുന്നേറ്റ് വാതിൽ തുറന്നു പുറത്തേക്കുപോകുമ്പോഴും ഒരിറ്റു ശബ്ദത്തിനായി അവൾ നാവ് തേടിക്കൊണ്ടിരുന്നു. ഒടുവിൽ ശ്വാസംമുട്ടലിന്റെ കയങ്ങളിൽ മുങ്ങിത്തപ്പി വിതുമ്പലിന്റെ ഒരു തുണ്ട് അവൾ കണ്ടെടുത്തു. അത് അടക്കിപ്പിടിച്ച തേങ്ങലായി മാറി.

രണ്ടാം ജന്മം

പിറ്റേന്നു നേരത്തേ ഉണർന്നെങ്കിലും അയാൾ എഴുന്നേറ്റില്ല. എന്തിന് എഴുന്നേൽക്കണമെന്നോ എങ്ങനെ ജീവിക്കുമെന്നോ വ്യക്തതയില്ല. പലതും ചിന്തിച്ചു. മാറ്റിയും മറിച്ചും ഗണിച്ചു. സിനിമ മനസ്സിൽ നിന്നു തന്നെ വിടണം. സിനിമയ്ക്കുള്ളിൽപെട്ടവർ ഒന്നുകിൽ ഉള്ളിൽ കിടന്നു തന്നെ വട്ടംകറങ്ങി ഇഞ്ചിഞ്ചായി മരിക്കും. അല്ലെങ്കിൽ മരണം വരെ കാത്തിരിക്കാതെ ജീവനൊടുക്കും. അല്ലാതെ പുറത്തുപോവുക എളുപ്പമല്ല. അയാളുടെ കാര്യത്തിൽ, സിനിമയിൽ നിന്നുള്ള ആത്മഹത്യയാണ് നടന്നിരിക്കുന്നത്. തിരിച്ചുകിട്ടിയ ജീവിതം വച്ച് ഇനിയൊരു പരീക്ഷണത്തിനില്ല. ജീവിക്കണം. ഭക്ഷണമാണ് ആദ്യം വേണ്ടത്.ആ ആലോചനയിലാണ് റഫീക്കിനെ ഓർമ്മ വന്നത്. അഞ്ച് വർഷം മുമ്പ് അയാൾ പണിയെടുത്ത ഒരു സിനിമയിൽ ആർട്ട് അസിസ്റ്റന്റ് ആയി വന്ന പയ്യനാണ്. അയാളുടെ നാടിനടുത്താണ് അവന്റെയും സ്വദേശം. അതുകൊണ്ടുതന്നെ റഫീക്കുമായി കൂട്ടായി. സ്വന്തമായി നിലപാടുള്ളവൻ. അധികകാലം സിനിമയിൽ നിന്നില്ല. കുറേനാൾ ഒരു അറിവും ഉണ്ടായിരുന്നില്ല. പിന്നെയാണ് അറിയുന്നത് സിറ്റിക്ക് പുറത്ത് ഒരു സംരംഭം തുടങ്ങിയെന്ന്. ഒരു ആർട്ട് വർക്ക്ഷോപ്പ്. ഓട്ടോയിലും ലോറിയിലും ഡിസൈൻ വരയ്ക്കുന്ന പണി. ഇടയ്ക്ക് തമ്മിൽ കാണാറുണ്ട്.

"അന്ന് സിനിമേന്ന് ചാടിയതു കൊണ്ട് ജീവിച്ചു പോണണ്ണാ. ഇല്ലെങ്കിൽ കാണാമായിരുന്നു തെണ്ടണത്."

കാണുമ്പോഴൊക്കെ അവൻ ദീർഘനിശ്വാസത്തോടെ പറയും.

ഒരിക്കൽ ചെന്നപ്പോൾ അവൻ തകർത്ത് ജോലിയിലായിരുന്നു. ഒരു സ്റ്റൂളിലിരുന്ന് ഓട്ടോറിക്ഷയിൽ ചിത്രം വരയ്ക്കുന്നു. ഓട്ടോയുടെ ഇരുവശവുമായി രണ്ട് വിടർന്ന കണ്ണുകൾ. വണ്ടിക്ക് കണ്ണ് കിട്ടാതിരിക്കാനായി ചെയ്യുന്നതാണ്. ഈ വരയിൽ റഫീക്ക് നഗരത്തിലെ ഉസ്താദായി മാറിക്കഴിഞ്ഞിരുന്നു.

''ഓരോരുത്തരുടെ വിശ്വാസങ്ങൾ. അവരെ പ്രാന്ത് നമ്മടെ കഞ്ഞി.''

ഇതാണ് പുതിയ തൊഴിലിനെക്കുറിച്ച് റഫീക്കിന്റെ വിലയിരുത്തൽ.

''ഇവിടെ വന്നിരി അണ്ണാ. എന്റെ പണീം നടക്കും. നമുക്ക് സംസാരിക്കാനും പറ്റും.''

എല്ലാ നിറങ്ങളിലെ പെയിന്റുകളും പരീക്ഷിച്ചുനോക്കിയ ഒരു പ്ലാസ്റ്റിക് കസേര നീക്കിയിട്ട് അവൻ ക്ഷണിച്ചു.

''നിന്റെ ഏകാഗ്രത പോവില്ലേ?''

''കുന്തമാണ്. ഞാൻ മോണാലിസയെ വരയ്ക്കുവല്ലേ ഏകാഗ്രതയോടിരിക്കാൻ. ഓർമ്മ ശരിയാണെങ്കിൽ ഏകദേശം അഞ്ഞൂറ് കണ്ണുകൾ ഇതിനകം വരച്ചു കാണും. വന്ന് വന്ന് കണ്ണടച്ചും വരയ്ക്കാമെന്ന സ്ഥിതിയായി.''

അവൻ കണ്ണിന്റെ കൃഷ്ണമണി കറുപ്പിച്ചുകൊണ്ട് അയാളുടെ മുഖത്തു നോക്കി.

''ഇപ്പോ സിനിമ വല്ലോം ഉണ്ടോ?''

''ആറേഴു മാസം കഴിഞ്ഞു. ഇടയ്ക്ക് ഒരു സ്ക്രിപ്റ്റ് പ്രോജക്റ്റാവുമെന്നു ഉറപ്പായതാ. അതുകൊണ്ട് അസോസിയേറ്റായി വിളിച്ചിട്ടു കൂടി പോയില്ല. ഒടുവിൽ രണ്ടും നടന്നില്ല.'

''നിങ്ങളെങ്ങനാ അണ്ണാ ജീവിക്കുന്നത്? എനിക്കു മനസ്സിലാവുന്നില്ല. വല്ലപ്പോഴും ഒരു ഒപ്പിപ്പ് പടത്തിന്റെ അസോസിയേറ്റായി പോയിട്ട് എന്തു കിട്ടാനാ. വീട് നോക്കണ്ടേ? ഞാനൊരു കാര്യം പറയാം. വല്ല പണിക്കും കേറ്. ഞാനാരോടെങ്കിലും സംസാരിക്കാം.''

അയാൾ അതിന്റെ മറുപടിയായി റഫീക്കിന് ഒരു ക്ലാസ് തന്നെ എടുത്തു.

''റഫീക്കേ, നീയെന്നോടുള്ള സ്നേഹം കൊണ്ട് പറഞ്ഞതാണെന്നറിയാം. പക്ഷേ, ഇന്നോ നാളെയോ വിളി വരുമെന്നു കരുതിയിരിക്കുന്ന അഞ്ചോളം പ്രോജക്റ്റുകൾ എനിക്കുണ്ട്. ഒറ്റ വിളി. അന്ന് എന്റെ തലവര മാറും. ഇന്നു ഞാൻ ഫീൽഡുപേക്ഷിച്ചാൽ പിന്നെ അവരാരും എന്നെ വിളിക്കില്ല. ഡെഡിക്കേഷനില്ലാത്ത ആളാണെന്നു പറഞ്ഞ് ഒഴിവാക്കും. അതുകൊണ്ട് കുറച്ചുകൂടി എനിക്കിവിടെ കാത്തുനിന്നേ മതിയാവൂ. പണിക്കു പോയാൽ ഫോക്കസ് മാറും.''

''നിങ്ങടെ ഇഷ്ടം പോലെ ചെയ്യ്.''

അവൻ അയാളോടുള്ള തർക്കം ഉപേക്ഷിച്ച് കൺപീലികളെ തെളിയിക്കാനൻ തുടങ്ങി.

ഇപ്പോൾ ശൂന്യമായ ക്യാൻവാസിൽ ജീവിതം ഒന്നേന്നു വരയ്ക്കാൻ തുടങ്ങുമ്പോൾ ആകെ തെളിയുന്നത് റഫീക്കിന്റെ മുഖമാണ്. സിനിമയിൽ നിന്നും തള്ളിയവനെ ചുമക്കാൻ തയ്യാറാവുന്ന വേറൊരു മുഖവും തന്റെ ഓർമ്മയിലില്ല. സിനിമയിലെ സൗഹൃദങ്ങൾ സിനിമയിൽ ഉണ്ടെങ്കിൽ മാത്രം സജീവമാകുന്ന പ്രതിഭാസമാണ്. അയാൾ പുറത്തേക്കു പോകാൻ തയ്യാറായി. പോക്കറ്റിൽ വയ്ക്കാനായി പേഴ്സും മൊബൈലും തപ്പി. രണ്ടും താൻ ആ കുന്നിൻപുറത്ത് ഉപേക്ഷിച്ചതാണല്ലോ എന്നോർത്തു. അടുത്ത നിമിഷങ്ങളിൽ താൻ മരിക്കുമെന്നു തീർച്ചപ്പെടുത്തിയ അപ്പോഴത്തെ അമിതമായ ആ ആത്മവിശ്വാസത്തെ ഓർത്തപ്പോൾ അയാൾക്കു ചിരി വന്നു.

ഗോവണിയിറങ്ങവേ ഒരു നിമിഷം നിന്നു. റിസപ്ഷനിലിരിക്കുന്നവർക്കു പിടി കൊടുക്കാൻ വയ്യ. വേഗത്തിൽ പുറത്തേക്കു നടന്നു.

"സാറേ, ഒരു ക്രിസ്തുമസ് ബമ്പറ്."

എവിടെയോ ഇരുന്ന് വർഗീസ് വിളിച്ചു പറയുന്നു. അയാൾ മനസ്സിലൊരു തെറി പറഞ്ഞു. ഭാഗ്യം വന്നു നിറഞ്ഞു നിൽക്കുവല്ലേ ബമ്പറെടുക്കാൻ. നാലു കിലോമീറ്ററോളമുണ്ട് റഫീക്കിന്റെ ജോലിസ്ഥലത്തേക്ക്. നടക്കുകയല്ലാതെ വേറെ മാർഗമില്ല.

റഫീക്കിന്റെ വർക്ക്ഷോപ്പിൽ എത്തുമ്പോഴേക്ക് അയാൾ നന്നായി വിയർത്തിരുന്നു. കിതയ്ക്കുകയും ചെയ്യുന്നുണ്ട്. റഫീക് ഒരു ലോറിക്കാരനുമായി സംസാരിക്കുകയാണ്. ആൾക്കിപ്പോൾ രണ്ടു സഹായികൾ കൂടിയുണ്ട്. അവർ രണ്ടും റഫീക്കിട്ട വരയ്ക്കു മുകളിലൂടെ ഡിസൈൻ പൂർത്തിയാക്കുന്നു. അയാളെ കണ്ടതും റഫീക്ക് കൈകൾ മലർത്തി ചോദിച്ചു.

"എന്തു പണിയാണണ്ണാ. മൂന്നു ദിവസമായി നിങ്ങളെ ഫോണിൽ വിളിക്കുന്നു. കിട്ടുന്നില്ല. എവിടെയായിരുന്നു?"

അയാൾ ഒന്നും മിണ്ടിയില്ല. റഫീക്ക് അവനെ ആകെയൊന്നു നോക്കി. പിന്നെ അരികിലേക്കു വന്ന് ചെവിയിൽ പറഞ്ഞു.

"ഞാൻ ഭക്ഷണം കഴിക്കാൻ പോകുന്നു. നിങ്ങളും കൂടി വാ, ഒരു കൂട്ടിന്."

അടുത്തുള്ള തട്ടുകടയിൽ അവൻ അയാൾക്കു വേണ്ടി ദോശയും ഓംലെറ്റും പറഞ്ഞു. അവൻ ഒരു കട്ടൻചായ മാത്രവും. അയാൾ റഫീക്കിനെ ശ്രദ്ധിച്ചു.

"രമേശന്റെ രസവട സൂപ്പറാ. അണ്ണൻ കഴിച്ചുനോക്കിയിട്ട് ഫേസ്ബുക്കിലെഴുതണം."

അവൻ തട്ടുകടക്കാരനോട് അയാളുടെ പ്ലേറ്റിൽ രസവട കൂടി വയ്ക്കാൻ ആവശ്യപ്പെട്ടു. അയാൾ ഉപചാരപൂർവ്വം പോലും വേണ്ട എന്നു പറഞ്ഞില്ല. അത്രയ്ക്കുണ്ട് വിശപ്പ്. ഭക്ഷണം കഴിക്കുന്നതിനിടയിൽ അയാൾ നിവർന്നു നോക്കിയില്ല. റഫീക്ക് സംസാരിച്ചുകൊണ്ടിരുന്നു.

''നിങ്ങൾക്ക് അവമ്മാര് പണി തന്നത് ഞാനറിഞ്ഞു. അന്നു രാത്രി തൊട്ട് വിളിക്ക്യാണ്. ഫോണെടുക്കാതായപ്പോൾ ഞാൻ പേടിച്ചു. വല്ല ബുദ്ധിമോശവും കാണിച്ചോന്ന്. നിങ്ങളു താമസിക്കുന്ന ലോഡ്ജിന്റെ പേരറിയില്ല. അല്ലെങ്കിൽ അങ്ങോട്ടു വന്നേനേ.''

ആത്മഹത്യയ്ക്കു പോകും മുമ്പ് റഫീക്കിനെ ഓർത്തില്ല. നമ്മളെ സ്നേഹിക്കുന്നവരെ മറന്ന് നമ്മൾ സ്നേഹിക്കുന്നതിന്റെ പിന്നാലെ പോകുന്നവരുടെ വിഡ്ഢിത്തമാണ് ആത്മഹത്യ. ഈ ലോകത്ത് താൻ ഒറ്റയ്ക്കായിരുന്നില്ല. റഫീക്കിനെപ്പോലെ ആരൊക്കെയോ ഉണ്ട്. അറിയാവുന്നവരും അറിയാത്തവരുമായി ആരെക്കെയോ. മരണത്തിന്റെ വായിൽനിന്നും പിടിച്ചുമാറ്റാൻ പോലും ആളുണ്ട്. തട്ടുകടയിൽനിന്ന് വർക്ക്ഷോപ്പിലേക്കു നടക്കുന്നതിനിടയിൽ അയാൾ റഫീക്കിന്റെ കൈ പിടിച്ചു.

''ടാ, ഞാൻ വന്നത് നീ അന്നു പറഞ്ഞ പോലെ എനിക്കൊരു പണി വേണം. എന്തായാലും മതി.''

''നിങ്ങൾ സമാധാനപ്പെട്. ഞാൻ നോക്കാം. ഇപ്പോഴെങ്കിലും ആ ചിന്ത വന്നത് നന്നായി. ഒരു രണ്ടു ദിവസം താ. ഞാനൊന്ന് തിരക്കട്ടെ. പണിക്കു കേറിയെന്നു വച്ച് സിനിമ കൈവിട്ടുപോയെന്നൊന്നും നിങ്ങൾ കരുതണ്ട. എല്ലാം തിരിച്ചു വരും. വരുമാനമില്ലാതെ സിനിമയ്ക്കു പിന്നാലെ മാത്രം പോകാതിരുന്നാ മതി.''

മടങ്ങാൻ നേരം കുറച്ചു നോട്ടുകൾ മടക്കി അവൻ പോക്കറ്റിൽ വച്ചു കൊടുത്തു.

''നിങ്ങളിതു വച്ചോ. തിരിച്ചുപോകുമ്പോൾ നടക്കരുത്. പോയിരുന്ന് ഒരു കിടുക്ക് കഥ ആലോചിക്ക്.''

അതുവരെ അടക്കിവച്ചിരുന്ന കണ്ണീർ അയാളറിയാതെ പൊടിഞ്ഞു. റഫീക്കിനോട് യാത്ര പറഞ്ഞ് റോഡ് ക്രോസ് ചെയ്ത് അയാളൊരു ഓട്ടോയ്ക്ക് കൈ കാണിച്ചു കയറി. ഓട്ടോക്കാരൻ നഗരത്തിൽ നടന്ന കൊലപാതകത്തെക്കുറിച്ച് അയാളോടു സംസാരിക്കുന്നുണ്ട്. അയാൾ ഒന്നും കേട്ടില്ല. അകം നിറഞ്ഞ് കണ്ണു തുളുമ്പി നിന്നു.

ലോഡ്ജിലേക്കു കയറുകയും ഇറങ്ങുകയും ചെയ്യുന്നതാണ് അയാളുടെ ഏറ്റവും വലിയ വെല്ലുവിളി. പ്രവേശന വാതിലിനടുത്ത്

ആരെങ്കിലും എന്തെങ്കിലും ചോദ്യവുമായി ഉണ്ടാകും. ഉത്തര ങ്ങൾ ഇല്ലാത്തവനോടാണ് ചോദ്യങ്ങൾ. റജി തന്റെ കസേരയിൽ തന്നെയുണ്ട്. ഒളിച്ചു മുകളിൽ പോകണമെന്നു കരുതി സൂക്ഷിച്ചാണ് ലോഡ്ജിന്റെ പടിയിൽ കാൽ വച്ചത്. അപ്പോഴേക്കും പിൻവിളി വീണു.

ആ, സാറ് വന്നോ എന്നു ചോദിച്ച് റജി പുറത്തേക്കിറങ്ങി വന്നു.

''സാറിന്റെ മൊബൈലെന്തിയേ?''

ആ ചോദ്യം കേട്ടതും കുഴപ്പമായി എന്ന് അയാൾക്കു തോന്നി. മൊബൈൽ അവരുടെ കൈയിൽ കിട്ടിയിട്ടുണ്ടാവും.ഇനി ആത്മ ഹത്യാശ്രമം മുഴുവൻ വിവരിക്കേണ്ടി വരുമോ?

''അത് എവിടെയോ പോയി.''

അയാൾ അലസമായി മറുപടി പറഞ്ഞു.

''ങാ. ചുമ്മാതല്ല. കുറച്ചു മുമ്പ് ഇവിടെ സാറിനൊരു ഫോൺ വന്നിരുന്നു.''

ഇവിടെയോ. അതെങ്ങനെ? താൻ ഇവിടുത്തെ നമ്പർ ആർക്കും കൊടുത്തിട്ടില്ലല്ലോ. മാനേജർ ഒളിപ്പിച്ചുവച്ച പുഞ്ചിരിയോടെ രഹസ്യസ്വരത്തിൽ കൂട്ടിച്ചേർത്തു.

''ഒരു പെണ്ണാ വിളിച്ചത്. പ്രൊഡ്യൂസറാന്നാ പറഞ്ഞത്.''

''എന്തു പറഞ്ഞു?''

അയാൾ ആശ്ചര്യം പൂണ്ടു.

''ഇനിയും വിളിക്കും. പറഞ്ഞേക്കാൻ പറഞ്ഞു.''

അയാൾ ആശയക്കുഴപ്പത്തിലായി. മുറിയിൽ കയറി വാതിലടച്ചു. ഏതു ലേഡി പ്രൊഡ്യൂസറാകും തന്നെ വിളിച്ചത്. ഇനിയും വിളി ക്കുമെന്നല്ലേ. നല്ല ക്ഷീണം തോന്നിയിട്ടും അയാൾക്ക് കണ്ണടയ്ക്കാൻ തോന്നിയില്ല. മനസ്സിലൂടെ ഇതുവരെ പരിചയപ്പെട്ട നിർമ്മാതാക്കളും അല്ലാത്തവരുമായ മുഴുവൻ സ്ത്രീകളും കടന്നുപോയി. അപമാ നിതനായി പുറത്തുപോയ തന്നെപ്പോലൊരാളെ വിളിച്ചു സിനിമ ചെയ്യിക്കുവാൻ മാത്രം മനസ്സുള്ള ഏതു നിർമ്മാതാവാണ് മലയാള ത്തിലുള്ളത്? അയാൾ തിരിച്ചും മറിച്ചും ചിന്തിച്ചു കൊണ്ടിരുന്നു. ഏകദേശം നാലു മണിയായപ്പോൾ വാതിലിനടിക്കുന്ന ശബ്ദം കേട്ടു.

''സാറേ, ഫോൺ.''

ലോഡ്ജിലെ സഹായിയുടെ വെപ്രാളത്തോടെയുള്ള വിളി. അയാൾ വേഗത്തിൽ താഴേക്കിറങ്ങി. പിരിയൻഗോവണിയുടെ ചുറ്റു കൾ തീരാതെ നീളുന്നതു പോലെ. ഫോണിന്റെ റിസീവർ മേശ

പ്പുറത്ത് അയാളെ കാത്തു കിടപ്പുണ്ട്. റജി നിറഞ്ഞ ചിരിയോടെ അടുത്തുണ്ട്. അയാൾ ഫോണെടുത്തു.

''ഹലോ നന്ദൻസാറല്ലേ?''

അങ്ങേത്തലയ്ക്കൽ ഇമ്പമുള്ള ഒരു സ്ത്രീശബ്ദം.

''അതെ.''

''എന്നെ മനസ്സിലായോ?''

''ഇല്ല.''

''ഞാൻ പ്രൊഡ്യൂസറാണെന്ന് വെറുതേ പറഞ്ഞതാ. വെറും ദരിദ്രവാസിയാ.'' അമർത്തിയ ഒരു ചിരി വന്നു പോയി.

''ആരാ മാഡം നിങ്ങൾ?''

''അവിടെ അടുത്ത് ആളുണ്ടാവുമല്ലോ. ഇനിപ്പറയുന്ന കാര്യങ്ങൾ മൂളിക്കേട്ടാ മതി കേട്ടോ. വെറുതേ ചളമാക്കണ്ട.''

അവർ ആരെന്നു പറഞ്ഞില്ല. പകരം വിഷയത്തിലേക്കു കടന്നു.

''എനിക്ക് നിങ്ങളുടെ കുറേ സാധനങ്ങൾ കളഞ്ഞു കിട്ടിയിട്ടുണ്ട്. ഒരു മൊബൈൽ, പേഴ്സ്, പിന്നെ എന്തൊക്കെയോ. അതു നിങ്ങൾക്കു വേണോ എന്നു ചോദിക്കാൻ വിളിച്ചതാണ്.''

''ഞാൻ എവിടെ വരണം?''

''എവിടെയാണോ നിങ്ങൾ ആത്മഹത്യ ചെയ്തത്. അവിടെ.''

താൻ മരണപ്പെട്ടിട്ടില്ല എന്നു പറയാൻ തുടങ്ങിയതാണ്. പെട്ടെന്നു നിർത്തി.

''എപ്പോൾ?''

''ഇന്നു രാത്രി. അവിടെ കാത്തിരിക്കണം. കുറച്ചു വൈകിയാലും ഞാൻ വരും. പിന്നെ വരുമ്പോൾ മരണസർട്ടിഫിക്കറ്റ് കൊണ്ടു വരണം. ആളെ തിരിച്ചറിയാനാണ്.''

അടക്കിപ്പിടിച്ച ചിരിയുടെ അലകൾ. അതു കേട്ടിരിക്കാൻ തന്നെ സുഖമുണ്ട്. പക്ഷേ, ഫോൺ ഡിസ്കണക്ടായി. അയാൾ റിസീവർ തിരികെ വച്ച് ഒരു നിമിഷം അനങ്ങാതെ നിന്നു.

''പടം ഒത്തോ?''

മാനേജർ ചോദിക്കുന്നുണ്ട്. അയാൾ അതേ എന്നു തലകുലുക്കി പുറത്തേക്കു നടന്നു. വഴിയിലിറങ്ങി ഇരുഭാഗത്തേക്കും നോക്കി. ഇത് അവരാകുമോ? തന്നെ ആശുപത്രിയിലാക്കിയ സ്ത്രീ.

രചയിതാവിന്റെ ഉള്ളിലകപ്പെട്ട ഒരു കഥാപാത്രത്തിന്റെ നിസ്സഹായത അയാളനുഭവിച്ചു. ആരുടെയോ കൈയിലെ കളിപ്പാവ മാത്രമായി മാറുകയാണോ താൻ? അല്ലെങ്കിൽ മറ്റെന്താണ്?

സമാഗമം

വൈകുന്നരത്തോടെ പഴയ ബംഗ്ലാവ് സ്ഥിതി ചെയ്യുന്ന കുന്നിൻ പുറത്തേക്ക് അയാൾ പോയി. അവിടെ എത്തിയപ്പോഴേക്ക് രാത്രി യായി. വെളുത്തവാവായിരുന്നു അന്ന്. അസാധാരണമാം വിധം പ്രകാശിച്ചു നിൽക്കുന്ന ചന്ദ്രൻ. നിലാവിൽ മുഖം കുനിച്ച നക്ഷത്രങ്ങൾ. പാതി അടർന്നുവീണ കുന്നിന്റെ മുകൾപ്പരപ്പിൽ അയാൾ നിന്നു. അരികെ വലിയൊരു നിഴൽച്ചിത്രമായി ബംഗ്ലാവ്. താഴെ നദി നീലവെളിച്ചത്തിൽ മുങ്ങിക്കുളിച്ചു കിടക്കുന്നു. മഞ്ഞിന്റെ ശകലങ്ങൾ. മേഘങ്ങൾ. നദിക്കരയിലുള്ള വീടുകളിലെ വെളിച്ചം ഭൂമിയിലെ നക്ഷത്രങ്ങൾ.

പാറമുകളിൽ നിന്ന് മരണത്തിലേക്കു കാൽ വച്ച നിമിഷം അയാൾ ഓർത്തു. കൈകൾ വിടർത്തി താഴേക്ക് ഊളിയിടുകയാ യിരുന്നു. സത്യത്തിൽ അതു നടന്നോ? എന്തായിരിക്കും അപ്പോൾ സംഭവിച്ചത്? എല്ലാമറിയണം. അതിന് അവർ വരണം. അതുവരെ വേറൊന്നും ചെയ്യാനില്ല. കുളിരുതിരുന്ന നിലാവ് പെയ്തുകൊണ്ടി രുന്നു. സമയം പാതിരാവായി. തീരാത്ത കാത്തിരിപ്പിന്റെ തണു പ്പാണെന്നു തോന്നുന്നു ഈ കുന്നിൻപുറത്തിന്. ഓരോന്നാലോ ചിച്ച് പുൽപ്പരപ്പിൽ മാനം നോക്കി കിടന്നു. മുകളിലും നക്ഷത്ര ങ്ങൾ. താഴെ പുഴക്കരയിലും നക്ഷത്രങ്ങൾ. രണ്ടാകാശങ്ങൾ ക്കിടയിൽ നിർമ്മിച്ച മറ്റൊരു ലോകത്താണ് താനെന്ന് അയാൾക്കു തോന്നി.

അങ്ങനെയിരിക്കെ, കിഴക്കുനിന്നും ഒരു ഇളംകാറ്റ് വീശി. അതിന്റെ കാണാത്ത മുടിയിഴകളിൽനിന്നും ഏതോ സുഗന്ധം ഊർന്നു വീഴാൻ തുടങ്ങി. ഈ ഗന്ധം താനെപ്പോഴാണ് മുമ്പ് അനുഭവി ച്ചിട്ടുള്ളത്? ഈ ജന്മത്തോ അതോ പൂർവ്വജന്മങ്ങളിലോ? അയാ ളോർത്തു. ഇത് പിച്ചകപ്പൂവിന്റെ മണമല്ലേ. കുട്ടിക്കാലത്ത് വീട്ടു മുറ്റത്ത് പിച്ചകം പടർന്നുകിടന്നിരുന്നു. ഓർമ്മയുടെ വിദൂരതയിൽ നിന്നെന്നവണ്ണം ആ പൂമണം ക്രമേണ അയാളെ മൂടാൻ തുടങ്ങി.

പൂർണചന്ദ്രൻ ഭീമാകാരമായി വളർന്നു വരുന്നു. നീലനിലാവ് ധാരയായി ഒഴുകുന്നു. അപ്പോൾ ആകാശത്തിലെയും ഭൂമിയിലെയും നക്ഷത്രങ്ങൾക്കിടയിലൂടെ അകലെനിന്ന് ഒരു രൂപം അടുത്തുവന്നു. നടക്കുകയാണോ ഒഴുകുകയാണോ എന്നു നിശ്ചയമില്ല. ഒരു സ്ത്രീയാണത്. ചെമന്ന സാരിയിലും കറുത്ത ബ്ലൗസിലും പൊതിഞ്ഞ ചന്ദനശില്പം പോലെ ഒരു രൂപം. നിലാവിന്റെധാരയിൽ അവർ കുതിരുന്നുണ്ട്. നെറ്റിയിലെ ചെമ്പൊട്ട് കത്തുന്ന ജ്വാല പോലെ. അയാൾക്കു തൊട്ടുമുമ്പായി അവർ നിന്നു.

ആ കണ്ണുകൾ കത്തുന്ന നക്ഷത്രങ്ങൾ. ചുണ്ടുകൾ രക്തവർണ്ണമുള്ള കശുമാവിൻപഴങ്ങൾ. അഴിച്ചിട്ട മുടി കെട്ടഴിഞ്ഞ കൊടുങ്കാറ്റ്. അയാൾ കിനാവിലെന്നപോലെ അവരെ നോക്കിയിരുന്നു. അയാൾക്കു മുമ്പിൽ അവർ മുട്ടുകുത്തി, തൊട്ടരികത്ത്. അവരുടെ ഉയർന്ന മാറിടങ്ങൾ പുറത്തു ചാടാൻ വെമ്പുന്ന മുയൽക്കുട്ടികൾ. ആ ചുണ്ടിൽ മെല്ലെ നിലാവ് വിരിഞ്ഞു.

''മനസ്സിലായോ?''

ആ ശബ്ദം അയാളുടെ കരളിലേക്ക് ഇറ്റുവീണു. അതെയെന്നു തലകുലുക്കി.

''എന്തിനാ ആത്മഹത്യ ചെയ്തത്? ജീവിച്ചുകൂടായിരുന്നോ?''

അവരുടെ മന്ദഹാസത്തിൽ അനുകമ്പ കലർന്നു. അയാൾ നിഷേധിച്ചു.

''ഞാൻ മരിച്ചില്ല.''

അവർ പൊട്ടിച്ചിരിച്ചു. ആ ചിരിയിൽ മിന്നലൊളി നിറഞ്ഞു.

''ആരു പറഞ്ഞു മരിച്ചില്ലെന്ന്? നിങ്ങൾ ഒരു പരേതാത്മാവാണ്. മരിച്ച് സ്വർഗം കിട്ടാതെ അലയുന്ന അനാഥനായ ആത്മാവ്. ഞാനീ ഭൂമിയിലെ ഏകാകിയായ പെണ്ണും. നമ്മൾ വിജനമായ ഈ കുന്നിൻമുകളിൽ കണ്ടുമുട്ടിയിരിക്കുന്നു.''

''എന്നെ ആശുപത്രിയിലാക്കിയത് നിങ്ങളാണോ?''

അറിയാൻ വെമ്പി നില്ക്കുന്ന ആ ചോദ്യം അയാൾ ചോദിച്ചു തീർത്തു.

''ആശുപത്രിയിലോ? അപ്പോൾ നിങ്ങൾ മോർച്ചറിയിലും കിടന്നോ? ഞാൻ രക്ഷകയല്ല. പാവം ഒരു പെണ്ണ്. എന്നെത്തന്നെ രക്ഷിക്കാൻ ത്രാണിയില്ലാതെ പോയവൾ.''

''എന്നെ കളിയാക്കുകയാണോ?''

അവർ അയാളുടെ തോളിൽ കൈകൾ വച്ചു. കരുണ നിറഞ്ഞ പുഞ്ചിരിയോടെ, കണ്ണുകളിൽ ക്ഷമാപണത്തോടെ പറഞ്ഞു.

"ഒരിക്കലുമല്ല. ഇഷ്ടം കൊണ്ട് സംസാരിക്കുകയാണ്. അല്ലെങ്കിൽ ഈ രാത്രിയിൽ നിങ്ങളെ കാണാൻ മാത്രമായി ഇത്ര ദൂരം ഈ വിജനതയിലേക്കു ഞാൻ വരുമോ?"

"എങ്കിൽ പറ. നിങ്ങളാരാണ്?"

അവർ ചിരിച്ചു. സൗമ്യമായി അയാളുടെ കവിളിൽ തൊട്ടു.

"രജനി. ഈ രാത്രിയാണ് ഞാൻ. ഈ ഇരുൾ നിറയെ എന്റെ പ്രണയമാണ്. ഊർജ്ജമാണ്. ഈ രാത്രി മുഴുവൻ നിന്റേതു കൂടിയാണ്."

രജനി. അയാൾ മനസ്സിൽ പലകുറി പറഞ്ഞു. ഏതു രജനി? എവിടെനിന്നു വരുന്നു?

"ഞാൻ ഈ നെറ്റിയിൽ ഒന്നു തലോടിക്കോട്ടെ?"

അനുവാദത്തിനു കാത്തുനില്ക്കാതെ അയാളുടെ നെറ്റിയിൽ രജനി വിരലോടിച്ചു. വിവരണത്തിനു വഴങ്ങാത്ത പ്രശാന്തമായ ഒരു സൗഖ്യം നെറ്റിയിൽനിന്നു മുടിയിഴകളിലൂടെ പടർന്നു. ഉണർച്ചയ്ക്കും ഉറക്കത്തിനുമിടയിലെന്ന പോലെ അയാൾ ഇരുന്നു. സുഖദമായ ഒരുതരം ആലസ്യം പൊതിയുന്ന പോലെ. പിച്ചകപ്പൂമണം അയാളെ മോഹനിദ്രയിലാക്കി. അവർ അയാളെ ഒരു കൈ കൊണ്ട് താങ്ങി തന്റെ നെഞ്ചിലേക്ക് അമർത്തി ആലിംഗനം ചെയ്തു. ആ കൈകൾക്കും മുലകൾക്കുമിടയിൽ ഒരു ശിശുവെന്നപോലെ അയാൾ മയങ്ങി.

ആ നേരം ആകാശമാകെ നിലാവ് പതഞ്ഞു പൊന്തി. അതു മൊത്തിക്കുടിച്ച പാതിരാവ് ഉന്മാദിനിയായി നൃത്തം ചെയ്തു. കുന്നിൻ ചരിവും താഴ്വാരവും ലഹരി കുടിച്ച് പാതിമയക്കത്തിലായി. രജനി അയാളെ മാറോടടക്കി പുൽപ്പരപ്പിൽ കിടന്നു. അവരുടെ മാറിൽ തല ചേർത്തു കിടക്കവേ, ആഴമേറിയ കാട്ടുചോലയിൽ മുങ്ങിക്കിടക്കും പോലെ അയാൾക്കു തോന്നി. ആഴങ്ങളിലേക്കു പോകുന്തോറും സമാശ്വാസത്തിന്റെ പ്രാണവായുവിൽ അയാൾ താഴ്ന്നു കൊണ്ടിരുന്നു. പുൽപ്പരപ്പുകളിലെ മഞ്ഞുതുള്ളികൾ അവരുടെ ചൂടിൽ ഉരുകാൻ തുടങ്ങി.

ഓർമ്മയില്ലാത്ത കാലത്തിന്റെ വിദൂരതയിൽ അമ്മയുടെ ഇളം ചൂടിൽ പറ്റിക്കിടന്ന ശൈശവകാലത്തിനു ശേഷം ഇത്ര സുരക്ഷിതമായ ഒരു ശയനം അയാൾ അനുഭവിച്ചിട്ടില്ല. രജനി അയാളെ തന്റെ മടിത്തട്ടിൽ കിടത്തി. ഒരു കൈ കൊണ്ട് അയാളുടെ തലമുടി തഴുകിക്കൊണ്ടിരുന്നു. മറുകൈകൊണ്ട് മാറിൽ അയാളെ ചേർത്തു പിടിച്ചു. ആ നിലയിൽനിന്ന് അനങ്ങാൻ തോന്നിയില്ല. ഈ ലോകം അവസാനിക്കുന്നതുവരെ ഇങ്ങനെ കിടക്കുവാൻ മനം കൊതിക്കുന്നത് അയാളറിഞ്ഞു.

നിലാവിന്റെ നുര പോലെ രജനി ചിരിച്ചു.

''ക്ഷീണം മാറിയോ?''

അതെ എന്നർത്ഥത്തിൽ അയാൾ തല മെല്ലെ ചലിപ്പിച്ചു.

''ഇനി പറയൂ. എന്തിനായിരുന്നു ആ സാഹസം?''

''ആർക്കും വേണ്ടാതായി എന്റെ ജീവിതം.''

അയാൾ ഒരു കുട്ടിയെപ്പോലെ തന്റെ കഥ പറയാൻ സന്നദ്ധനായി.

''സ്വന്തമായും വേണ്ടാതായോ?''

''ആർക്കെങ്കിലും വേണ്ടവനാകണം. എങ്കിലേ അവനവനോടു തന്നെ വില തോന്നൂ.''

''എങ്കിൽ നിന്നെ എനിക്കു വേണം.''

അവർ അയാളെ വാരിയെടുത്ത് നെറ്റിയിലും കവിളിലും ഉമ്മ വച്ചു. എന്നിട്ട് അയാളെ ഉറ്റു നോക്കി. ആ നോട്ടത്തിൽ പ്രണയം കത്തി നിന്നു. അതിന്റെ ചൂട്, തണുപ്പിൽ അയാളുടെ പുതപ്പായി. ലോകത്തിലെ എല്ലാ ദുഃഖങ്ങളും മറക്കുന്ന ആ പുതപ്പിൽ ഒരു കുഞ്ഞിനെപ്പോലെ അയാൾ കിടന്നു.

''ഇനി പറ, മരിക്കണോ?''

വേണ്ട എന്നയാൾ തലയാട്ടി.

''എന്നോടു പറയാൻ ഇഷ്ടമുണ്ടെങ്കിൽ ഇനി നിന്റെ കഥ പറ. ഞാൻ കേൾക്കാം. എന്തായിരുന്നു, സ്വയം ഇല്ലാതാവണമെന്നു തോന്നും വിധം ജീവിതത്തെ ഇത്രമാത്രം വെറുക്കാൻ കാരണം?''

ജീവിതത്തെ വെറുത്തതുകൊണ്ടല്ല, സ്നേഹിച്ചതുകൊണ്ടാണ് മരിക്കാൻ പോയതെന്ന് അയാൾ ഉള്ളിൽ പറഞ്ഞു. സിനിമാക്കാരന്റെ കഥ പുറത്തുള്ളവർക്ക് മനസ്സിലാകണമെന്നില്ല. സിനിമ ചെയ്യാനിറങ്ങിയവരുടെ പതിനായിരം തരം കഥകളുണ്ട്. അതിൽ ഒമ്പതിനായിരത്തി തൊള്ളായിരത്തി തൊണ്ണൂറ്റിയൊമ്പതു തരം കഥകളും ജയിച്ചവരുടേതാണ്. ഓരോ വിജയവും ഓരോ കഥയാണ്. പക്ഷേ, തോറ്റ സിനിമാക്കാർക്കെല്ലാം കൂടി ഒരു കഥയേ ഉള്ളൂ. എത്ര ശ്രമിച്ചിട്ടും തോറ്റുപോയി എന്ന ഒറ്റക്കഥ.

''പറയൂ. ഞാൻ കേൾക്കട്ടെ.''

രജനി ആവർത്തിച്ചു ചോദിച്ചപ്പോൾ അയാൾ തന്റെ കഥ വിവരിക്കാൻ ശ്രമിച്ചു. സിനിമാ സ്വപ്നങ്ങളെക്കുറിച്ച്. ആ സ്വപ്നത്തിലേക്കുള്ള യാത്രയ്ക്കിടയിൽ നഷ്ടമായ ജീവിതത്തെക്കുറിച്ച്. ഭാര്യ കുഞ്ഞിനെയുമെടുത്ത് ഇറങ്ങിപ്പോയ നിമിഷം വിവരിച്ചപ്പോൾ അയാളുടെ കണ്ണുകൾ നിറഞ്ഞു. അല്പനേരം മൗനത്തിൽ തല

താഴ്ത്തി. അടുത്ത നിമിഷം താൻ പൊട്ടിക്കരഞ്ഞുപോകുമെന്നു അയാൾക്കു തോന്നി. അവർ അയാളുടെ കവിളിൽ ഉമ്മ വച്ചു. തന്റെ മടിയിലേക്കു കിടത്തി മെല്ലെ തലോടി. കണ്ണുനീർ തുടച്ചു.

"എന്നിട്ട്, സിനിമയിൽ എന്തുകൊണ്ടാണ് നിങ്ങൾ ഒന്നുമാകാതെ പോയത്?"

"എന്റെ പിടിവാശികളാകാം. കഴിവുകേടാകാം."

മുടിയിഴകളിലൂടെ വിരൽ മീട്ടി വാത്സല്യഭരിതമായ ഒരു രാഗം പോലെ രജനി പറഞ്ഞു.

"എല്ലാം പോട്ടെ. നമുക്ക് ഒന്നേന്നു തുടങ്ങാം."

"എവിടുന്നു തുടങ്ങാൻ? എന്നെക്കൊണ്ട് ഇനി ഒന്നിനും കഴിയില്ല."

നിരാശ അയാളുടെ വാക്കുകളിൽ മാത്രമായിരുന്നില്ല. കണ്ണുകളിലേക്കും ചുണ്ടുകളിലേക്കും അതിന്റെ ഇടർച്ച പടർന്നു. പക്ഷേ, രജനിയുടെ വാക്കുകളിൽ നിറഞ്ഞ സ്ഥൈര്യം മറ്റൊന്നായിരുന്നു.

"നോക്കൂ. ഇന്നലെ വരെ നിനക്ക് ഒന്നിനും കഴിഞ്ഞില്ലായിരിക്കാം. പക്ഷേ, ഇന്നു മുതൽ അങ്ങനെയല്ല. ഞാൻ പറയുന്നു, നീ സിനിമ ചെയ്യും. എന്നിൽ വിശ്വസിക്കൂ."

"എങ്ങനെ?"

"അതൊന്നും ഇപ്പോൾ പറയാൻ കഴിയില്ല. പക്ഷേ, ചെയ്യും."

അവരുടെ കണ്ണുകളിലെ ആജ്ഞാശക്തിക്കു മുമ്പിൽ ഒരു നിഷേധത്തിനും പിടിച്ചു നിൽക്കാനാകുമായിരുന്നില്ല.

അയാൾക്ക് ജിജ്ഞാസ ഒളിച്ചുവയ്ക്കാനാവാതായി.

"ആരാണ് നിങ്ങൾ?"

രജനിയുടെ മറുപടി ശബ്ദം കടുത്തതായിരുന്നു.

"ഇനി ഈ ചോദ്യമാവർത്തിക്കരുത്. ഒന്നുമാത്രം അറിഞ്ഞാൽ മതി. നിന്നിലെ ആത്മവിശ്വാസത്തെ മഥനം ചെയ്യാൻ വന്ന അവതാരമാണു ഞാൻ. ഇന്നുമുതൽ നീ എന്റെ കൈയിലെ കളിമണ്ണാണ്. നിന്നെ എന്തുമാക്കാൻ എനിക്കു കഴിയും. കരുത്തുറ്റ സിംഹമാക്കാം. അസ്ത്രവേഗത്തിൽ പായുന്ന മാനാക്കാം. ആകാശത്തോളം പറക്കുന്ന പരുന്താക്കാം. പ്രപഞ്ചവീഥികളിലൂടെ സഞ്ചരിക്കുന്ന നക്ഷത്രമാക്കാം. പുൽച്ചാടിയാക്കാം. ഏറ്റവും പ്രണയലോലനായ മനുഷ്യനാക്കാം. നീ ആഗ്രഹിക്കുന്ന എന്തുമാക്കാം. ഞാൻ പെണ്ണാണ്. ശക്തിയാണ്. എന്നെ വിശ്വസിക്കൂ."

അവർ എഴുന്നേറ്റു. അയാളും.

‘‘ഞാനിനിയും വരും. ഈ ഹൃദയത്തിലേക്ക് ഞാൻ മഴയായി പെയ്യും. ഈ തനുവിൽ കാറ്റായി പടരും. നാം നിലാവായി നിറയും. അഭൗമമായ വീറിൽ നഷ്ടമായതൊക്കെ നീ നേടും. ഇപ്പോൾ പൊയ്ക്കൊള്ളൂ. സുഖമായി ഉറങ്ങൂ. നമ്മളിനിയും കാണും.’’

അവർ തിരിഞ്ഞു നടന്നു.

‘‘പോകരുത്.’’

അയാൾ അപേക്ഷിച്ചു. രജനി രണ്ടു കൈകളും വിടർത്തി അയാളെ വിളിച്ചു.

‘‘വരൂ.’’

അയാൾ അടുത്തേക്കു നീങ്ങി. അവർ അയാളെ തന്നോട് ചേർത്ത് ഗാഢമായി ആലിംഗനം ചെയ്തു. ആ കരവലയത്തിൽ മുഴുകി നിൽക്കവേ കാലത്തിന്റെ കയ്പുനീരരുവികൾ പിന്നോട്ട് തുഴഞ്ഞ് ഒരിക്കൽക്കൂടി ജീവിതത്തിന്റെ ഉത്ഭവബിന്ദുവിൽ, വിജയത്തിലേക്കുള്ള ആദ്യകുതിപ്പിന് കാത്തു നില്ക്കുന്ന ഒരു തുഴവള്ളക്കാരനായി അയാൾ തന്നെ കണ്ടു.

‘‘ഞാൻ വിളിക്കും. അപ്പോൾ ഇനിയും വരണം. ഈ ഭൂമി മുഴുവൻ നിറഞ്ഞു പെയ്യുന്ന മഴ നീ സ്വപ്നം കണ്ടിട്ടുണ്ടോ? പ്രപഞ്ചങ്ങളായ പ്രപഞ്ചങ്ങൾ മുഴുവൻ പിറവി കൊള്ളുന്ന അനന്തമായ പരമാനന്ദം അനുഭവിച്ചിട്ടുണ്ടോ? ഓരോ തന്മാത്രയെയും ഉമ്മ വച്ചുണർത്തുന്ന പ്രണയം ഏറ്റുവാങ്ങിയിട്ടുണ്ടോ? ഞാൻ തരും.’’

അയാളെ വിട്ട് അവർ പിന്നോട്ടു നീങ്ങി.

‘‘ഇതാ, മരിക്കുമെന്നു കരുതി നീ ഇവിടെ ഉപേക്ഷിച്ച സാധനങ്ങൾ.’’

അവർ ഒരു പൊതി അയാൾക്കു കൊടുത്തു. അതിൽ മൊബൈലും പേഴ്സും. അയാൾ നോക്കി. പെഴ്സിൽ എല്ലാമുണ്ട്. പല തരം രേഖകൾ. ആധാർ കാർഡ്. സിനിമാത്തൊഴിലാളിയുടെ ഐഡി കാർഡ്.

തലയുയർത്തി നോക്കുമ്പോൾ രജനി ഉണ്ടായിരുന്നില്ല.

നഗരം

വിവാഹത്തിന്റെ തലേന്നും അരുന്ധതി ചിന്താക്കുഴപ്പത്തിലായിരുന്നു. കല്യാണപ്പെണ്ണിന്റെ കുതൂഹലങ്ങൾ കാണാൻ വന്ന കൂട്ടുകാരികൾ നിനക്കെന്തു പറ്റി പെണ്ണേ എന്നു ചോദിച്ചു. അവൾ ഒന്നുമില്ലായെന്ന് അഭിനയിച്ചു. പക്ഷേ, തന്റെ സ്വത്വം അപമാനിതമായതിന്റെ മുറിവ് അവളെ നീറ്റിക്കൊണ്ടിരുന്നു. ആദ്യം കണ്ട ദിവസം തന്നെ തന്റെ ശരീരത്തിൽ അയാൾ അനുവാദമില്ലാതെ അവകാശം കാട്ടി. അതിന്റെ ആഘാതം തീരും മുമ്പ് കീഴ്പ്പെടുത്തി ആനന്ദം നേടി.

താൻ സ്വരുക്കൂട്ടി വച്ച സ്വപ്നശേഖരം ഒറ്റ നിമിഷം കൊണ്ട് കടലെടുത്തു പോയി. വ്യക്തിത്വമില്ലാത്ത ജീവിതം മുഖമില്ലാത്ത ശരീരം പോലെയാണ്. പെണ്ണിന് ഇതിനപ്പുറം വേണ്ട എന്ന് അവളുടെ രക്ഷകർ കരുതുന്നു.വിവാഹം കഴിയുംവരെ അച്ഛന്റെ തടവറയിൽ വിവാഹശേഷം ഭർത്താവിന്റെ കാല്ക്കീഴിൽ. ഇതിലെവിടെയാണ് ജീവിതം? പക്ഷേ, തനിക്കു മാത്രമായി ഇതെങ്ങനെ മാറ്റിയെഴുതാനാകും?

അച്ഛന്റെ ഭീഷണിക്കു കീഴടങ്ങി എല്ലാ സൗഹൃദങ്ങളും വേണ്ടെന്നു വച്ചത് ഏറ്റവും വലിയ അബദ്ധമായി അവൾ തിരിച്ചറിഞ്ഞു. വിളിച്ചിറക്കിക്കൊണ്ടു പോകാൻ ആരെങ്കിലും വേണമായിരുന്നു. കോളേജിൽ തനിക്കു പിന്നാലെ നടന്നവരുടെയും താൻ മനസ്സ് കൊണ്ട് കൊതിച്ചവരുടെയും ഓരോരോ മുഖങ്ങൾ അവൾ മാറിമാറി ഓർത്തു. ഇനി ഒന്നും ചെയ്യാനില്ല. രാഹുൽ തന്റെ നല്ല സുഹൃത്താകുമെന്ന് ആശിക്കുവാനേ കഴിയൂ. ഒരുപക്ഷേ, നാളെ ഭാര്യയാകുന്നവളോട് എടുത്ത അമിതസ്വാതന്ത്ര്യമാകാം. അങ്ങനെയായിരുന്നെങ്കിൽ എന്ന് അവൾ ആശിച്ചു. ഇത്രയൊക്കെ ചിന്തിക്കാനേ അരുന്ധതിക്ക് കഴിഞ്ഞുള്ളൂ. ഇതുതന്നെ ചിന്തിച്ചത് വലിയ കാര്യം.

അരുന്ധതിയുടെ നാട്ടിൽനിന്ന് അമ്പതോളം കിലോമീറ്റർ അകലെ നഗരാതിർത്തിയിലായിരുന്നു രാഹുൽമേനോന്റെ വീട്.

വിശാലമായ കോമ്പൗണ്ടിൽ ഒരു രണ്ടുനില വീട്. അവിടേക്കാണ് വിവാഹിതയായി അരുന്ധതി എത്തിയത്. നെടുകെയും കുറുകെ യും ഇടനാഴികളുള്ള, എവിടുന്ന് എങ്ങോട്ടു പോകണമെന്ന് നിശ്ചയ മില്ലാതെ കുഴങ്ങിപ്പോകുന്ന അവസ്ഥയാണല്ലോ ആ വീടിനെന്ന് അവൾ കണ്ടു. തന്റെ വീടിന്റെ ഒരു തരം ആധുനികരൂപം, അത്ര തന്നെ. വിവാഹത്തിനെത്തിയ ആൾക്കൂട്ടമൊക്കെ വൈകുന്നേരമാ യതോടെ ഏതാണ്ടു പിരിഞ്ഞു. അടുപ്പമുള്ള ചില കുഞ്ഞമ്മമാരും അമ്മായിമാരും അവരുടെ കുടുംബങ്ങളും മാത്രം അവശേഷിച്ചു. ആ വീട്ടിൽ അത് വലിയ തിരക്കായി അനുഭവപ്പെട്ടില്ല.

വടക്കുവശത്തെ വിശാലമായ സിറ്റ് ഔട്ടിൽ പെണ്ണുങ്ങൾ എല്ലാ വരും ഒത്തുകൂടി. അവർ അരുന്ധതിയെ നടുക്കിരുത്തി കിന്നാരിച്ചു.

''കാണാൻ ഒരു പ്രത്യേക അഴക് തന്നാ, കേട്ടോ?''

ഒരു അമ്മായിയുടെ മകൾ അവളെ നോക്കി ആസ്വദിച്ചുകൊണ്ടു പറഞ്ഞു. അത് പെട്ടെന്ന് അവിടെയൊരു തർക്കവിഷയമായി മാറി. അതെന്താ ഈ പ്രത്യേക അഴക് എന്നായി കൂടിയിരുന്ന കൗമാര ക്കാരികൾ. അതിനു വിവരണവും ചോദ്യങ്ങളുമുണ്ടായി. ഓരോരു ത്തരായി അവളെ വർണിച്ചു. ഓരോ ആളും ഓരോ അരുന്ധതി യെയാണ് വരച്ചത്. അത് അവർക്ക് വിചിത്രവും രസകരവുമായ ഒരു കളിയായി മാറി. അവരുടെ ചിരിയും ബഹളവും കണ്ട് അസ്വ സ്ഥത വന്ന, അരമതിലിൽ ഇരിക്കുകയായിരുന്ന കുഞ്ഞമ്മമാരിൽ ഒരാൾ മിണ്ടാതിരിക്കാൻ ശാസിച്ചു. പെട്ടെന്നുണ്ടായ നിശ്ശബ്ദത അന്തരീക്ഷത്തിന് ഒരു തരം ഗാംഭീര്യം ചേർത്തു. അപ്പോൾ മറ്റൊരു കുഞ്ഞമ്മ പറഞ്ഞു.

''രാഹുൽ അച്ഛനുമമ്മയുമില്ലാത്ത കുഞ്ഞാ. ഇനി നീ വേണം അവന്റെ എല്ലാം കാര്യോം നോക്കാൻ.''

ആ സംഭാഷണം അവിടെ കൂടിയവർക്കിടയിൽ വികസിച്ച തോടെയാണ് രാഹുലിന്റെ കുടുംബത്തിന്റെ കഥ അരുന്ധതിക്ക് വെളിവായത്.

അഞ്ചു വർഷം മുമ്പാണ് രാഹുലിന്റെ അച്ഛനും അമ്മയും ഈ വീട്ടിൽവച്ചു മരിക്കുന്നത്. രാഹുൽ ദൂരെയുള്ള എഞ്ചിനീയറിങ് കോളേജിലായിരുന്നു. വല്ലപ്പോഴുമാണ് വീട്ടിൽ വരിക. അച്ഛനു മമ്മയും തനിച്ചായിരുന്നു താമസം. മരിച്ച് നാലഞ്ചു ദിവസം കഴി ഞ്ഞാണ് നാട്ടുകാർ അറിയുന്നത്. പത്രം ഇടുന്ന പയ്യനോ മറ്റോ ആണ് സംശയം തോന്നി നാട്ടുകാരെ അറിയിച്ചത്. അന്നുതൊട്ട് രാഹുൽ അനാഥനായി.

''കുഞ്ഞിലേ വലിയ വികൃതിയായിരുന്നു. പക്ഷേ, പാവമാ അവൻ.''

കേട്ടുനിന്ന മറ്റൊരു ബന്ധുവിന്റെ വിലയിരുത്തൽ.

''അതു പിന്നെ ആൺപിള്ളാരല്ലേ, അല്പസ്വല്പം വികൃതിയൊക്കെ കാണാതിരിക്ക്യോ?''

പല വിധ അഭിപ്രായങ്ങൾ അരുന്ധതിക്കു ചുറ്റും ചിതറി വീണുക്കൊണ്ടിരുന്നു. രാത്രിയായതോടെ എല്ലാവരും പിരിഞ്ഞു.

രാഹുൽ മുൻവശത്ത് കൂട്ടുകാരുമായി സംസാരിച്ചിരിക്കുകയായിരുന്നു. കുറേപ്പേർ എത്തിയിട്ടുണ്ട്. അധികവും ഗൾഫിലെ സുഹൃത്തുക്കളാണ്. അരുന്ധതി ഇടയ്ക്ക് പോയി നോക്കി. രാഹുൽ വലിയ വർത്തമാനത്തിലാണ്. അവൾ തിരികെ മുറിയിലെത്തി കാത്തിരുന്നു. വളരെ താമസിച്ചാണ് രാഹുൽ അവൾക്കരികിൽ എത്തിയത്.

''സോറി. കാത്തിരുന്നു മുഷിഞ്ഞിട്ടുണ്ടാവും, ല്ലേ.''

അവൾ കട്ടിലിൽ ഇരിക്കുകയായിരുന്നു. അയാളെ കണ്ടതും എഴുന്നേറ്റു. അവൾക്കു മുഖാമുഖം നിന്ന് ആ കണ്ണുകളിലേക്കു നോക്കി അയാൾ പറഞ്ഞു.

''പിന്നെ നീ എനിക്ക് ഫ്രഷൊന്നുമല്ലല്ലോ. അതുകൊണ്ട് പുതിയ ബോട്ടിൽ പൊട്ടിക്കുന്ന ആകാംക്ഷ ഒന്നുമില്ല.''

അയാൾ അവളുടെ തോളിൽ കൈവച്ചു.

''ഇനിയെന്താന്ന് വച്ചാൽ നമുക്ക് ഈ ദിവസം ആവുന്നത്ര കളർഫുള്ളാക്കാം. അല്ലേ?''

അയാൾ മേശ തുറന്ന് ഒരു സിഗററ്റെടുത്ത് തീ പിടിപ്പിച്ചു. തുറന്നു കിടക്കുന്ന ജനാലയിലൂടെ പുറത്തേക്കു നോക്കി പുകയൂതി. അല്പ നേരം അകലേക്കു നോക്കിനിന്നു. പിന്നെ അവളുടെ അടുത്തേക്ക് തിരിച്ചുവന്നു. സ്വന്തം കവിളിൽ വിരലോടിച്ചുകൊണ്ട് ചെറുചിരിയോടെ പറഞ്ഞു.

''നിന്റെ അന്നത്തെ അടി മറക്കാൻ വയ്യ, കേട്ടോ. ജീവിതത്തിൽ ആദ്യമായിട്ടാ ഒരു പെണ്ണിന്റേന്ന് അടി വാങ്ങിക്കുന്നത്.''

അയാൾ ആസ്വദിച്ച് സിഗററ്റ് പുക ഉള്ളിലേക്കു വലിച്ചു. എന്നിട്ട് അവളുടെ മുഖത്തേക്കു വിട്ടു. അരുന്ധതിക്ക് ആ ഗന്ധവും പുകയും അസഹനീയമായിരുന്നു. അവൾ ഏറെനേരം ചുമച്ചു. അയാൾ അവളുടെ മുഖം പെരുവിരൽകൊണ്ട് പിടിച്ചുയർത്തി.

''ഒരു കൗതുകം കൂടിയേ എനിക്കു ബാക്കിയുള്ളൂ. നിന്നെ മുഴുവനായിട്ട് ഒന്നു കാണണം. ഞാനായിട്ട് അതു ചെയ്യില്ല. നീ തന്നെ നിന്റെ വസ്ത്രങ്ങൾ അഴിക്കണം. പ്ലീസ്.''

ആ യാചനയിലെ അപകടകരമായ ഉള്ളടക്കം അവളെ നടുക്കി.

''അഴിക്കൂ. നാണിക്കുന്നതെന്തിന്? ഞാൻ കാണാത്ത എന്തു സാധനമാണ് ഇനി ബാക്കിയുള്ളത്?''

വലതുകൈയിൽ എരിയുന്ന സിഗററ്റു പിടിച്ച്, അവളെ ഭിത്തിയിലേക്ക് ഒതുക്കി ഇടതുകൈ കൊണ്ട് കഴുത്തിനു കുത്തിപ്പിടിച്ച് അയാൾ പറഞ്ഞു.

''ഒരിക്കലേ പറയിപ്പിക്കാവൂ. അതാണ് എന്റെ നിയമം.''

അനുനിമിഷം അയാൾ ചെകുത്താനായി പരിണമിക്കുകയാണെന്ന് അവളറിഞ്ഞു. അനുസരിക്കുകയല്ലാതെ മാർഗമില്ല. അവൾ ഉരിഞ്ഞെടുക്കുന്ന വസ്ത്രങ്ങൾ ഒന്നൊന്നായി അയാൾ അകലേക്കു വലിച്ചെറിഞ്ഞു. നാണം മറയ്ക്കാൻ ഗതിയില്ലാതെ അവൾ നിന്നു. ഒരു പ്രതിമയെ ആസ്വദിക്കുന്ന പോലെ അയാൾ മാറിയിരുന്ന് അവളെ ആസ്വദിച്ചു.

''മനോഹരം. കൊത്തിയെടുത്ത പോലുണ്ട്. ഇനി ഈ സൗന്ദര്യം എന്റേതാണ്. എന്റേത് മാത്രം. നീ അനുവദിക്കുകയാണെങ്കിൽ ഈ നെഞ്ചിൽ ഞാനെന്റെ മുദ്ര ചാർത്തും.''

ഇടംകൈകൊണ്ട് അവളെ ചേർത്തുപിടിച്ച് ചുണ്ടുകൾ വിടർത്തി അവളുടെ മാറിൽ അയാൾ ഉമ്മ വച്ചു. നാക്ക് കൊണ്ട് അവിടം നനച്ചു. എന്നിട്ട് വലംകൈയിലെ എരിയുന്ന സിഗററ്റ് അവിടെ കുത്തിയണച്ചു. അവൾ വേദനകൊണ്ട് പിടഞ്ഞു. അയാൾ പൊട്ടിച്ചിരിച്ചു.

''നോ നോ നോ. ബഹളമുണ്ടാക്കല്ലേ. ഒരു ഉറുമ്പ് കടിക്കുന്ന വേദനയല്ലേ ഉള്ളൂ. കാത് കുത്തും പോലെ, മൂക്കുത്തി ഇടും പോലെ ഒരു ചെറുവേദന. നിന്റെ മുലകൾക്ക് ഇത് ഒരു അലങ്കാരമായിരിക്കും.''

''നിങ്ങളെന്തു മനുഷ്യനാണ്?''

അവൾ പൊട്ടിക്കരഞ്ഞുകൊണ്ട് ചോദിച്ചു.

''നീയെന്തിനാ ചൂടാകുന്നത്. ഞാനൊരു തമാശ കാണിച്ചതല്ലേ? പോട്ടെ, ഇഷ്ടമില്ലെങ്കിൽ ക്ഷമിച്ചേരെ.''

അയാൾ മുട്ടുകാൽ കുത്തി അവൾക്കു മുമ്പിലിരുന്ന് കൈകൾ മുകളിലേക്കുയർത്തി.

''മാപ്പ് തരൂ.''

എന്നിട്ട് പൊട്ടിച്ചിരിച്ചു.

സംയോഗം

അയാൾക്ക് ഉറക്കം നഷ്ടപ്പെട്ടിരുന്നു. രാത്രി ഏറെ വൈകിയിട്ടും കണ്ണൊന്നടഞ്ഞു കിട്ടുന്നില്ല. മനസ്സ് അടങ്ങുന്നില്ല. കഴിഞ്ഞ രാവിന്റെ തണുപ്പും അതിലേക്ക് അരിച്ചിറങ്ങിയ ഇളംചൂടും സുഖകരമായ ഓർമ്മയായി ഒരു വശത്ത്. താനെത്തപ്പെട്ട നിർവചിക്കാനാകാത്ത അനുഭവത്തിന്റെ ദുരൂഹത വേറൊരു വശത്ത്. എന്തൊക്കെയാണ് ജീവിതത്തിൽ സംഭവിക്കുന്നതെന്ന് നിശ്ചയമില്ല. യാഥാർത്ഥ്യത്തിന്റെ പെരുവഴി വിട്ട് ഒറ്റയടിപ്പാത പോലുമില്ലാത്ത വിഭ്രമങ്ങളിലേക്ക് നടന്നുകയറുന്ന പോലെ. ആലോചിച്ചിട്ട് നിലവെള്ളം കിട്ടുന്നില്ല. എന്തു ധൈര്യത്തിലാകും തന്റെ വിജയം അവർ പ്രവചിച്ചിട്ടുണ്ടാവുക? എത്ര ആലോചിച്ചിട്ടും, പ്രത്യാശയുള്ള ഒരു ലോകത്തേക്ക് എങ്ങനെയാണ് താൻ എത്തുന്നതെന്നു മനസ്സിലാകുന്നില്ല. രാവിലെ വയറ് കാളി. ജീവിക്കണം. ഒരു ജോലി ഉണ്ടായേ തീരൂ. വെറുതേ കിനാവുകളിൽ കുത്തിമറിഞ്ഞിട്ട് കാര്യമില്ല. വിശക്കുമ്പോൾ സ്വപ്നം കഴിച്ചാൽ ആളൽ മാറില്ല. അയാൾ കല്പനകൾ മാറ്റിവച്ച് റഫീക്കിനെ കാണാൻ പോയി. അയാളെ കണ്ടതും വരച്ചുകൊണ്ടിരുന്ന അവൻ എഴുന്നേറ്റു.

"അണ്ണാ, നിങ്ങളെ നോക്കി ഇരിക്കുവായിരുന്നു ഞാൻ. വിളിക്കാനാണെങ്കിൽ നിങ്ങൾക്കു ഫോണും ഇല്ലല്ലോ."

ഫോൺ തിരികെ കിട്ടിയെന്ന് അയാൾ പറഞ്ഞു. എങ്ങനെ കിട്ടിയെന്നു പറഞ്ഞില്ല. അതു പറഞ്ഞു വിശ്വസിപ്പിക്കാനെടുക്കുന്ന ആയാസം ഓർത്ത് വേണ്ടെന്നു വച്ചു. ഇരുവരും രമേശന്റെ കടയുടെ വശത്തെ മതിലിൽ പ്ലേറ്റ് വച്ച് ചൂടു ദോശയും ചമ്മന്തിയും ചേർത്ത് ബുൾസ്ഐയിൽ മുക്കി കഴിച്ചു. റഫീക്കിന്റെ ഹീറോ ഹോണ്ട എം ജി റോഡ് വഴി പഴയ പള്ളിയിൽനിന്ന് ഇടത്തോട്ടു തിരിഞ്ഞ് പമ്പ്ഹൗസ് ജംഗ്ഷൻ മുറിച്ചു കടന്ന് മാർക്കറ്റ് റോഡിൽ കയറി തിരക്കിനിടയിലൂടെ കുറച്ചു മുമ്പോട്ടു ചെന്നു നിന്നു. അവരിറങ്ങിയത് വിശ്വം റസ്റ്റോറന്റിന്റെ മുമ്പിലാണ്.

നല്ല തിരക്കുണ്ട്. കസേര ഒഴിയാനായി കുറേപ്പേർ പുറത്ത് കാത്തു നില്പുണ്ട്. ബീഫ് കുരുമുളകിട്ടു വരട്ടിയത് ചൂട് പെറോട്ട യിൽ കുതിരുന്നതിന്റെ മണം ദീർഘമായി ശ്വസിക്കാൻ പ്രേരി പ്പിക്കും. കഴിക്കുന്നവർ പലരും വെറുതെ കഴിക്കുകയല്ല, ആസ്വദി ക്കുകയാണ്. പെറോട്ട നൂലുപോലെ അടർത്തി അതിൽ ബീഫിന്റെ കഷണം ഒളിപ്പിച്ച് നാവിലേക്കു വയ്ക്കുന്ന ഒരു ചെറുപ്പക്കാരനെ അയാൾ ശ്രദ്ധിച്ചു. അവൻ ഏതോ ബ്രഹ്മാനന്ദ സാഹോദര്യം അനുഭവിക്കുന്ന പോലെ തോന്നി. അയാളെ കൂടെ വിളിച്ച് റഫീക്ക് അകത്തേക്കു കയറി. പ്രായം ചെന്ന, മെലിഞ്ഞ ഒരു മനുഷ്യൻ കൗണ്ടറിൽ ഇരിപ്പുണ്ട്. റഫീക് അദ്ദേഹത്തെ അഭിവാദ്യം ചെയ്തു. പണം വാങ്ങിയിടുന്നതിനിടയിലും അദ്ദേഹം ചിരി കൊണ്ട് അതു മടക്കി നൽകി. റഫീക് അയാളെ ചൂണ്ടി.

‘‘വിശ്വണ്ണാ, ഇതാണ് ഞാൻ പറഞ്ഞ ആള്. എന്റെ ഉറപ്പാ, ധൈ ര്യമായി പണപ്പെട്ടി ഏല്പിക്കാം.’’

മെലിഞ്ഞ മനുഷ്യൻ ഉടമസ്ഥനാണെന്ന് മനസ്സിലായി. ഇത്രയും തിരക്കുള്ള ഹോട്ടൽ സ്വന്തമായിട്ടുണ്ടായിട്ടും ആൾ ഇത്ര മെലിഞ്ഞി രിക്കുന്നതിന്റെ രഹസ്യം പിടികിട്ടുന്നില്ല. വിശ്വണ്ണൻ അയാളെ ഒന്നു നോക്കി ചിരിച്ചു. ഒറ്റ നോട്ടം കൊണ്ട് എന്തൊക്കെയോ വായിച്ചെ ടുത്ത പോലുണ്ട്. അദ്ദേഹം പറഞ്ഞു.

‘‘എന്നും രാവിലെ എട്ടു മണിക്കു വരണം. ഞാനുണ്ടാകും. കസേരയിൽ പഴയ പോലെ കുറേ നേരം ഇരിക്കാൻ വയ്യ. കൗണ്ട റിൽ ഒരു സഹായം. അതാണ് ഉദ്ദേശിക്കുന്നത്. വൈകുന്നേരം നാല് മണിയോടെ പോകാം. എന്നെങ്കിലും വരാൻ കഴിയില്ലെങ്കിൽ തലേന്നേ അറിയിക്കണം.’’

അയാൾ തലകുലുക്കി. ഇത്ര ഉദാരമാണ് വ്യവസ്ഥകളെന്ന് പ്രതീ ക്ഷിച്ചില്ല. എങ്കിലും അല്പം ആശങ്കയുണ്ട്. വിശപ്പും ഭക്ഷണവും കൂടിക്കുഴഞ്ഞ് രുചിയും ആനന്ദവുമായി മാറുന്ന ആ ഹോട്ടൽ അന്തരീക്ഷം തികച്ചും അപരിചിതം ആണ്. നാളെ മുതൽ ഇതിന്റെ ഭാഗമാകണം. വിജയിക്കുമോ? അടുത്ത ദിവസം മുതൽ വരാമെന്നു പറഞ്ഞ് അവർ മടങ്ങി. തിരികെയുള്ള ബൈക്ക് യാത്രയ്ക്കിടയിൽ റഫീക്ക് അയാൾക്കു നേരേതിരിഞ്ഞ് ഉച്ചത്തിൽ പറഞ്ഞു.

‘‘എന്തുകൊണ്ടും അണ്ണനു പറ്റിയ പണിയാ. ശാപ്പാട് മുഴുവൻ ഹോട്ടലീന്നു കിട്ടും. വൈകുന്നേരം വന്നിരുന്ന് എഴുതുകയും ചെയ്യാം. നേരത്തേ പറഞ്ഞാൽ ഒരു ദിവസം ചെന്നില്ലെങ്കിലും പ്രശ്നമില്ല. പിന്നെ, വലിയ ശമ്പളമൊന്നുമില്ല. ദിവസക്കൂലിയാ. നിങ്ങൾ രക്ഷ പ്പെടുംവരെ നിൽക്കാനൊരു സ്ഥലം. അതാ ഞാൻ നോക്കിയത്.

അഥവാ ഇനി കുറേക്കൂടി നല്ല സെറ്റപ്പ് വേണോങ്കിൽ അതും നോക്കാം.''

തൽക്കാലം ഇതെങ്കിലും കിട്ടിയല്ലോ. ജീവിതത്തിന്റെ പുതിയ പ്രതലത്തിൽ ഒന്നേന്ന് വരച്ചു തുടങ്ങുകയാണ്. പിടിച്ചു നിൽക്കാനൊരു ജോലി കിട്ടിയത് നല്ല തുടക്കം തന്നെ. രജനിയുടെ വാക്കുകൾക്ക് ശക്തിയുണ്ടെന്നു കരുതിയേ പറ്റൂ. റഫീക് അയാളെ ലോഡ്ജിനു മുമ്പിൽ ഇറക്കിക്കൊടുത്തു.

''ശരി അണ്ണാ, അപ്പോ പുതിയ ഒരു കഥ ആലോചിച്ച് എഴുതിത്തുടങ്ങിക്കോ. ഇനി നിങ്ങടെ സമയമാണ്.''

അയാളെ ആശംസിച്ച് അവൻ വണ്ടി വിട്ടു പോയി. പിരിയൻ ഗോവണി കയറുമ്പോൾ നല്ല മനസ്സുഖം തോന്നി. സിനിമയൊന്നും തിരിച്ചുകിട്ടിയില്ലെങ്കിലും ഈ നഗരത്തിന്റെ ഇടുങ്ങിയ ഒരു മുറിയിൽ ജീവിച്ചുപോകാനെങ്കിലും കഴിയുമല്ലോ. പക്ഷേ, താൻ സിനിമയിലേക്കു തിരിച്ചെത്തും എന്നാണല്ലോ രജനിയുടെ പ്രവചനം. എങ്ങനെയാണോ എന്തോ.

രജനി. ആരാകുമത്? ആ പേരു പോലും തന്നെ സമാധാനിപ്പിക്കാൻ പറഞ്ഞതാണെങ്കിലോ? എന്തായിരിക്കും അവരുടെ ഉദ്ദേശ്യം? ചിന്താമഗ്നനായി അയാൾ കട്ടിലിൽ കിടന്നു. എത്ര ആലോചിച്ചാലും തീരാത്ത വിഷയമാണല്ലോ. അപ്പോൾ ഫോൺ സംഗീതമുതിർത്തു.

''ഞാൻ രജനിയാണ്.'' അയാൾ എഴുന്നേറ്റിരുന്നു.

''എന്താ തിരക്കാണോ?''

''ഇല്ല. തിരക്കൊന്നുമില്ല.''

''ഇന്നു വരാമോ?'' അയാൾ കാത്തിരുന്ന വാക്കുകൾ.

''വരാം.'' സമയം നോക്കി. ഇപ്പൊഴേ പുറപ്പെട്ടാൽ സന്ധ്യയാകുന്നതോടെ എത്താം. അയാൾ കുളിച്ചു. പൗഡറിട്ടു. ഏറ്റവും നല്ല ഉടുപ്പുമെടുത്തിട്ട് പുറപ്പെട്ടു. കുന്നിൻപുറത്തേക്കുള്ള പടിക്കെട്ടുകൾ കയറുമ്പോഴേക്ക് ഇരുട്ടു വീണു തുടങ്ങിയിരുന്നു. നന്നായി ഇരുൾ പടർന്നപ്പോഴേക്ക് അയാൾ മുകളിലെത്തി. ആകാശത്തിന് അത്ര തെളിച്ചമുണ്ടായിരുന്നില്ല. താഴെ പുഴയുടെ തീരത്തുമാത്രം നക്ഷത്രങ്ങൾ മിന്നുന്നു. കടും നീലനിറമായിരുന്നു രാത്രിക്ക്. ഇളംകാറ്റുണ്ടായിരുന്നു.

രാത്രി വൈകുവോളം അയാൾ കാത്തിരുന്നു. അക്ഷമയിൽ അയാൾ മരിച്ചുപോകുമോ എന്നുപോലും ഭയപ്പെട്ടു. കാത്തിരിപ്പിന്റെ സമ്മർദ്ദം മാറാൻ അയാൾ വെറുതേ നടന്നു. പുൽപ്പരപ്പിലൂടെ പാറക്കെട്ടുകൾ കടന്ന് കുന്നിന്റെ അരികിലൂടെ ബംഗ്ലാവിനു മുമ്പിലെത്തി. മനുഷ്യവാസമില്ലാത്ത ആ ഇടം നരിച്ചീറുകളും മൂങ്ങകളും

കൂടാരമാക്കിയിരിക്കുന്നു. അയാൾ അകത്തേക്കു കടന്നു. പൊടി പിടിച്ച് മാറാല മൂടി ചലനമറ്റുകിടക്കുകയാണ് മരക്കസേരകളും മേശകളും. കണ്ണാടി ജാലകങ്ങളെങ്കിലും നിലാവ് കുറവായതു കൊണ്ട് ഇരുട്ട് നിറഞ്ഞിരിക്കുകയാണ് മുറികളിൽ. അയാൾ മൊബൈലിന്റെ ടോർച്ച് തെളിച്ചു. വെളിച്ചം ഇത്തിരി വട്ടത്തിൽ അയാളെ നയിച്ചു. ഒരു ഇടനാഴി പിന്നിട്ടപ്പോൾ അകത്തെവിടെയോ നേരിയ വെളിച്ചം കാണാനായി. അയാൾ അങ്ങോട്ടു നീങ്ങി. മെഴകുതിരി വെട്ടത്തിൽ ഒരു മുറി മാത്രം ജ്വലിച്ചുനില്ക്കുന്നു. ആരായിരിക്കും അവിടെ വെളിച്ചം കൊളുത്തിയത്? ആ നേരം പിച്ചകപ്പൂവിന്റെ മണം ആ മുറിയിൽനിന്ന് അയാൾക്കരികിലേക്ക് ഒഴുകിയെത്തി. അത് അയാളെ നയിച്ചു. നിരവധി മെഴുതിരികൾ എരിയുന്നു. കിടക്കവിരിയിട്ട് മനോഹരമാക്കിയ കട്ടിലിൽ രജനി ഇരിക്കുന്നു. ആകാശനിറമുള്ള സാരിയിൽ നിറയെ പാൽനിറമുള്ള നക്ഷത്രമണികൾ. അഴിച്ചിട്ട മുടിയിൽ കാറ്റ് തലോടുന്നു. അവർക്കു ചുറ്റും ഒരു ചെറുനിലാവ് പരന്നു കിടക്കുന്നു. ഇവർ ഇവിടെ ഉണ്ടായിരുന്നോ? അയാളെ കണ്ടതും രജനി എഴുന്നേറ്റു.

‘‘ഞാൻ പുറത്തിരിക്കുകയായിരുന്നു. ഇത്ര നേരവും.’’ അയാൾ അല്പം പരിഭവത്തോടെ പറഞ്ഞു.

‘‘ഞാനിവിടെയും. എന്നെ തേടി കണ്ടുപിടിക്കട്ടെ എന്നു കരുതി.’’

അവർ മുന്നോട്ടുവന്ന് അയാളെ ആലിംഗനം ചെയ്തു. എന്നിട്ട് മുഖമുയർത്തി ചോദിച്ചു.

‘‘എന്തൊക്കെയുണ്ട് വിശേഷങ്ങൾ?’’ രജനി അയാൾക്കൊപ്പം കട്ടിലിലിരുന്നു.

‘‘നല്ല വിശേഷങ്ങൾ. ഒരു ചെറിയ ജോലി കിട്ടി. പുതിയ ജീവിതം ആരംഭിച്ചു.’’

അയാളുടെ കണ്ണുകളിലേക്കു നോക്കി അവർ പറഞ്ഞു.

‘‘സന്തോഷം.’’

‘‘എല്ലാം നിങ്ങളുടെ ശക്തിയാണ്.’’

രജനി പുഞ്ചിരിച്ചു. പൊടുന്നനെ ചുറ്റും പൂനിലാവ് പരന്നു. ആ ലഹരിയിൽ അയാൾക്ക് സ്വയം നഷ്ടമായി. അവരുടെ മുഖത്തുനിന്നു കണ്ണെടുക്കാൻ വയ്യ. ആ കണ്ണുകളിൽ അസാധാരണമായ ഒരു വിലോഭശക്തി അയാൾ കണ്ടു.

‘‘ആരാണ് നിങ്ങൾ?’’

അറിയാതെ ചോദിച്ചുപോയി. പെട്ടെന്ന് അവർ പിന്നോട്ടു നീങ്ങി. മുഖം വാടി.

''നിനക്ക് എന്നെ വേണോ, എന്നിലെ രഹസ്യങ്ങൾ വേണോ?''

അയാൾ മുന്നോട്ടാഞ്ഞ് ആ കൈകൾ കവർന്നു.

''എനിക്കു നിങ്ങളെ മതി.''

''എങ്കിൽ ഈ ചോദ്യം ഇനി ചോദിക്കരുത്.''

ഇല്ല, ചോദിക്കില്ലെന്ന് അയാൾ മനസ്സിലുറപ്പിച്ചു. ആ രഹസ്യത്തേക്കാൾ എത്രയോ വലുതാണ് അവരുടെ സാന്നിദ്ധ്യം പകരുന്ന സൗഖ്യം.

''ഞാനാരാണെന്ന് ചോദിച്ചുകൊണ്ടേയിരിക്കുമ്പോൾ നിങ്ങൾ വെറുമൊരു പത്രപ്രവർത്തകൻ ആയി മാറുന്നു. പകരം ഞാനാരാണെന്ന് ഭാവനയിൽ കാണൂ. അത് കഥയായി എഴുതൂ. അപ്പോൾ നിങ്ങൾ ഒരു എഴുത്തുകാരനാവും. നിങ്ങൾക്ക് അതിനു കഴിയും. എന്റെ കഥ എഴുതൂ.''

ആരെന്നു ചോദിക്കില്ല. പക്ഷേ, മറ്റൊരു ചോദ്യം വിട്ടുപോകുന്നില്ല.

''എന്തിനാണ് എനിക്ക് നിങ്ങൾ ഇത്രയും പ്രാധാന്യം നൽകുന്നത്?''

''ജീവിതത്തിൽ ഇന്നുവരെ എനിക്ക് നല്ലൊരു സുഹൃത്തിനെ കിട്ടിയിട്ടില്ല. നീ നല്ല സുഹൃത്താവുമെന്ന് മനസ്സ് പറയുന്നു. അതുകൊണ്ട് ഞാൻ വീണ്ടും വീണ്ടും നിന്നെക്കാണാൻ വരുന്നു. ഉപാധികളില്ലാതെ സ്നേഹിക്കാൻ എനിക്കൊരാളെ വേണമായിരുന്നു.''

''ഞാൻ നല്ലതാണെന്ന് നിങ്ങൾക്ക് എങ്ങനെ പറയാനാവും?'

''വിശ്വസിക്കുന്നു. ഈ ഞാൻ ഉണ്ടെന്ന് നീ വിശ്വസിക്കുന്നില്ലേ. അതുപോലെ.''

''ഞാൻ നല്ലതായിരുന്നുവെങ്കിൽ എന്നെ സ്നേഹിക്കുന്ന ആളുകളും ഈ ഭൂമിയിൽ ഉണ്ടാകുമായിരുന്നില്ലേ?''

അതു ചോദിച്ചതും വിതുമ്പിപ്പോയ അയാളെ രജനി തന്റെ മാറോടു ചേർത്തു.

''ഉണ്ടല്ലോ.''

അവർ അയാളുടെ മുഖം കൈകളിൽ കോരിയെടുത്ത് ചുണ്ടുകളിൽ ചുംബിച്ചു. സ്ഥലകാലങ്ങൾ നിശ്ചലമായി. അനന്തതയുടെ നിരവധി നിമിഷങ്ങൾ അവരുടെ ചുണ്ടുകൾ വേർപിരിയുവാനാവാതെ പുണർന്നാടി.

''ഞാനുണ്ട്.'' കിതച്ചുകൊണ്ട് അവർ മന്ത്രിച്ചു.

''നിങ്ങള്...''

അയാളെന്തോ പറയാനാഞ്ഞു. അവർ അയാളുടെ ചുണ്ടുകളെ തന്റെ ചൂണ്ടുവിരൽകൊണ്ട് അടച്ചു.

''ഞാൻ നിന്നെ സ്നേഹിക്കുന്നു. ഹൃദയം തുറന്ന് അതു സ്വീകരിക്കുക. ചോദ്യങ്ങളില്ലാതെ, ഉപാധികളില്ലാതെ. മനസ്സിന്റെ ഓരോ മാത്രയിലും ശരീരത്തിന്റെ ഓരോ കണത്തിലും എന്നെ ഏറ്റു വാങ്ങുക. ഈ ലോകത്തിനു മുമ്പിൽ നീ വിജയിക്കും.''

''എന്തിനാണ് എന്നെ ഇത്രയും സ്നേഹിക്കുന്നത്?''

''ഒന്നിനുമല്ല. ഒന്നിനുമല്ലാതെ സ്നേഹിക്കാൻ തോന്നി. അങ്ങനെയാണ് ആരുമില്ലാത്ത നിന്നെ ഞാൻ തേടിയെടുത്തത്.''

അയാളെ കിടക്കയിലേക്കു ചേർത്ത് ആ നെഞ്ചിൽ തല വച്ച് രജനി പറഞ്ഞു.

''നിന്റെ ഏറ്റവും വലിയ ആഗ്രഹം സിനിമ ചെയ്യുകയല്ലേ? നമ്മളതു നേടും.''

''എന്റെ മനസ്സിപ്പോൾ ശൂന്യമാണ്. മരിക്കും മുമ്പ് എല്ലാം ഉപേക്ഷിച്ചു. ഇപ്പോൾ മനസ്സ് നിറയെ നിങ്ങൾ മാത്രേയുള്ളൂ.''

''അതു മതിയല്ലോ. ഞാനുണ്ടല്ലോ. എന്നെ കഥാപാത്രമാക്ക്. എന്റെ കഥ ചെയ്യൂ.''

''നിങ്ങളുടെ കഥ എനിക്ക് അറിയില്ല.''

അതു കേട്ടതും രജനി അയാളെ കണ്ണിടഞ്ഞൊന്നു നോക്കി. പിന്നെ, കുറുമ്പോടെ അയാളുടെ ചെവിയിൽ പിടിച്ച് തിരുകി.

''എന്റെ ആത്മകഥയല്ല മണ്ടൂസേ. ഞാൻ നിനക്കെങ്ങനെയോ ആ കഥ. മനസ്സിലായോ?''

കഴിഞ്ഞ ദിവസം മുഴുവൻ ആലോചിച്ചതാണ്. യുക്തിയുള്ള ഒരു കാരണം പോലും കിട്ടിയില്ല.

''വരണ്ടുണങ്ങിയ പുഴ പോലെയാണ് ഞാൻ. ഒഴുകാൻ പറഞ്ഞാൽ പിടയാനേ ആവൂ.''

''ഹും, പിടയുന്ന ഒരാള്.''

അവർ അയാളുടെ അടിവയറിന്റെ വശങ്ങളിലേക്ക് കൈ കൊണ്ടു പോയി. പെട്ടെന്നയാൾ പുളഞ്ഞു. അയാൾക്ക് ഇനിയും ഇക്കിളി മാറാത്ത സ്ഥലമാണ്. ആ ശരീരത്തിന്റെ ഓരോ ബിന്ദുവും അവർ ഗ്രഹിച്ചിരിക്കുന്നു. അയാളുടെ കോരിത്തരിപ്പിൽ അവർ പൊട്ടിച്ചിരിച്ചു.

''നീ ഒഴുകും. നോക്കിക്കോ. അതിരുകളെ മുഴുവൻ ഇടിച്ചു തകർത്ത് ഏതോ പ്രളയകാലത്തെന്നപോലെ ഒഴുകും.''

രജനി അതു പറയുമ്പോൾ കാറ്റ് ജനൽപ്പാളികളിൽ താളമിട്ടു. അവരുടെ മുടി ഉലഞ്ഞു. മെഴുകുതിരി അണഞ്ഞു. പിൻനിലാവിന്റെ വിലോലമായ പുഞ്ചിരി മാത്രം. പാൽ നിറമുള്ള നക്ഷത്രമണികൾ നിറഞ്ഞ ആകാശത്തെ അവർ തന്നിൽനിന്ന് ഉരിഞ്ഞു മാറ്റി. ഉട യാടകളില്ലാത്ത പ്രണയത്തിലേക്ക് അയാളെ ചേർത്തു പിടിച്ചു. അപൂർവ്വമായ ഒരു പ്രഭാവം അയാൾക്ക് അനുഭവപ്പെട്ടു. എന്തോ ചോദിക്കാനാഞ്ഞ ചുണ്ടുകളിലേക്ക് അവർ തന്റെ ചുണ്ടുകൾകൊണ്ട് വിലങ്ങിട്ടു. അയാൾക്കു മുകളിൽ അഗ്നിജ്വാലയായി അവർ ഉയർന്നു. അഴിഞ്ഞുലഞ്ഞ മുടി കൊടുങ്കാറ്റിന്റെ കൈകളായി. കണ്ണുകളിൽ ആസക്തിയുടെ കന്മദം നിറഞ്ഞു. നെറ്റിയിൽ വിയർപ്പുറവകൾ തെളിഞ്ഞു. പിച്ചകപ്പൂക്കളുടെ മണം. കശുമാമ്പഴത്തിന്റെ വീര്യം. കാട്ടുഞാവൽപ്പഴങ്ങളുടെ മധുരം. ആദിമമായ തമോഗർത്തത്തിൽ നിന്നും നിലാവിന്റെ നീലനീലമായ പ്രവാഹം. വെണ്ണിലാവിന്റെ വന്യലഹരി സിരകളിലേക്ക് ആവഹിച്ച് അവർ ഒഴുകിയിറങ്ങി. അയാൾ ഏറ്റുവാങ്ങി.

താൻ ലോകത്തിന്റെ നെറുകയിൽ കിടക്കുന്നതായി അയാൾക്കു തോന്നി. ആകാശത്തിനു നടുവിൽ. നക്ഷത്രങ്ങൾ പൂത്തുവിടർന്ന പിച്ചകങ്ങളായി ചുറ്റിനും കൊഴിയുന്നു. അയാൾ അനന്തതയിലെ ഗഗനചാരിയായി. തണുത്ത രാത്രിയുടെ മാറിൽ ഇളംചൂടുള്ള ഉമ്മ കളാൽ അവർ അയാളെ ഉണർത്തിയെടുത്തുകൊണ്ടേയിരുന്നു. അയാൾ ചുട്ടുപഴുക്കാൻ തുടങ്ങി. മനസ്സിലെ എല്ലാ ഇരുളിലേക്കും പ്രകാശം കടന്നു കയറുന്നു. ഉരുകി ഇല്ലാതാവുന്നു. അയാൾ തീയി ലിട്ടു ഉരുക്കി പഴുപ്പിച്ചെടുത്ത സ്വർണം പോലെ. ആ പ്രണയം ഏറ്റു വാങ്ങി പാതിമയക്കത്തിലേക്ക് അയാൾ വഴുതിവീണു. കണ്ണ് തുറക്കു മ്പോൾ തന്നെ പുണർന്ന് തന്നിലേക്ക് പടർന്ന് രജനി അരികിലുണ്ട്. ഉണർന്നതു കണ്ട് അവർ അയാളുടെ നെറ്റിയിൽ തലോടി.

"എന്തു തോന്നുന്നു?" അയാൾ മന്ദഹസിച്ചു. പുതുതായി പിറന്ന പോലെ.

"ഇനി പറയൂ, നിനക്കെഴുതിക്കൂടേ?" എഴുതാമെന്ന് അയാൾ തലയാട്ടി.

"നിനക്കു സിനിമ ചെയ്തു കൂടേ?" അയാൾ സ്നേഹപൂർവ്വം അവരെ പുണർന്നു.

"എല്ലാം വരും. നിന്നെത്തേടി മലയാളത്തിലെ ഒരു പ്രമുഖ സംവി ധായകൻ വരും. അയാൾ പറ്റിയ കഥയുണ്ടോയെന്നു ചോദിക്കും. ഉണ്ടെന്നു പറയണം. എന്നിട്ട് കണ്ണടച്ച് ഒരു കഥയങ്ങു പറയണം. ഞാൻ കൂടെയുണ്ട്."

''ആരാണ് വരുന്നത്?'' മുട്ടുകൈയിൽ തല താങ്ങി അയാൾക്കു നേരേ ചരിഞ്ഞ് അവർ പറഞ്ഞു.

''ജയശങ്കർ.'' ആ പേരു കേട്ടതും അയാൾ ചിരിച്ചു.

''ഏയ്. അതു നടക്കില്ല. ഞാൻ പലതവണ അദ്ദേഹത്തെ കണ്ടിട്ടുള്ളതാണ്. എന്നെ ഒരിക്കൽപ്പോലും പരിഗണിച്ചിട്ടില്ല.''

''അതന്നല്ലേ. ഇപ്പോൾ പറയുന്നതാരാ. ഈ ഞാൻ. എന്നെ നിനക്കു വിശ്വാസമില്ലേ?''

''വിശ്വാസമാണ്.''

''പിന്നെ മിണ്ടരുത്.'' അവർ അയാളെ ചേർത്തു പിടിച്ചു.

''ഇനി നിന്റെ സിനിമ വന്നിട്ടേ നമ്മൾ തമ്മിൽ കാണൂ.'' അയാൾ ചോദിച്ചു.

''അതെന്താ, അങ്ങനെ?''

''അങ്ങനെയാണ്. എന്നും ഞാൻ വന്നാൽ നീ മടിയനാകും.''

''വരണം. എനിക്കു കണ്ടാൽ മതി.''

''കാണണ്ട. ഉള്ളു പിടയണം. ഉരുകണം. മനസ് നീറി ആ നീറ്റലിൽ എഴുതണം. ഓരോ എഴുത്തും ബലിയാണ്. അത്തരം വരികൾ ലോകം ഞെട്ടലോടെ ആസ്വദിക്കും.''

പെട്ടെന്ന് അവർക്ക് സമയബോധം വന്നു. എഴുന്നേറ്റ് വസ്ത്രം വാരിച്ചുറ്റി. അയാളെ അരികിലേക്കു വിളിച്ച് ഗാഢമായ ആലിംഗനത്തിൽ ചേർത്തു. പിന്നെ പതുക്കെ പിന്നിലേക്ക് നടന്നു.

''പോകല്ലേ.'' അയാളിൽനിന്നും ഇടറിയ ശബ്ദം വന്നു.

''ജയിച്ചു വാ. അന്നു കാണാം.''

അവർ പുഞ്ചിരിച്ചു. ഇരുളിൽ മറഞ്ഞു. നിലാവ് പരന്നൊഴുകി,

വഴിത്തിരിവ്

കുറേദിവസമായി അയാളെ ഒരു ചിന്ത അലട്ടുന്നു. ഇന്നാണെങ്കിൽ കടയിലും പോകണ്ട. അവിടെ വിശ്വണ്ണനുണ്ട്. രാവിലെ എഴുന്നേറ്റ് ബസ് സ്റ്റാൻഡിലെത്തി. അയാൾക്കു പോകാനുള്ള വണ്ടി എടുക്കുന്നതേ ഉണ്ടായിരുന്നുള്ളൂ. ആൾത്തിരക്കില്ലാത്ത ബസിൽ സൈഡ് സീറ്റിലിരുന്നു പോകവേ പലതും ആലോചിക്കാൻ സമയം കിട്ടി. ഇറങ്ങേണ്ട സ്ഥലമാകാൻ രണ്ട് മണിക്കൂറോളം യാത്ര ചെയ്യണം.

രജനി തന്റെ ആത്മവിശ്വാസം തന്നെ. ജീവിതത്തിന് ഏതൊക്കെയോ അർത്ഥം തെളിഞ്ഞുവരുന്നതുപോലെ. എന്തെങ്കിലും എഴുതണം. അവരെക്കുറിച്ചുതന്നെ എഴുതിയാലോ. പക്ഷേ, തനിക്കൊന്നും അറിഞ്ഞുകൂടല്ലോ. എന്തിനറിയണം. ആ കഥ തനിക്ക് അകക്കണ്ണിൽ കാണാനാകണം. ഇപ്പോഴാണ് അവർ പറഞ്ഞതിന്റെ അർത്ഥം മനസ്സിലായത്. അവരുമായുള്ള ഓരോ കൂടിക്കാഴ്ചയും മറക്കാനാവാത്ത അനുഭവമാകുന്നു. ഓരോ തവണയും ശക്തി നിറയ്ക്കുന്നു. നന്നായി ഒന്നു ഉറങ്ങിക്കഴിഞ്ഞപ്പോഴേക്ക് ഇറങ്ങേണ്ട സ്ഥലം ആയി. തോട്ടുവക്കത്തുകൂടി കുറേ നടക്കേണ്ടതുണ്ട്. ആദ്യം ഇതുവഴി വന്ന കാലം ഓർത്തു. അന്ന് അഭിമാനം ഉണ്ടായിരുന്നു. ഇന്ന് മനസ് പരിഹാസത്തിൽനിന്ന് ഒളിഞ്ഞിരിക്കുവാൻ വെമ്പൽ കൊള്ളുന്നു. പരിചയമുള്ള ആരും കാണരുതേ എന്ന് അയാൾ ആഗ്രഹിച്ചു.

തോടിനു കുറുകെയുള്ള ഒരു ചെറിയ പാലം കടന്ന് കുന്നു കയറി മറ്റൊരു ഇടവഴിയിലൂടെ ഏകദേശം അഞ്ഞൂറു മീറ്റർ നടന്നപ്പോഴേക്ക് അയാൾക്കു കയറേണ്ട വീടായി. പുരയിടത്തിൽനിന്ന് അകത്തേക്കു കയറുന്ന വഴിയിൽ സങ്കോചത്തോടെ കുറച്ചു നിമിഷം നിന്നു. എത്ര കോമാളിയാകേണ്ടി വന്നാലും വേറെ വഴിയില്ല. രണ്ടും കല്പിച്ച് അയാൾ വീടിനു മുമ്പിലേക്കു കയറി. ഇറയത്തു നിന്ന പുരുഷൻ അയാളെ ഒരു നിമിഷം സൂക്ഷിച്ചു നോക്കി. രണ്ടു പേർക്കും പരസ്പരം മനസ്സിലായി. ഇരിക്കൂ എന്നു പറഞ്ഞ് അയാൾ അകത്തേക്കു

പോയി. അയാൾ പതുക്കെ വരാന്തയിൽ കയറിയിരുന്നു. പ്രായം ചെന്ന ഒരു സ്ത്രീ ഇറങ്ങി വന്നു.

''എന്താ നന്ദകുമാറേ?''

''മോനെ കാണണം.'' അയാൾ അറച്ചറച്ച് പറഞ്ഞു.

അവർ അകത്തേക്കു പോയി. കുറച്ചു സമയം കഴിഞ്ഞ് കുട്ടിയുമായി വന്നു. അവൻ കുറേക്കൂടി വളർന്നിരിക്കുന്നു. അയാൾ മകനെ വാരിയെടുത്തു. കൈയിലിരുന്ന പൊതി അവനു കൊടുത്തു. അവൻ അയാളെ നോക്കി ചിരിച്ചു. സ്ത്രീ അയാളുടെ അരികിൽ വന്നിരുന്നു, എന്നിട്ട് ശബ്ദം താഴ്ത്തി പറഞ്ഞു.

''ഇപ്പോൾ അവളും മോനും വലിയ കുഴപ്പമില്ലാതെ ജീവിക്കുകയാണ്. മോഹനന് കുട്ടികളില്ലാത്തതുകൊണ്ട് മോനെ പൊന്നുപോലെ നോക്കുന്നുമുണ്ട്. അതുകൊണ്ട് എനിക്കു പറയാനുള്ളത് ഈ കുഞ്ഞിന്റെ ഭാവിയെ ഓർത്ത് ഇനി നീ അടിക്കടി ഇങ്ങനെ വരരുത്. അത് മരുമോൻ ചെക്കന് പിടിക്കാതെ വന്നാൽ എന്റെ മോളും ഈ കുഞ്ഞും പിന്നെയും പട്ടിണിയാവും.''

''അതമ്മേ...'' അയാളെന്തോ പറയാനാഞ്ഞപ്പോൾ അവർ തടഞ്ഞു.

''നിന്റെ കൈയിലുണ്ടോ ചെലവിനു കൊടുക്കാൻ? നിന്റെ അമ്മയുടെ സ്ഥാനത്ത് എന്നെ കാണണം. കാലു പിടിച്ച് പറയുവാണെന്നു കരുതണം.''

പിന്നൊന്നും മിണ്ടിയില്ല. മകന്റെ കവിളിൽ ഒരു ഉമ്മ കൂടി നൽകി അയാൾ എഴുന്നേറ്റു. സുഗന്ധിയെ എങ്ങും കണ്ടില്ല. അവൾ തന്നെയും താൻ അവളെയും മറന്നുപോയിരിക്കുന്നു. അയാൾ പുറത്തേക്കിറങ്ങി തിരിഞ്ഞുനോക്കാതെ നടന്നു. ഒരുകാലത്ത് അടുത്തുതന്നെ സംവിധായകനാകുന്ന മരുമകനെക്കാണാൻ അയലത്തുകാർ വന്നിരുന്ന മുറ്റം കടന്ന് പുറത്തേക്ക് തല കുനിച്ചു നടന്നു. ഇരുവശവും നോക്കാതെ റോഡ് ലക്ഷ്യമാക്കി നടത്ത വേഗത്തിലാക്കി. അധിക്ഷേപത്തിന് ഒരു പഞ്ഞവുമില്ല. ഒരു തരത്തിൽ താൻ ഇത് അർഹിക്കുന്നുമുണ്ട്. സുഗന്ധി ചെയ്തതിൽ ഒരു തെറ്റും അയാളിപ്പോൾ കാണുന്നില്ല. അവൾ അവളുടെ ശരി ചെയ്തു. തനിക്കെപ്പോഴെങ്കിലും ശരിയെന്നു തോന്നുന്നത് ചെയ്യാനായോ? അമ്മയോടോ സുഗന്ധിയോടോ മകനോടോ കഴിഞ്ഞില്ല. സിനിമ തലയ്ക്കു പിടിച്ച നിമിഷത്തെ ശപിച്ച് അയാൾ നടന്നു.

പെട്ടെന്ന് മൊബൈൽ ശബ്ദിച്ചു. നോക്കിയപ്പോൾ അന്തം വിട്ടുപോയി. സംവിധായകൻ ജയശങ്കർ സാറിന്റെ നമ്പർ. അയാൾ ഫോണെടുത്തു.

"ഹലോ നന്ദകുമാറല്ലേ? ഞാൻ ജയശങ്കർ. സംവിധായക നാണ്."

"മനസ്സിലായി സർ. എന്റെ കൈയിൽ നമ്പരുണ്ട്."

രജനി അത്ഭുതം തന്നെ. കുറച്ചു നിമിഷമെടുത്തു അയാൾക്ക് നിലവിലെ സ്ഥിതി മനസ്സിലാക്കാൻ.

"നിങ്ങൾ എവിടെയാണ്? ഞാൻ കോർട്ട് ജംഗ്ഷനിനടുത്തുള്ള ഹോട്ട്സ്പോട്ടിൽ നിൽക്കുന്നു. എനിക്കു നിങ്ങളെ അടിയന്തിരമായി ഒന്നു കാണണമല്ലോ."

"അയ്യോ സർ. ഞാനിപ്പോൾ കുറച്ചു ദൂരെയാണ്. എങ്ങനെ പോയാലും രണ്ട് രണ്ടര മണിക്കൂറെടുക്കും."

"രണ്ടര മണിക്കൂറോ...ഓ മൈ ഗുഡ്നസ്... എന്തായാലും നിങ്ങൾ വരൂ. എനിക്കു നിങ്ങളെ കാണണം. ഇവിടെ വന്നു കഴിഞ്ഞ് എന്നെ വിളിക്കൂ"

അയാൾ ഓടി. ആരെങ്കിലും കാണുമോ എന്നൊന്നും ചിന്തിച്ചില്ല. ജീവിതത്തിൽ ഒരു വഴിത്തരിവ് തന്നെ കാത്തുനില്ക്കുകയാണ്. കിതച്ചുകൊണ്ടാണ് ബസ് സ്റ്റോപ്പിലെത്തിയത്. ബസു കിട്ടി ഇരുന്ന ശേഷമാണ് അല്പം സാമാധാനം വന്നത്. ഒരിക്കലും പ്രതീക്ഷിച്ച തല്ല ജയശങ്കർ വിളിക്കുമെന്ന്. എന്തൊക്കെയാണ് ജീവിതത്തിൽ നടക്കുന്നതെന്ന് അയാൾ അമ്പരന്നു.

കോഫി ഷോപ്പിലെത്തുവാൻ മൂന്നു മണിക്കൂറെങ്കിലും എടുത്തു. ജയശങ്കറെ വന്ന വിവരം അറിയിച്ച് അയാൾ കാത്തിരുന്നു. കഥ ഇനിയും വ്യക്തമായിട്ടില്ല. പല സന്ദേഹങ്ങൾ നിലനില്പുണ്ട്. അയാൾക്ക് പിരിമുറുക്കം അനുഭവപ്പെട്ടു. പെട്ടെന്ന് രജനിയെ ഓർത്തു. കണ്ണടച്ച് അവരെ ഉള്ളിൽ കണ്ടു. മനസ് ശാന്തതയിലേക്കു തിരിച്ചിറങ്ങി. കണ്ണു തുറന്നപ്പോൾ എതിരെയുള്ള കസേരയിൽ ജയ ശങ്കർ ഇരിക്കുന്നു. അയാൾ ചാടിയെഴുന്നേറ്റു. ഇരിക്കാൻ പറഞ്ഞ ശേഷം ജയശങ്കർ അയാളെ ഓർമ്മയിൽ തിരഞ്ഞു.

"നിങ്ങളെ എനിക്കോർമ്മയുണ്ട്. ഒരു പോസ്റ്റുമാന്റെ മകളുമായുള്ള പ്രണയത്തിന്റെ കഥ പറഞ്ഞ ആളല്ലേ?"

"അതെ. പക്ഷേ, സാറിനത് ഇഷ്ടമായില്ല."

"ഇഷ്ടമായില്ലെന്ന് ആരു പറഞ്ഞു. അന്ന് ഒരു ലവ് സ്റ്റോറി ചെയ്യാനുള്ള ധൈര്യം എനിക്കില്ലായിരുന്നു. പ്രേക്ഷകരെ പേടി."

ജയശങ്കർ ചിരിച്ചു. ആ മറുപടി അയാളെ അതിശയിപ്പിച്ചു.

"രണ്ടു മൂന്നു തവണ സാറിനോട് ഞാൻ കഥ പറഞ്ഞിട്ടുണ്ട്."

"ഓർമ്മയുണ്ട്. പിന്നെ, ഞാൻ ഇപ്പോൾ വന്നത് നിങ്ങളുടെ

കൈയിൽ നല്ല ഒരു കഥയുണ്ടെന്ന് എന്റെ ഒരു സുഹൃത്ത് പറഞ്ഞു. ഐ വാണ്ട് ആൻ അൺയൂഷ്വൽ ലവ് സ്റ്റോറി.''

അയാൾ പരുങ്ങി. കഥ പറയണം.ഒരു നിമിഷം കണ്ണടച്ചു. രജനി അയാളുടെ ചെവിയിൽ പറയുന്നു, ധൈര്യമായി പറയൂ. എല്ലാം തനിയേ വന്നുകൊള്ളും. ആത്മവിശ്വാസം സംഭരിച്ച് അയാൾ തുടങ്ങി.

''സർ, സ്ക്രിപ്റ്റായിട്ടില്ല. ഏകദേശം ഒരു സിനോപ്സിസ്. അത്രയേ ഇപ്പോഴുള്ളൂ.''

''കുഴപ്പമില്ല, അതു കേട്ടാൽ മതി. എനിക്കു കംഫർട്ടായതാണോ എന്നറിയാമല്ലോ.''

പെട്ടെന്ന് എന്തോ ഓർത്ത് ജയശങ്കർ പറഞ്ഞു.

''ഫസ്റ്റ് യൂ റിലാക്സ്. കുടിക്കാൻ കോഫി വേണോ ജ്യൂസ് വേണോ?''

''കോഫി.''

''ഓക്കെ. കപ്പൂച്ചിനോ ഓർ എസ്പ്രസോ?''

''കപ്പൂച്ചിനോ.'' വെയിറ്ററെ വിളിച്ച് ഓഡർ ചെയ്ത ശേഷം ജയശങ്കർ ചോദിച്ചു.

''നിലവിൽ ഏതെങ്കിലും പ്രോജക്ട് ഉണ്ടോ?''

''ഇപ്പോൾ ഒന്നുമില്ല സർ.''

ജയശങ്കർ അയാളെക്കുറിച്ച് ചോദിച്ചു. തന്റെ നടന്നു കൊണ്ടിരിക്കുന്ന പ്രോജക്ടിനെക്കുറിച്ചു പറഞ്ഞു. ഇടയ്ക്ക് കപ്പൂച്ചിനോ വന്നു. പത നിറഞ്ഞ കോഫി നുണഞ്ഞ് അയാൾ ശ്വാസം ഉള്ളിലേക്കെടുത്തു. പിച്ചകമണമുള്ള ഓർമ്മ ഉള്ളിൽ നിറഞ്ഞു.

''സർ, മനസ്സിലുള്ള ആശയം ഇങ്ങനെയാണ്. പ്രശസ്തനായ ഒരു നർത്തകൻ. എല്ലാവരാലും വെറുക്കപ്പെട്ടവനായി മാറുന്നു. ജീവിതം അവസാനിപ്പിക്കാൻ ശ്രമിക്കുന്ന അയാളെ ദുരൂഹതകൾ നിറഞ്ഞ ഒരു സ്ത്രീ രക്ഷിക്കുന്നു. അവൾ ആരെന്നോ എന്തെന്നോ അയാൾക്കറിയില്ല. ഇരുവരും പല തവണ കണ്ടുമുട്ടുന്നു. ആ സ്ത്രീ അയാളിൽ ആത്മവിശ്വാസം വളർത്തുന്നു. ആ ശക്തിയിൽ എല്ലാം നഷ്ടപ്പെട്ട അതേ വേദിയിൽ അയാൾ വിജയം നേടുന്നു. വിജയം അറിയിക്കുവാനായി എത്തുന്ന അയാൾക്ക് അവരെ കണ്ടെത്താനായില്ല. ഇന്നും അവർക്കുവേണ്ടി അയാൾ അലഞ്ഞുകൊണ്ടേയിരിക്കുന്നു.''

''ആരായിരുന്നു ആ സ്ത്രീ?''

“അത് പല തരത്തിൽ എനിക്ക് ആലോചനയുണ്ട്. ഒന്നുകിൽ സോംനാമ്പുലിസം ബാധിച്ച ഒരു സ്ത്രീ. അല്ലെങ്കിൽ സ്നേഹിച്ചു കൊതി തീരാത്ത ഒരു ആത്മാവ്. അതുമല്ലെങ്കിൽ ഒരു യക്ഷി. യക്ഷിയാണ് കൂടുതൽ ശക്തമായുള്ളതെന്നു തോന്നുന്നു.”

“യക്ഷി മതി. അതിൽ എനിക്ക് വർക്ക് ചെയ്യാൻ കുറച്ചുണ്ടാവും.”

“അതെ സർ.”

“എന്തായാലും നമുക്ക് മുമ്പോട്ടു പോകാമെന്നു തോന്നുന്നു. പ്രമേയം പുതിയതൊന്നുമല്ല. പക്ഷേ, പുതിയ ഒരു രീതിയിൽ നന്ദനു പറയാനാകുമെന്ന് എനിക്കു തോന്നുന്നു. ഒരാഴ്ച കൊണ്ട് സിനോപ്സിസ് ഉണ്ടായാൽ നമുക്കിത് ഉടനേ പ്രോജക്ട് ആക്കാം. അടുത്ത പ്രാവശ്യം ഞാൻ പ്രൊഡ്യൂസറുമായാണ് നിങ്ങളെ കാണുക.”

ജയശങ്കർ കൈ കൊടുത്താണ് പിരിഞ്ഞത്. അയാൾ കുറേനേരം കൂടി കോഫി ഷോപ്പിനു മുമ്പിൽ എങ്ങോട്ടും പോകാതെ നിന്നു. ജീവിതം അവസാനിച്ചിടത്തുനിന്ന് തിരിച്ചു പിടിക്കുന്ന ഏതോ സിനിമാക്കഥയിലെ നായകന്റെ വികാരമായിരുന്നു അയാളുടെ ശരീരം നിറയെ. ദിക്കേത്, സ്ഥലമേത് എന്ന ബോധം തിരിച്ചു വന്നിട്ടു വേണം ലോഡ്ജിലേക്കു നടക്കാൻ.

മറുവാക്ക്

വീടിന്റെ രണ്ടാം നിലയുടെ പുറകുവശത്തു നിന്നു നോക്കിയാൽ നഗരത്തെ പകുത്തു പോകുന്ന നദി അത്ര അകലെയല്ലാതെ കാണാം. അരുന്ധതി ഇരുപതു വർഷംമുമ്പ് എത്തുമ്പോൾ നദിയുടെ ഇരു കരകളും ഏതാണ്ട് വിജനമായിരുന്നു. ഇപ്പോൾ മറുകരയിൽ വൻകിട ഫ്ളാറ്റുകൾ നിരവധി ഉയർന്നിരിക്കുന്നു; ഇപ്പുറത്തെ പുറംപോക്കിൽ ചെറുകുടിലുകളുടെ കോളനിയും. ഫ്ളാറ്റുകളിൽ പലതിലും താമസക്കാരില്ല. കാർമേഘം കെട്ടിയ ആകാശത്തിൽ അങ്ങിങ്ങു കാണുന്ന നക്ഷത്രങ്ങൾ പോലെയാണ് രാത്രികളിൽ ഫ്ളാറ്റുകളിലെ വെളിച്ചം കാണുന്നത്. കോളനിയിലാകട്ടെ, രാത്രി മുഴുവൻ വെട്ടമാണ്, കോലാഹലങ്ങളാണ്. പണി കഴിഞ്ഞെത്തുന്ന വരുടെ വെപ്പും കുടിയും ആട്ടവും പാട്ടും അടിയുമുണ്ട്. ആദ്യത്തെ കുടിൽ വന്നതു മുതൽ അവിടുത്തെ ഓരോ വികാസവും അരുന്ധതി ഈ രണ്ടാം നിലയിൽനിന്ന് കാണുന്നുണ്ട്. ഈ അടുത്ത കാലം വരെ നഗരത്തിലൊന്നും അരുന്ധതി പോയിരുന്നില്ല. ഈ കാഴ്ച യായിരുന്നു അവളുടെ സാമൂഹ്യ ജാലകം.

പാകമായ വസന്തമാണ് ഇപ്പോൾ അരുന്ധതി. യൗവനം അവ ളിൽനിന്ന് മടങ്ങുവാൻ മറന്നു നിൽക്കുന്നു. അരുന്ധതിക്ക് ഒരു മകളുണ്ട്. ശ്രേയ. അവൾ പത്താം ക്ലാസിലാണ്. മകൾ വലുതായ ശേഷം അവളുടെ നിർബന്ധത്തിനു വഴങ്ങിയാണ് അരുന്ധതി പുറത്തേക്കിറങ്ങാൻ തുടങ്ങിയത്. യാത്ര ബുദ്ധിമുട്ടായതോടെ ഡ്രൈവിങ്ങ് പഠിക്കണമെന്ന ചിന്ത വന്നു. കാറോടിച്ചു തുടങ്ങിയ തോടെയാണ് മറ്റൊരു ലോകം ഈ വീടിനു വെളിയിലുണ്ടെന്ന് അരുന്ധതി കണ്ടറിഞ്ഞു തുടങ്ങിയത്.

ഈ കാലം കൊണ്ട് രാഹുൽ മേനോൻ ഒരുപാട് വളർന്നിരുന്നു. ഗൾഫിലായിരുന്ന അയാൾ പിന്നെ ദക്ഷിണാഫ്രിക്കയിലേക്കു പോയി. ഇപ്പോൾ ബോട്സ്വാനയിൽ വജ്രഖനി വ്യവസായത്തിൽ പങ്കാളി യാണ്. മകൾ ജനിച്ചതിനു ശേഷം വലിയ ഉപദ്രവമൊന്നുമില്ല.

കാരണം അപ്പോഴേക്കും അയാൾക്ക് അരുന്ധതിയിലുള്ള സകല താല്പര്യവും അസ്തമിച്ചിരുന്നു. ആഫ്രിക്കയിലായ ശേഷം നാട്ടിലേക്കുള്ള വരവ് പോലും കുറഞ്ഞു. വർഷങ്ങൾ കൂടുമ്പോഴാണ് നാട്ടിലെത്താറുള്ളത്. അരുന്ധതിയുടെ ജീവിതം മകളെ വളർത്തുന്നതിൽ ഒതുങ്ങി. ഏകാന്തതകളിൽ അവൾ രഹസ്യമായി എഴുതി. എഴുതുന്നതെല്ലാം കുറേ കൊല്ലങ്ങൾ കഴിയുമ്പോൾ കത്തിച്ചു കളയും. അനുവാചകനിലെത്താതെ പൊലിഞ്ഞുപോയ രചനകൾ. ശ്രേയ ഒമ്പതിലായ സമയത്താണ്, ഒരിക്കൽ യാദൃച്ഛികമായി അവൾ അമ്മയുടെ എഴുത്തുപുസ്തകം കണ്ടെടുക്കുന്നത്.

അവിശ്വസനീയമായ അറിവുകളിലേക്കുള്ള വാതിലായിരുന്നു അവൾക്ക് ആ പുസ്തകം. അമ്മ എഴുതും എന്നത്. അമ്മ ഇങ്ങനെയൊക്കെ ചിന്തിക്കുന്നു എന്നത്. ആരോടും പറയാത്ത എത്രയോ വേദനകളുടെ സമാഹാരമാണ് അമ്മ എന്നത്. ഉച്ച മയങ്ങുന്ന നേരത്ത് അടുക്കളപ്പണി കഴിഞ്ഞ് ഒന്നു നടുനിവർത്താനായി കിടന്നപ്പോഴാണ് ശ്രേയ അരുന്ധതിയുടെ അരികിലെത്തി ആ അത്ഭുതം പ്രകടിപ്പിച്ചത്.

''അമ്മാ, എന്തു രസമായിട്ടാ നിങ്ങൾ എഴുതുന്നത്.''

അതു പറയുമ്പോൾ ശ്രേയയുടെ കണ്ണുകൾ പതിവിലേറെ വിടർന്നിരുന്നു. പക്ഷേ, അരുന്ധതി ദേഷ്യപ്പെട്ടു. തന്റെ മനോചിത്രങ്ങൾ മറ്റൊരാൾ വായിച്ചത് അവൾക്ക് ഇഷ്ടമായില്ല. ലോകത്ത് ഒരാളും കാണില്ല എന്ന ധൈര്യമായിരുന്നു ആ എഴുത്തിന്റെ കരുത്ത്. അതു നഷ്ടമായിരിക്കുന്നു. അവൾ ശ്രേയയെ ഇനി പറയാനൊന്നുമില്ല. തന്റെ സ്വകാര്യതയിലേക്കു കടന്നു കയറി എന്നൊക്കെപ്പറഞ്ഞ് പൊട്ടിത്തെറിച്ചു. എന്തിനാണ് അമ്മ ഇങ്ങനെ കലി കൊള്ളുന്നതെന്ന് കുട്ടി ആശ്ചര്യപ്പെട്ടു. അന്നു രാത്രി അരുന്ധതി ആലോചിച്ചു. എന്തായിരിക്കും തന്റെ സൃഷ്ടിയെക്കുറിച്ച് ആദ്യവായനക്കാരിയുടെ പ്രതികരണം? അവൾ മകളുടെ മുറിയിലേക്കു ചെന്നു. കട്ടിലിൽ അടുത്തിരുന്നു.

''വായിച്ചതിനെക്കുറിച്ച് പറ.''

ശ്രേയയ്ക്ക് ആവേശമായി. അവൾ ചാടിയെഴുന്നേറ്റ് അമ്മയെ കെട്ടിപ്പിടിച്ചു.

''സത്യം. എനിക്ക് അമ്മയെക്കുറിച്ച് അഭിമാനം തോന്നുന്നു. എത്ര ശക്തമായ ഭാഷയാണ്.''

അന്നുമുതലാണ് ശ്രേയ അമ്മയെ മറ്റൊരു തലത്തിൽ കണ്ടു തുടങ്ങുന്നത്. കുടത്തിൽ കത്തിച്ചുവച്ച വിളക്ക് പോലെ പാഴായിപ്പോയ ജീവിതമാണ് അമ്മയുടേതെന്ന് അവൾ അറിഞ്ഞു. തന്നെ

വളർത്തുന്നതിനപ്പുറം ഒരു നിയോഗവുമില്ലാതെ പോയ ജീവിതം. അന്നു മുതൽ അമ്മയും മകളും ഒരുപാട് സംസാരിച്ചു. സംവദിച്ചു. ശ്രേയ അമ്മയെ കേട്ടു. ഓരോ വിഷയത്തിലും മകൾക്ക് വ്യക്തമായ നിലപാടുണ്ടെന്ന് അത്ഭുതത്തോടെ അരുന്ധതി മനസ്സിലാക്കുന്നതിനും അതു കാരണമായി. ശ്രേയ ഒരു ദിവസം ചോദിച്ചു.

''എന്തിനാ അമ്മ ഇത്ര നാള് അച്ഛന്റെ അബ്യൂസ് സഹിച്ചത്? ഡിവോഴ്സ് ചെയ്തു കൂടായിരുന്നോ?''

അതിനു മറുപടിയായി അരുന്ധതി ചിരിച്ചു.

''നിന്റെ ഈ പ്രായത്തിൽ ഞങ്ങൾക്ക് ഇങ്ങനെയൊന്നും ചിന്തിക്കാൻ കഴിയുമായിരുന്നില്ല. അന്ന് പെണ്ണ് വളർന്നു വരുന്നതു തന്നെ ഏതോ ആണിന് കെട്ടിക്കൊണ്ടു പോകുവാനാണ്. അതാണെങ്കിലോ നാട് മുഴുവൻ പങ്കെടുക്കുന്ന വലിയ ആഘോഷത്തോടെ. കുടുംബം എന്ന കൂട്ടിലേക്ക് നമ്മളെ കൊട്ടും കുരവയുമായി ഇട്ടു കൊടുക്കുകയാണ്. അന്നു വന്നു ഭക്ഷണം കഴിച്ച നാട്ടുകാർക്ക് ഉണ്ട ചോറിനോട് വലിയ നന്ദിയാണ്, കുടുംബത്തിന്റെ കാവൽനായ്ക്കളുടെ സ്ഥാനമാണ് അവർക്ക്. അതിനുള്ളിൽ കിടന്ന് സഹിച്ചോണം. തെറിയായാലും അടിയായാലും ഏതു വൈകൃതമായാലും. സഹിക്കാനാവാതെ പിടഞ്ഞ് എങ്ങനെയെങ്കിലും പുറത്തു ചാടാൻ നോക്കിയാലോ ഈ സമൂഹം ഭാര്യമാരെ പിന്നെയും പിന്നെയും ഭർത്താക്കന്മാരുടെ മുറിയിലിട്ട് കതകടച്ചു കളയും. അവിടെക്കിടന്ന് ഒടുങ്ങുകയല്ലാതെ വേറെ ഗതിയില്ല. കാരണം, അയാൾ കൈവിട്ടാൽ സ്വന്തമായി ജോലിയില്ല. കുഞ്ഞിനെ വളർത്തണം. അതിന് സ്വന്തം കാലിൽ നിൽക്കാനുള്ള കരുത്ത് വേണം. നിനക്കിപ്പോൾ ഇതൊക്കെ തമാശയായിട്ട് തോന്നും.''

''എനിക്ക് മനസ്സിലാവുന്നു അമ്മാ. നിങ്ങൾ എത്ര കഷ്ടപ്പെട്ടിട്ടുണ്ട് എന്ന്.''

''ഒരു കാര്യം ഞാൻ നിന്നോട് പറയാം. നീ പഠിച്ച് ജോലി വാങ്ങണം. ജോലി ആയി കഴിഞ്ഞാൽ നിനക്കുള്ള പങ്കാളിയെ നീ സ്വയം കണ്ടെത്തണം. ആ സമയമാകുമ്പോൾ അച്ഛൻ അവതരിച്ചെന്നിരിക്കും. നിന്നുകൊടുക്കരുത്.''

ശ്രേയ ചിരിച്ചു. അവൾ അമ്മയെ നോക്കി കൈകളിളക്കി പറഞ്ഞു.

''അമ്മാ യൂ ആർ ഗ്രേറ്റ്. എനിക്കിതങ്ങ് ഇഷ്ടപ്പെട്ടു.''

''ഇനീം കുറേയൊണ്ട്.''

''കുറച്ചു കുറച്ചു തന്നാ മതി അമ്മാ. എന്റെ ബ്രയിന് താങ്ങൂല.''

അമ്മയും മകളും പൊട്ടിച്ചിരിച്ചു. അരുന്ധതി ഒരു ഫേസ്ബുക്ക് അക്കൗണ്ട് തുടങ്ങണമെന്നും അതിൽ എഴുതണമെന്നും ശ്രേയ

ഉപദേശിച്ചു. അരുന്ധതി വഴങ്ങിയില്ല. അതേ സമയം, അവൾ എഴുത്ത് കുറച്ചു കൂടി ഗൗരവത്തിലെടുത്തു. പിന്നൊരിക്കലും ആ രചനകൾ അഗ്നി വിഴുങ്ങിയില്ല. സന്ദേഹങ്ങളും സ്വപ്നങ്ങളും അക്ഷരരൂപത്തിൽ അവൾ പകർത്തിവച്ചു. കഴിഞ്ഞ വർഷമാണ് ഒരുപാട് കാലത്തിനു ശേഷം രാഹുൽമേനോൻ നാട്ടിലെത്തിയത്.

‘‘കുറേ നാളായില്ലേ. നിന്റെ കൂടെ കിടക്കണമെന്ന് ഒരു കൊതി തോന്നി. അടുത്ത ദിവസം ടിക്കറ്റെടുത്ത് ഇങ്ങ് പോന്നു. അതാണെടീ സ്നേഹം.’’

ഇതായിരുന്നു അയാളുടെ വിശദീകരണം. അരുന്ധതി അത് വിശ്വസിച്ചില്ല. അതു നാടകമാണെന്ന് ഇപ്പോൾ അവൾക്കു നല്ല പോലെ അറിയാം.

‘‘നിനക്കിവിടെ എങ്ങനെയുണ്ട്? കാമുകന്മാർ ഒന്നുമില്ലല്ലോ. ഇല്ലാതിരുന്നാൽ നിനക്കും അവന്മാർക്കും നല്ലത്.’’

വൈകുന്നേരം ചായയുമായി ചെന്നപ്പോൾ അയാൾ ഓർമ്മിപ്പിച്ചു. അവൾ ഉത്തരമൊന്നും പറഞ്ഞില്ല. അയാൾക്ക് മാറ്റമൊന്നുമില്ലെന്നു മനസ്സിലായി. രാത്രി മുറിയിലെത്തിയ രാഹുൽ പറഞ്ഞു

‘‘ഇവിടെ ബോറടിക്കുന്നു. നമുക്ക് ടെറസിലേക്കു പോകാം.’’

അവൾ പായും വിരിപ്പുമായി അയാളെ അനുഗമിച്ചു. ആകാശത്തേക്കു നോക്കി രാഹുൽ ആവേശം കൊണ്ടു.

‘‘ആഹാ. ചന്ദ്രൻ. നക്ഷത്രങ്ങൾ. ഗ്രേറ്റ് ആമ്പിയൻസ്’’

ടെറസിൽ പായ വിരിച്ച് അവൾ മാറിനിന്നു. തന്റെ അരികിലേക്കു അവളെ പിടിച്ചു കിടത്തവേ അയാൾ പറഞ്ഞു.

‘‘ഈ ഫാന്റസി എനിക്ക് ബോട്സ്വാനയിൽനിന്നും കിട്ടിയതാണ്, കാടിന്റെ മധ്യത്ത് നല്ല പുൽമേടുപോലുള്ള പ്രദേശമുണ്ട്. അവിടെ നിലാവുള്ള രാത്രികളിൽ ആഫ്രിക്കക്കാരികളെ കൊണ്ടുപോകും. ഹൊ, എന്തു വന്യമായ അനുഭവമാണ്. അതിനടുത്തൊന്നും നീ എത്തില്ല കേട്ടോ.’’

അവൾ അനക്കമില്ലാതെ കിടന്നു. അയാൾ തന്റെ ആവശ്യം തീർക്കുകയാണ്. പുറത്ത് ഒരു അണലിയെ വഹിക്കുന്ന പോലെ അവൾക്ക് അനുഭവപ്പെട്ടു. അവളുടെ മരവിപ്പ് അയാൾക്ക് അസഹനീയമായി.

‘‘ബോറ്. എനിക്കു മടുത്തു. ഇതിലും നല്ലത് വല്ല ശവത്തിലും ചെയ്യുന്നതാണ്.’’

അയാൾ പ്രയത്നം മതിയാക്കി താഴേക്കു പോയി. ചന്ദ്രനും നക്ഷത്രങ്ങളും നിറഞ്ഞ നീലാകാശം നോക്കി അരുന്ധതി കിടന്നു.

പണ്ടേ ഈ ടെറസിലേക്കു വരേണ്ടതായിരുന്നു എന്നവൾക്കു തോന്നി. രാത്രിയിൽ എങ്ങോട്ടെന്നില്ലാതെ പോകണം. ചക്രവാളത്തോളം അകലെ എവിടെയോ നക്ഷത്രങ്ങൾ പൊഴിയുന്ന താഴ്വാരമുണ്ടെന്ന് ആരോ പറഞ്ഞിട്ടുണ്ട്. അവിടെയെത്തണം. ആ വിജനതയിലൂടെ അരപ്പാവാടയും ഉടുപ്പുമിട്ട് ഓടി നടക്കണം. അരുന്ധതി ചിരിച്ചു. ഉറക്കെ ചിരിച്ചു.

അടുത്ത ദിവസം രാഹുൽ ഡൽഹിക്കു പോയി. അയാൾ നാട്ടിലേക്കു വന്നത് ബിസിനസ് സംബന്ധമായ കാര്യങ്ങൾക്കാണെന്ന് അവൾക്കു മനസ്സിലായത് അപ്പോഴാണ്. അധികം താമസിയാതെ തിരിച്ചുവന്ന് ആഫ്രിക്കയിലേക്കും പോയി. ആ വരവിനു ശേഷം രാഹുൽ ഇടയ്ക്ക് വീഡിയോ കോൾ വിളിക്കും. അതിൽ തന്റെയൊപ്പമുള്ള ആഫ്രിക്കക്കാരികളുമായുള്ള രതി അവൾക്കു കാണിച്ചു കൊടുക്കും.

കണ്ടു പഠിക്കടീ എന്ന് ഉപദേശിക്കും. പല തവണ ഇത് ആവർത്തിച്ചു. ഒരു ദിവസം അരുന്ധതി അയാളെ തിരികെ വീഡിയോ കോൾ വിളിച്ചു.

‘‘എന്തടീ?’’

അവളൊന്നും മിണ്ടിയില്ല. പകരം താൻ സ്വയംഭോഗം ചെയ്യുന്നത് കാണിച്ചുകൊടുത്തു. അയാൾ തന്റെ ടാബ്ലെറ്റ് എറിഞ്ഞുടച്ചു. ഫോണിൽ തിരികെ വിളിച്ച് അലറി.

‘‘എന്തു ചെറ്റത്തരമാടീ കൂത്തിച്ചീ എന്നെ കാണിച്ചത്.’’

അവൾ ആവുന്നത്ര ശാന്തമായി പറഞ്ഞു.

‘‘ഇത് തുടക്കമാണ്. മേലാൽ നിങ്ങടെ വല്ല പന്നത്തരവും എന്നെ വിളിച്ചു കാണിച്ചാൽ ഇതിനപ്പുറം കാണും. ഗുഡ്നൈറ്റ് രാഹുവേട്ടാ.’’

അവൾ ഫോൺ വെച്ച് ചിരിച്ചു. പൊട്ടിപ്പൊട്ടി ചിരിച്ചു. ജീവിതത്തിലന്നുവരെ ലഭിക്കാത്ത ആനന്ദം അവൾ അനുഭവിച്ചു

കഥാപാത്രം

കുരുമുളകിട്ടു വരട്ടിയ ബീഫ് കറി ചൂട് പെറോട്ടയിൽ അലിഞ്ഞു ചേരുന്ന ആൽക്കമിയാണ് വിശ്വം റസ്റ്റോറന്റിന്റെ സമാനതകളില്ലാത്ത വിപണന രഹസ്യം. കറിയുടെ കൂട്ട് വിശ്വണ്ണന്റെ സ്വന്തം സൂത്രവാക്യമാണ്. രസമുകുളങ്ങളിൽ നിന്നു വിട്ടുപോകാത്ത ഓർമ്മകളുമായി ഭക്ഷണപ്രേമികൾ വീണ്ടും വീണ്ടും ഇവിടേക്കു വരുന്നു. അവർ അവരുടെ സ്വന്തം കട പോലെയാണ് വിശ്വം റസ്റ്റോറന്റിനെ കാണുന്നത്. അതുകൊണ്ട് സ്ഥലക്കുറവായാലും വിളമ്പുന്നതിലെ കാലതാമസമായാലും സഹിക്കും. അയാളുടെ പണിയിൽ അത്രത്തോളം അത് ആയാസം കുറച്ചു.

അന്ന് പതിവിലും ജോലി കൂടുതലുള്ള ദിവസമായിരുന്നു. ഹോട്ടലിൽ നിന്ന് ഇറങ്ങുവാനും താമസിച്ചു. വിശ്വണ്ണന്റെ മകളും മരുമകനും വീട്ടിലെത്തിയിട്ടുള്ളതിനാൽ അദ്ദേഹം വരാൻ വൈകി. അതുവരെയും നിന്നു തിരിയാൻ വയ്യാത്തത്ര പണിയായിരുന്നു. ജോലിക്കാരെ നോക്കണം. പൈസ വാങ്ങി പെട്ടിയിലിടണം. ഇടപാടുകാരെ പരമാവധി സന്തുഷ്ടരാക്കണം. അങ്ങനെ തിരിയാനും മറിയാനും പറ്റാത്ത അവസ്ഥ. തല മുഴുവൻ കണക്കുകൂട്ടലും കിഴിച്ചിലുമാണ്. എങ്ങനെയെങ്കിലും മുറിയിലെത്തി തലയിൽ തണുത്ത വെള്ളം ഒഴിച്ചാലേ കഥയുടെ കാല്പനികലോകം തിരികെ വരു. വിശ്വണ്ണൻ വന്നതും അയാൾ ഇറങ്ങി. പക്ഷേ, പിറകിൽ നിന്നു വിളി വന്നു.

"കഴിക്കുന്നില്ലേ?"

വിശ്വണ്ണനാണ്. ഭക്ഷണം പ്രധാനമാണെന്നാണ് അദ്ദേഹത്തിന്റെ അഭിപ്രായം.

"വിശന്നിരുന്ന് കവിതയെഴുതാം. പക്ഷേ, വിശന്നിരുന്ന് സിനിമാക്കഥ എഴുതാനാവില്ല. വയറു നിറഞ്ഞിരിക്കുന്നവനു മാത്രമേ നമ്മുടെ സിനിമയ്ക്കു പറ്റിയ കഥയുണ്ടാക്കാനാവൂ."

തന്നെ പിടിച്ചിരുത്തി പെറോട്ടയും ബീഫും വിളമ്പുന്ന വിശ്വണ്ണനെ അയാൾ നോക്കി. ആ മനസ്സിൽ ഇപ്പോൾ എന്തായിരിക്കും? ഹോട്ടലിലെത്തി കുറേ ദിവസം കഴിഞ്ഞാണ് വിശ്വണ്ണന്റെ പൂർവ്വാശ്രമം അറിയുന്നത്. കോളേജിൽ പഠിക്കുന്ന കാലത്ത് സിനിമയിൽ അഭിനയിക്കാനായി കോടമ്പക്കത്തേക്ക് നാടു വിടുകയായിരുന്നു. നീണ്ട പത്തു വർഷം വെള്ളിത്തിരയിൽ അവിടെയും ഇവിടെയും പ്രത്യക്ഷപ്പെട്ടു. ഒടുവിൽ, ഒരു ജൂനിയർ നടിക്കു ജീവിതം കൊടുക്കാനായി ഏജന്റിന്റെ ക്യാമ്പിൽ നിന്ന് അവരെ രക്ഷിച്ച് നാട്ടിലേക്കു തന്നെ തിരികെ ഒളിച്ചോടി. തിരിക്കും മുമ്പ്, ഭ്രാന്തായിരുന്ന അഭിനയമോഹം കോടമ്പാക്കത്തെ ചാലിൽ വലിച്ചെറിഞ്ഞു. കുടുംബം പോറ്റാനായി ഹോട്ടൽ തുടങ്ങി. പ്രിയപ്പെട്ടവൾക്കായി തന്റെ തീവ്രാഭിലാഷത്തെ ഉപേക്ഷിക്കുക. ഒരു പ്രണയകഥയിൽ ഇതിനപ്പുറം എന്തു ഹീറോയിസമാണ് വേണ്ടത്. അതിൽ അദ്ദേഹത്തിന് ഇന്നും വിഷമമില്ല. ഓരോ കാലത്ത് ഓരോ തോന്നൽ എന്നു പറഞ്ഞ് ആ കാലത്തെ അദ്ദേഹം ലളിതമായാണ് അടയാളപ്പെടുത്തുക. തന്നെ ജോലിക്കെടുത്തത് അദ്ദേഹത്തിന് ആളു വേണ്ടിയിട്ടായിരുന്നില്ല എന്നും തന്നെ സഹായിക്കാൻ മാത്രമായിരുന്നെന്നും ദിവസങ്ങൾ കഴിഞ്ഞാണ് റഫീക് പറഞ്ഞത്. അറിയുന്തോറും വിസ്തൃതമാകുന്ന മനസ്സെന്ന പ്രതിഭാസമാണ് വിശ്വണ്ണൻ.

ബസിലിരിക്കുമ്പോൾ അയാൾ പിരിമുറുക്കത്തിലായിരുന്നു. കഥാസംഗ്രഹം ആയിട്ടില്ല. പ്രധാന കഥാപാത്രം തെളിയാത്തതാണ് കാരണം. ഒരു രൂപവും ഉറയ്ക്കുന്നില്ല. ജയശങ്കർ സാറിനെ കാണാമെന്നു പറഞ്ഞ സമയം അടുത്തു വരികയാണ്. ലോഡ്ജിനു കുറേ ദൂരെയാണ് ബസിറങ്ങേണ്ടത്. റോഡ് മിക്കവാറും വിജനമായിരുന്നു. നല്ല തണുത്ത കാറ്റുണ്ട്. അതുകൊണ്ട് ക്ഷീണമുണ്ടെങ്കിലും നടക്കാൻ ഒരു സുഖമുണ്ട്. അയാളുടെ ചിന്ത നിറയെ കഥാപരിസരമാണ്. നായിക വരുന്നു. അയാളെ വിജയത്തിലേക്കു നയിക്കുന്നു. അതൊക്കെ ശരി. പക്ഷേ അവൾ എങ്ങനെയാണ്? എന്താണ് അവളുടെ ചിന്തയും രൂപവും? എന്തൊക്കെ നിനച്ചാലും അതൊന്നും ശരിയാവില്ല എന്ന തോന്നൽ.

രചനയുടെ ആശങ്കകളുമായി ആളൊഴിഞ്ഞ നിരത്തിലൂടെ അയാൾ നടന്നു. ആ സമയം അയാളെ ആരോ പിന്തുടരുന്നുണ്ടായിരുന്നു. കൃത്യമായ അകലം പാലിച്ച് ആ ആൾ അയാൾക്ക് ഒരു അലോസരവും ഉണ്ടാക്കാതെ പിന്നാലെയുണ്ട്. അയാൾ ലോഡ്ജിൽ കയറി പിരിയൻ ഗോവണി ചവുട്ടി മുകളിലെത്തി മുറി തുറന്ന് അകത്തു കയറി കതകടച്ചു. നേരേ പോയി വിസ്തരിച്ച് കുളിച്ചു. തണുത്ത വെള്ളം തലയിൽ ധാരയായി വീണു. അതോടെ ക്ഷീണം മുഴുവൻ

മാറി. തല തോർത്തിക്കൊണ്ട് കുളിമുറിക്കു പുറത്തേക്കിറങ്ങുമ്പോഴുണ്ട് മരക്കസേരയിൽ ഒരു പെണ്ണ് ഇരിക്കുന്നു. അയാൾ രണ്ടടി പിന്നോട്ടു മാറി.

''ആരാ, എന്തു വേണം?''

അയാൾ അല്പം ഭയന്നു. സമയം പാതിരാവാണ്. അവൾ ചിരിച്ചു.

''പേടിക്കണ്ട. നിങ്ങൾ അന്വേഷിക്കുന്ന ആളാണ് ഞാൻ, നിങ്ങളുടെ കഥാപാത്രം.''

അയാൾ അവളെ തുറിച്ചുനോക്കി. ആ നേരം ഇലഞ്ഞിപ്പൂവിന്റെ ഗന്ധം അവിടമാകെ നിറഞ്ഞു. അഴിച്ചിട്ട മുടിയും ചുവന്നു തുടുത്ത ചുണ്ടുമായി, കത്തുന്ന കണ്ണുകളിൽ പ്രണയം നിറച്ച യക്ഷി അയാളെ തേടി എത്തിയിരിക്കുന്നു. കറുത്ത സാരിയിൽ അവളുടെ ചേതോഹരമായ ഉടൽ ഉലയിലെ സ്വർണ്ണം പോലെ തിളങ്ങി. അയാൾ കട്ടിലിലിരുന്നു. അവളെ ആകെയൊന്നു നോക്കി. പകുതി ആത്മഗതമെന്നപോലെ പറഞ്ഞു.

''നിങ്ങളെയല്ല ഞാൻ പ്രതീക്ഷിച്ചത്.'' തലയണ ഭിത്തിയിൽ വച്ച് അതിലേക്ക് അയാൾ ചാരിയിരുന്നു. അയാൾക്ക് ഇത് ഒരു യക്ഷിക്കഥയാക്കുന്നതിൽ രണ്ടു മനസ്സുണ്ട്. മനസ്സിൽക്കിടന്നു തിളച്ചു മറിയുന്ന പ്രണയത്തിന്റെ തീക്ഷ്ണത അയഥാർത്ഥമായൊരു പരിസരത്ത് എത്രത്തോളം ആവിഷ്കരിക്കാൻ കഴിയും എന്ന സന്ദേഹമുണ്ട്.

''ഫാന്റസി ഇത്രത്തോളം വേണോ എന്ന് ഞാൻ ആലോചിക്കുകയായിരുന്നു.'' തന്റെ ചിന്ത അയാൾ പങ്കു വച്ചു.

''എന്തു ഫാന്റസി. ജീവിതം ഇതിനേക്കാൾ ദുരൂഹമല്ലേ?'' അവൾ പ്രതികരിച്ചു.

''ശരിയാണ്. പക്ഷേ, നമ്മുടെ ഓഡിയൻസ്.''

''ഭയമുണ്ടെങ്കിൽ പറ. ഞാൻ പോയേക്കാം.''

''ഏയ്. അങ്ങനെയൊന്നുമില്ല. നമ്മളിത് ചെയ്യുന്നു. എത്ര ചിന്തിച്ചാലും ഉത്തരം കിട്ടാത്ത ഒരു സമസ്യയിൽനിന്നാണ് ഞാൻ നിന്നെ രൂപപ്പെടുത്തിയത്. അതിന്റെ സംശയങ്ങളായി കണ്ടാൽ മതി. കഥയുടെ ഒരു ചുരുക്കം പറയാം.''

''ആദ്യം എനിക്കൊരു പേരു വേണം.''

''നീ നീലിയാണ്.''

''ആ പേര് തന്നെ ക്ലീഷേ ആണ്.''

''എങ്കിൽ രുദ്ര ആയാലോ?''

''എന്തോ ആകട്ടെ. രുദ്രയെങ്കിൽ രുദ്ര. ഇങ്ങനെ പോയാൽ കഥയും പറഞ്ഞു തേഞ്ഞതാകും എന്നാണ് എന്റെ ഭയം. എന്താ യാലും കഥ കേൾക്കട്ടെ.''

പെണ്ണ് ചൊറിയാണെന്ന് അയാൾക്കു മനസ്സിലായി. യക്ഷിയാ ണല്ലോ.

''അത് നീയിപ്പോൾ ഗ്യാലറിയിലിരിക്കുന്നതു കൊണ്ടാണ്. കള ത്തിലിറങ്ങുമ്പോൾ അഭിപ്രായം മാറിക്കോളും.''

അയാൾ തുടർന്നു.

''പ്രണയം അങ്ങനെയാണ്. അത് ചെസ് കളി പോലെയാണ്. കണ്ടുകൊണ്ടിരിക്കാനുള്ളതല്ല, കളിക്കാനുള്ളതാണ്. എത്ര സഹ സ്രാബ്ദങ്ങളായി മനുഷ്യൻ പ്രണയിക്കുന്നു. എത്ര നൂറ്റാണ്ടുകളായി പ്രണയത്തെക്കുറിച്ച് പാടുന്നു. എത്ര പ്രണയങ്ങളിലൂടെ ഒരു മനു ഷ്യായുസ്സിൽ കടന്നുപോകുന്നു. പ്രണയം മനുഷ്യന്റെ അടിത്തറ യാണ്. പ്രണയമുള്ളതുകൊണ്ടാണ് തത്ത്വചിന്തയും ശാസ്ത്രവും നമുക്ക് സഹിക്കാനാകുന്നത്. പ്രണയമുള്ളതുകൊണ്ടാണ് അധികാ രവും അടിച്ചമർത്തലുകളും നാം അറിയാതെ പോകുന്നത്. വേദന കളും പാപങ്ങളും പൊറുക്കാനാകുന്നത്. പ്രണയമുള്ളതുകൊണ്ടാണ് ജീവിച്ചിരിക്കുന്നതു തന്നെ.''

''അപ്പോൾ ജീവിച്ചിരിക്കാത്ത ഒരു യക്ഷി എന്തിനാണ് പ്രണയി ക്കുന്നത്?''

''ജീവിച്ചു കൊതി തീരാത്ത ആത്മാക്കളുടെ ദാഹത്തെയാണ് നമ്മൾ യക്ഷി എന്നു വിളിക്കുന്നത്. പെണ്ണ് ജീവിച്ചിരിക്കുമ്പോൾ അവളുടെ ആത്മാവിന്റെ വിശപ്പൊക്കെയും മതവും സമൂഹവും ഭരണകൂടവും വേലി കെട്ടിയടയ്ക്കും. പുരുഷാധിപത്യത്തിന്റെ കുരിശുകൾ ചുമന്ന് കാൽവരിക്കുന്നിലേക്കു നടക്കുന്ന യേശുവാണ് ഓരോ സ്ത്രീയും. അവരൊക്കെയും ആ കുരിശുകളിൽ കിടന്നു തീരും. പൂർത്തിയാക്കാത്ത കാമനകളുമായി. അതിൽ ഉശിരുള്ളവ ഉയർത്തെഴുന്നേൽക്കുമായിരിക്കും എന്ന കിനാവാണ് യക്ഷി. ഉയർ ത്തെഴുന്നേൽക്കണമെന്ന ആ ദാഹമാണ് യക്ഷി. പെണ്ണിൽ ബാക്കി യായ പ്രണയം മരണാനന്തരം നിലനില്ക്കുമെങ്കിൽ അതിന്റെ പേരാണ് യക്ഷി. അവൾ പ്രണയിക്കുകയല്ലാതെ മറ്റെന്തു ചെയ്യാനാണ്?''

''അതെയോ. അപ്പോൾ ഈ ഞാൻ പ്രണയമാണോ? അടക്കാ നാവാത്ത പ്രണയം. നിറഞ്ഞു കവിയുന്ന പ്രണയം. പകർന്നാലും പകർന്നാലും തീരാത്ത പ്രണയം?''

''അതെ. യക്ഷി പ്രണയത്തിന്റെ ദേവതയാണ്. പക്ഷേ, ആ പ്രണയം വെറുതേ പാഴാക്കുകയില്ല. ഭൂമിയിൽ ഏറ്റവും പ്രണയ

ദാരിദ്ര്യമനുഭിക്കുന്നവരെത്തേടി അവൾ വരും. അവരുടെ ചുട്ടു പഴുത്ത ആത്മാവിലേക്ക് അവൾ മഞ്ഞലയായി പടരും. അവിടെ നിയമമില്ല. ആധിപത്യമില്ല. ഭയമോ സ്വാർത്ഥതയോ ഇല്ല. പ്രണയം മാത്രം.''

അത്രയുമായപ്പോൾ അവൾ പ്രണയത്തെ ഇഷ്ടപ്പെട്ട പോലെ തോന്നി. കുറച്ച് മുന്നോട്ടാഞ്ഞ് താത്പര്യപൂർവ്വം പറഞ്ഞു.

''കഥ പറയൂ.'' അയാൾ കഥ വിവരിച്ചു.

''പ്രശസ്തനായ നർത്തകനാണ് അരവിന്ദ്. അയാൾ ചതിക്കപ്പെടുന്നു. അതോടെ വേദിയിൽ അയാൾ പരാജയമാകുന്നു. ആരാധകരും സുഹൃത്തുക്കളും കൈയൊഴിയുന്നു. എല്ലാവരും വെറുക്കുന്ന അവസ്ഥ. സ്വന്തം കാമുകി പോലും തള്ളിപ്പറയുന്നു. ജീവിച്ചിരിക്കുവാൻ അയാളെ പ്രേരിപ്പിക്കുന്ന ഒന്നും ബാക്കിയില്ലാത്തതാകുന്നു. അങ്ങനെ അയാൾ ആത്മഹത്യയ്ക്കു ശ്രമിക്കുന്നു. ആ നിമിഷം യക്ഷി അയാളെ രക്ഷിക്കുകയാണ്. അയാളിലേക്കു പ്രണയം പകരുന്നു. അത് അയാളെ ഊർജ്ജവാഹിയാക്കുന്നു. നഷ്ടപ്പെട്ട ഇടങ്ങളിൽ വിജയം നേടുന്നു. അയാളിൽ സുഖകരമായ പ്രണയസ്മരണകൾ ബാക്കിയാക്കി അവൾ മറയുന്നു. അവൾ തിരികെ വരുന്നതും കാത്ത് പിന്നീടുള്ള കാലം അയാൾ ജീവിക്കുന്നു.''

അപ്പോഴേക്ക് ഉറക്കം അയാളെ വലയം ചെയ്തിരുന്നു ''ബാക്കി നാളെ.''

എഴുത്തുകാരൻ ഇരുന്ന ഇരുപ്പിൽ കട്ടിലിലേക്കു ചാഞ്ഞു. മരക്കസേരയിൽ താടിക്ക് കൈയും കൊടുത്ത് കഥാപാത്രം അയാളെത്തന്നെ നോക്കിയിരുന്ന് സമയം പോക്കി. പിറ്റേന്ന് പകൽ അയാളും കഥാപാത്രവും നടക്കാനിറങ്ങി. ലോഡ്ജിനു മുന്നിലെ ഊടുവഴി കഴിഞ്ഞ് പ്രധാന റോഡിൽ ഇടത്തോട്ടു തിരിഞ്ഞ് ഒരു കിലോമീറ്റർ നടന്നാൽ സിറ്റി പാർക്കിലെത്തും. ധാരാളം മരങ്ങളും വള്ളിപ്പടർപ്പുകളും നീർച്ചോലകളും നിറഞ്ഞ, നഗരത്തിനു മധ്യത്തിലെ പച്ചപ്പിന്റെ തുരുത്താണ് അവിടം. ഇലച്ചാർത്തുകൾ നിഴൽ പരത്തിയ ഒരു മരച്ചുവട്ടിൽ അവരിരുന്നു. തന്നെ സൃഷ്ടിക്കാനുണ്ടായ പ്രചോദനത്തെക്കുറിച്ച് അവൾ അയാളോടു ചോദിച്ചു. അയാൾ പറഞ്ഞു.

''സത്യത്തിൽ ഈ കഥയുടെ ഉടമസ്ഥാവകാശം എനിക്കല്ല. ഇതിന്റെ ബീജവും പ്രചോദനവും ഊർജ്ജവും അവരാണ്. രജനി. അതാണ് പേര് എന്നു മാത്രമേ അറിയൂ. അവരാരാണ്, എന്തിനാണ് എന്ന എന്റെ അന്വേഷണമാണ് ഈ കഥ. അവർ എന്നെക്കൊണ്ട് ഇത് എഴുതിക്കുകയാണ്.''

''അങ്ങനെയൊരാളുണ്ടോ? അത് നിങ്ങളുടെ അനാഥത്വം സൃഷ്ടിച്ച പകൽക്കിനാവായിരിക്കും. അതോ, നിങ്ങളിലെ മനോരോഗി കാണുന്ന മായക്കാഴ്ചയാണോ?''

''അറിയില്ല. ഇതിലേതാണെന്നത് ഞാൻ കാര്യമാക്കുന്നില്ല. പകരം, ഒരു കാര്യം പറയാം. മരിക്കാനിറങ്ങിയ ഞാൻ വീണ്ടും ജീവിതത്തെ പൂണ്ടടക്കം പിടിച്ചു എന്നത് നേരാണ്. രതിയുടെ ലഹരി കൊണ്ട് ആത്മഹർഷം നേടി എന്നത് നേരാണ്. എന്നിൽ എഴുത്തിന്റെ ഊർജ്ജം നിറഞ്ഞു എന്നത് നേരാണ്. ഇതെല്ലാം നേരാണ്, അതിനപ്പുറം ഒരു യുക്തിയും എനിക്കാവശ്യമില്ല.''

കുറച്ചു നേരം അയാൾ മൗനം നിലനിർത്തി. പിന്നെ ചെറിയൊരു പുഞ്ചിരിയോടെ അവളെ നോക്കിപ്പറഞ്ഞു.

''വെറുമൊരു കഥാപാത്രം, അതും ഒരു യക്ഷി വന്നിരുന്നു യുക്തിവാദം പറയുന്നതു കേൾക്കാൻ തമാശയുണ്ട്, കേട്ടോ.''

രുദ്ര പൊട്ടിച്ചിരിച്ചു. ആ നേരം ഇലഞ്ഞിപ്പൂക്കൾ പൊഴിയുന്നത് അയാൾ മണത്തു. അവൾ അഴിച്ചിട്ട മുടിയൊന്ന് നിവർത്തിട്ടു. ഇടഞ്ഞ കണ്ണ് വച്ച് അയാളെ നോക്കി ചെറുചിരിയോടെ പറഞ്ഞു.

''ഇവിടെ മതം സ്ഥാപിക്കാൻ ശാസ്ത്രത്തെ കൂട്ടുപിടിക്കുന്നു. ശാസ്ത്രത്തിന്റെ പേരിൽ ശാസ്ത്ര മത തീവ്രവാദം ഉണ്ടാകുന്നു. അത്രയൊന്നും കോമഡിയില്ലല്ലോ ഒരു യക്ഷിയുടെ യുക്തിചിന്തയ്ക്ക്.''

''മിടുക്കി.'' അയാൾ അഭിനന്ദിച്ചു.

നന്ദിപൂർവ്വം തലകുനിച്ച് അവൾ അത് ഏറ്റുവാങ്ങി. രുദ്രയിൽ നിന്നും ഒരു ദീർഘനിശ്വാസം ഉയർന്നു. അവൾ പറഞ്ഞു.

''എന്തായാലും നിങ്ങൾ പറഞ്ഞു പറഞ്ഞ് എനിക്കും ഇപ്പോൾ പ്രണയിക്കാൻ തോന്നുന്നു. ഒരു യക്ഷി എന്ന നിലയിൽ എന്റെ സ്വത്വം തിരിച്ചറിയുന്നു. എനിക്ക് പ്രണയിക്കണം. എവിടെ എന്റെ പ്രേമഭാജനമാകേണ്ടവൻ?''

അവർ കഥയുടെ ഉള്ളിലേക്ക് നടന്നു. മനുഷ്യസ്പർശമില്ലാത്ത ഉൾക്കാടുകളിൽ അലഞ്ഞു. സന്ധ്യ കഴിഞ്ഞാണ് തിരിച്ച് ലോഡ്ജിലേക്കു മടങ്ങിയത്. അപ്പോഴേക്ക് അവളിലെ യക്ഷി പ്രണയലോലയും ലാസ്യവതിയുമായ സമ്മോഹന സൗന്ദര്യമായി മാറിയിരുന്നു. പ്രണയം അവളിൽനിന്നും ഇലഞ്ഞിപ്പൂമണം പോലെ പരന്നു.

എഴുത്ത് തുടങ്ങി. പ്രണയത്തിന്റെ സുഖനൊമ്പരങ്ങൾ തൂലികയിൽനിന്ന് കടലാസിലേക്ക് ഒഴുകുകയായി. ഒരിക്കലെങ്കിലും ലോകത്തിനു മുമ്പിൽ ജയിക്കാനായി മരിക്കാൻ തീരുമാനിച്ച നർത്തകൻ.

അയാൾ വനഛായയിൽ കാട്ടരുവികൾ വന്നു ചേരുന്ന താഴ്‌വാരത്ത്, പുഴയുടെ ഏകാന്തമായ പുളിനത്തിൽ തന്റെ അവസാന നൃത്തം ചെയ്തു. ലോകത്ത് ആരുമില്ലാതായവന്റെ അന്ത്യസന്ദേശം. അപ്പോൾ കൊടുങ്കാറ്റ് കൂടുവച്ച കരിമ്പനകളെ ഇളക്കിമറിച്ച് അവൾ വന്നു. മരണത്തിന്റെ കൊടുമുടിത്തുമ്പിൽ താഴേക്കു കാൽ വച്ചു നിന്ന അയാളെ കോരിയെടുത്ത് അവൾ തന്റെ മാറിടങ്ങളുടെ ഇടയിൽ ചേർത്തു. അയാൾ സ്നേഹത്തിന്റെ കരുതൽ രുചിച്ചു. പ്രണയത്തിന്റെ രാസലായനിയിൽ അവർ പരസ്പരം അലിയാൻ തുടങ്ങി.

ആ നേരം മഴ ആരംഭിച്ചു. യുഗാന്തരങ്ങളായി അലഞ്ഞുനടന്ന മേഘങ്ങൾ ഉരുകിയൊലിച്ച് പെയ്യുന്ന ഭ്രാന്തമായ മഴ. അഴിച്ചിട്ട തലമുടിക്കെട്ടുപോലെ ഉലയുകയും സീൽക്കാരത്തോടെ ചുറ്റിപ്പുണരുകയും ചെയ്യുന്ന മഴ. കറുത്ത വാവിന്റെ കോപ്പ നിറയെ ഇരുളിന്റെ ലഹരി കുടിച്ച് ആസക്തയായ രാത്രി ഭൂമിയെ അടിമുടി ചുംബിച്ചു. നനഞ്ഞ മണ്ണും ഇലഞ്ഞിപ്പൂക്കളും കൂടിക്കുഴഞ്ഞുണ്ടായ മാദകഗന്ധത്തിനുള്ളിൽ അവർ മുങ്ങിത്താണു.

പ്രണയം

രണ്ടര മണിക്കൂറെടുത്താണ് അയാൾ വൺ ലൈൻ വായിച്ചത്. ഓരോ സീൻ എഴുതി വായിച്ചതു കൂടാതെ ചില സന്ദർഭങ്ങൾ വിവരിക്കുകയും ചെയ്തു. അതു കേൾക്കാൻ ഹോട്ടൽ മുറിയിൽ സംവിധായകൻ ജയശങ്കറിനെക്കൂടാതെ നിർമ്മാതാവ് ക്രൗൺ രമേഷും പ്രൊഡക്ഷൻ കൺട്രോളർ ബോസും ഉണ്ടായിരുന്നു.

...ഏകാകിയുടെ ഹൃദയവിലാപം പോലെ വിലോലമായ ഒരു സംഗീതം പശ്ചാത്തലത്തിൽ...

വിജനതയുടെ വന്യത നിറഞ്ഞ ഫ്രെയിമിൽ, വിസ്തൃതമായ താഴ്വാരത്ത് മഴ പെയ്യാൻ തുടങ്ങി. കാറ്റ് വൃക്ഷങ്ങളെ ഉലച്ചു. ആകാശത്തെ നെടുകേ കീറിമുറിച്ച് മിന്നൽപ്പിണറുകൾ ഇറങ്ങി വന്നു. മേഘഗർജ്ജനങ്ങൾ നിറഞ്ഞു. ആ മഹാവിജനതയിൽ അയാൾ മാത്രം അവളെ കാത്തുനിൽക്കുകയാണ്. അയാൾ മാത്രം.

അയാൾ കരയുന്നു. മുട്ടുപ്പായി നിന്ന് ആകാശത്തേക്ക് കൈയുയർത്തി അലറുന്നു. അയാളുടെ ആത്മസംഘർഷം നൃത്തമായി മാറുന്നു. കാലങ്ങളോളം നീളുന്ന തപസ്സിന്റെ, കാത്തിരിപ്പിന്റെ തുടക്കം. അപാരമായ വിജനതയെ ആവാഹിച്ച ഒരു അതിവിദൂര ദൃശ്യത്തിൽ സിനിമ അവസാനിക്കുന്നു.''

വായിച്ചുതീർന്ന് അയാൾ കേൾവിക്കാരുടെ മുഖത്തേക്കു നോക്കി. അവർ മനസ്സിലെ സ്ക്രീനിൽ കുടുങ്ങിക്കിടക്കുകയായിരുന്നു. കുറേനേരം വല്ലാത്ത ഒരു മൗനം ആ മുറിയെ വിഴുങ്ങി. അതിൽനിന്ന് പുറത്തു കടക്കാൻ അവർ പലവുരു ശ്രമിച്ചു. ഒരാൾ മുരടനക്കി. മറ്റൊരാൾ എന്തോ പറയാൻ ശ്രമിച്ചു വേണ്ടെന്നു വച്ചു. ഒടുവിൽ ജയശങ്കർ തന്നെ തുടങ്ങിവച്ചു.

''ബ്രില്യന്റ് വർക്ക്. എനിക്കു നല്ല കോൺഫിഡൻസായി. നന്ദൻ ധൈര്യമായി മുന്നോട്ടു പൊയ്ക്കോളൂ. അടുത്ത മാസം കൊണ്ട് തിരക്കഥ തീർത്താൽ ഉടൻ ഷൂട്ട് തുടങ്ങും.''

''എനിക്കൊരു കാര്യം പറയാനുണ്ട്. നിങ്ങൾ ഒന്നു എഴുന്നേറ്റു നിൽക്കണം.''

രമേഷ് അയാളോട് ആവശ്യപ്പെട്ടു. എന്തിനെന്നറിയാതെ അയാൾ ഒരു നിമിഷം പരുങ്ങി.

''എഴുന്നേൽക്കൂ.''

രമേഷ് വീണ്ടും ആവർത്തിച്ചു. നന്ദൻ എഴുന്നേറ്റു. മറ്റുള്ളവരും എഴുന്നേറ്റു. പെട്ടി തുറന്ന് ഒരു പൊതിയെടുത്ത് പ്രൊഡക്ഷൻ കൺട്രോളർ ബോസ് രമേഷിനെ ഏൽപ്പിച്ചു. രമേഷ് കിഴക്കോട്ടു നോക്കി തൊഴുതശേഷം അത് തിരക്കഥാകൃത്തിനെ ഏൽപ്പിച്ചു. എല്ലാവരും അയാൾക്കു കൈ കൊടുത്തു. പൊതി കൈയിൽ വെച്ച് അയാളിരിക്കുമ്പോൾ പോയ കാലങ്ങളുടെ കയ്പുനീർ നിറഞ്ഞ ഒരു കാന അയാളുടെ മനസ്സിലൂടെ ഒഴുകിനീങ്ങി. എല്ലാ സഹനങ്ങളെയും കഴുകിക്കളയുന്ന നിമിഷം. അപ്പോൾ നിർമ്മാതാവ് രമേഷ് പറഞ്ഞു.

''നിങ്ങൾ കഥ പറയാനല്ല, എഴുതാനാണ് മിടുക്കനെന്നു തോന്നുന്നു. നിങ്ങൾ വാക്കുകളെ ക്യാമറയാക്കി നമ്മളെ ഓരോ ദൃശ്യവും കാണിച്ചുതരുന്നു. അതിമനോഹരമായി ചെയ്തു. നമ്മൾ മലയാള സിനിമാക്കാർ പൊതുവേ കാഥികരായ തിരക്കഥാകൃത്തുക്കളെയാണ് ഇഷ്ടപ്പെടാറുള്ളത്. അവർ കഥ പറഞ്ഞ് നിർമ്മാതാക്കളെ കരയിക്കും. അതിൽ വീണ് സിനിമയെടുക്കുന്ന നിർമ്മാതാക്കൾ റിലീസിനു ശേഷവും കരയേണ്ടി വരും. സിനിമ പൊട്ടിയിട്ട്. അതാണ് അവസ്ഥ. നിങ്ങളെപ്പോലുള്ളവരുടെ എത്രയോ കഥകൾ നമ്മൾ കാണാതെ പോയിട്ടുണ്ട്. ഇപ്പോൾത്തന്നെ ജയശങ്കർ സാറിന്റെ ബലത്തിലാണ് ഞാനിത് മുഴുവൻ കേട്ടത്. നിങ്ങൾ വായിക്കുമ്പോൾ ഞാനാ കഥ അനുഭവിക്കുകയായിരുന്നു. പലതവണ ഉള്ള് പിടഞ്ഞു. ജയശങ്കർ സാറിന്റെ സംവിധാനം കൂടിയാകുമ്പോൾ വെള്ളിത്തിരയിൽ ഇത് ഞെട്ടിക്കും. എനിക്കുറപ്പാണ്.''

അപ്പോൾ ബോസ് തന്റെ അഭിപ്രായം പറഞ്ഞു.

''പ്രതികാരദാഹിയല്ലാത്ത യക്ഷി എന്ന കൺസെപ്റ്റ് എനിക്കിഷ്ടമായി.''

''സ്നേഹിക്കാൻ ആളില്ലാത്തവരെ തിരക്കി യക്ഷി ഇങ്ങോട്ടു വരുമെന്ന കൺസെപ്റ്റ് എന്തേ ഇഷ്ടമായില്ലേ?''

ജയശങ്കറിന്റെ തമാശ അവിവാഹിതനായ ബോസിനെ ഉന്നം വച്ചാണ്. മറ്റുള്ളവർ ചിരിച്ചു. ബോസും അതിൽ പങ്കുകൊണ്ടു. പക്ഷേ, അല്പം ഗൗരവത്തോടെ തന്നെയാണ് അയാൾ മറുപടി പറഞ്ഞത്.

''സത്യം. ഇതിലെ യക്ഷി എന്നെ വിട്ടുപോകുന്നില്ല.''

അപ്പോൾ രമേഷ് ഇടപെട്ടു.

''തീർച്ചയായും. ബോസിനെ മാത്രമല്ല, ടിക്കറ്റെടുത്തു സിനിമ കാണുന്ന എല്ലാവരെയും യക്ഷി പിന്തുടരട്ടെ. സമയം ഒന്നായി. ഇനി ഭക്ഷണം കഴിഞ്ഞിട്ട് ഇരിക്കാം. ഷുഗറുള്ളതുകൊണ്ട് എനിക്കാ കാര്യത്തിൽ നിർബന്ധമാ.''

ഉച്ചഭക്ഷണത്തിനായി അവർ റസ്റ്റാറന്റിലേക്കു പോയി. തിരികെ വന്നുള്ള വിശ്രമവേളയിൽ ജയശങ്കർ പറഞ്ഞു.

''നന്ദാ നോക്കിക്കോ, ഈ സിനിമ ഇറങ്ങുമ്പോൾ ഇത്രനാൾ നിങ്ങൾ എവിടെയായിരുന്നു എന്നായിരിക്കും ആസ്വാദകർ ചോദിക്കാൻ പോകുന്നത്.''

''ഞാനിവിടെ ഉണ്ടായിരുന്നു സർ. റെയിൽവേ സ്റ്റേഷനു പിറകിലെ ഒരു കുഞ്ഞു ലോഡ്ജ് മുറിയിൽ.'' അയാൾ ചിരിച്ചു.

അപ്പോൾ ബോസ് എന്തോ ആലോചനയിലായിരുന്നു.

''പക്ഷേ, എനിക്കൊരു സംശയമുണ്ട്.''

എന്താണ് എന്ന അർത്ഥത്തിൽ മറ്റുള്ളവർ ബോസിനെ നോക്കി.

''സിനിമയെ നേരിട്ടു ബാധിക്കുന്ന കാര്യമൊന്നുമല്ല. നമ്മുടെ സിനിമ ഒരു ലവ് സ്റ്റോറിയാണല്ലോ. തീവ്രമായ, അസാധാരണമായ പ്രണയം. എന്നാലും അതിൽ രതി കുറേ അധികമായി കയറി വരുന്നുണ്ട്. വിശുദ്ധമായ പ്രണയത്തിൽ രതിക്കു സ്ഥാനമുണ്ടോ? രതി ഇല്ലായിരുന്നുവെങ്കിൽ ഈ പ്രണയം കുറേക്കൂടി പവിത്രമാകില്ലായിരുന്നോ?''

അയാൾ ഒന്നും മിണ്ടിയില്ല. വെറുതേ ചിരിക്കുക മാത്രം ചെയ്തു. രമേഷാണ് പ്രതികരിച്ചത്.

''ബോസിനെപ്പോലുള്ള ഒരാൾക്ക് ന്യായമായും തോന്നാവുന്ന സംശയമാണ്.'' ആ ചോദ്യത്തെ ലഘൂകരിക്കാനുള്ള ശ്രമം ബോസ് തടഞ്ഞു.

''അതല്ല സർ. എന്റെ സംശയമാണ്.'' അപ്പോൾ ജയശങ്കർ പറഞ്ഞു.

''നന്ദന് ഈ സിനിമയിലൂടെ പ്രണയത്തിന്റെ കഥാകാരനായി മാറുകയാണല്ലോ. ഈ വിഷയത്തിൽ ആധികാരികമായ അഭിപ്രായം അറിയാൻ ആളുകൾ ഇനിമുതൽ നിങ്ങളെയും സമീപിക്കും. അതിന്റെ ഒരു ട്രയൽ എന്ന നിലയിൽ എടുത്താ മതി. ബോസ് പറഞ്ഞതിനെക്കുറിച്ച് എന്താണ് നന്ദന്റെ അഭിപ്രായം?'' ഒരു നിമിഷം മൗനം പാലിച്ച ശേഷം അയാൾ പറഞ്ഞു.

''ഒരു പാവം തിരക്കഥാകൃത്തിന് അത്രയും അംഗീകാരമൊന്നും ഇവിടെ ഉണ്ടാകുമെന്നു തോന്നുന്നില്ല സർ. എന്നാലും ഞാനെന്റെ അഭിപ്രായം പറയാം. ഒരു പ്രണയ വിദ്യാർത്ഥി എന്ന നിലയിൽ.''

''പ്രണയ വിദ്യാർത്ഥിയോ?''

അതെന്താണെന്ന അർത്ഥത്തിൽ രമേഷ് നോക്കി.

"പ്രണയത്തിന്റെ പല അനുഭവങ്ങളിലൂടെയും ഞാൻ കടന്നു പോയിട്ടുണ്ട്. പിന്നീട് അവയെ മനനം ചെയ്തിട്ടുണ്ട്. ആ അർത്ഥത്തിൽ ഞാനും ഒരു വിദ്യാർത്ഥിയാണ്. പിന്നെ, ഓരോ പ്രണയവും ഓരോ പാഠമാണല്ലോ. പ്രണയം പുഴയാണ്. ഒരു പുഴയിൽ ഒന്നിലേറെ തവണ മുങ്ങാനാകാവില്ല എന്നു പറയാറില്ലേ. ഒന്നു മുങ്ങി നിവരുമ്പോഴേക്ക് പുതിയ പുഴ ഒഴുകി വന്നിരിക്കും. പ്രണയവും ഒരു പ്രവാഹമാണ്. അനുഭവിക്കുമ്പോൾ അറിയുന്നതല്ല ഓർത്തെടുക്കുമ്പോൾ. ഓർത്തെടുക്കുമ്പോഴുള്ളതല്ല പുനർവായനയിൽ അനുഭവിച്ചും ആലോചിച്ചും നേടിയ അറിവാണ് എനിക്ക് ഇതിലുള്ളത്. അല്ലാതെ ക്ലാസ്സിക് കൃതികളോ പ്രണയത്തെക്കുറിച്ചുള്ള ശാസ്ത്രീയ ലേഖനങ്ങളോ വായിച്ചിട്ടല്ല."

അയാൾ വ്യക്തമാക്കി.

"ശരി കേൾക്കട്ടെ. എന്താണ് വിദ്യാർത്ഥിയുടെ കാഴ്ചപ്പാടിൽ പ്രണയം?" ജയശങ്കർ ചോദിച്ചു.

"ബോസ് കാണുന്ന പ്രണയത്തിൽ രതിക്കു സ്ഥാനം ഉണ്ടാകില്ല. അത് ബോസിന്റെ ശരിയാണ്. ഞാൻ പറയുന്ന പ്രണയത്തിൽ സ്ഥാനമുണ്ടാകും. അത് എന്റെ ശരി. അതാണ് പ്രണയം. പ്രണയത്തിന്റെ സൗന്ദര്യം. പ്രണയത്തിന്റെ രഹസ്യവും."

വിശദീകരണം വേണം എന്ന് ബോസ് ആവശ്യപ്പെട്ടു. മറ്റുള്ളവർ തുടർന്നു കേൾക്കാനായി മുന്നോട്ടാഞ്ഞു.

"പ്രണയം മനുഷ്യന്റെ അടിസ്ഥാനപരമായ ആവശ്യമാണ്. ഭക്ഷണവും പ്രാണവായുവും പോലെ. ഭക്ഷണം ആഗ്രഹിക്കാൻ ശരീരം നമുക്ക് നൽകുന്ന വികാരമാണ് വിശപ്പ്. പ്രണയം ആസ്വാദ്യകരമാക്കുന്ന വികാരമാണ് രതി. പക്ഷേ, ഇത് പലർക്കും മനസ്സിലാകില്ല. ഉദാഹരണത്തിന്, ഭക്ഷണം ആവശ്യത്തിലേറെയുള്ളവർക്ക് വിശപ്പ് അനുഭവപ്പെടാറില്ല. അവർക്ക് നിരാഹാരം ഔഷധമാണ്. പവിത്രമായ ആചാരമാണ്. എന്നാൽ പട്ടിണി കിടക്കുന്നവന് അങ്ങനെയല്ലല്ലോ. രുചിയുള്ള ഭക്ഷണം കഴിക്കുന്നത് പാപമല്ലാത്തതു പോലെ രതിയുള്ള പ്രണയവും പാപമല്ല. വിശക്കാതെ ഭക്ഷണം കഴിക്കുന്നവരുടെ തോന്നലുകളാണ് പ്രണയത്തക്കുറിച്ചുള്ള കാല്പനിക ഭാവനകൾ."

"പക്ഷേ, പലരും പണ്ടു മുതലേ പറയുന്നുണ്ടല്ലോ രതിയില്ലാത്ത പ്രണയമാണ് പവിത്രമെന്ന്."

രമേഷ് സംശയം ചോദിച്ചു. അയാൾ വിശദീകരിച്ചു.

"അവരൊക്കെ ഒരു തരം കാല്പനികഭാവനയുടെ ആളുകളാണ്. രതി കുഴപ്പമാണെന്നു കരുതുന്നത് പല തരക്കാരാണ്. ഒന്ന് രതി

എന്ന വികാരം ഇല്ലാത്തവർ. വിശപ്പില്ലാത്തവർ, ഉറക്കമില്ലാത്തവർ എന്നൊക്കെ പറയും പോലെ രോഗികളാണ് അവർ. ചികിത്സ ആവശ്യമുള്ളവർ. രണ്ടാമത്തെ കൂട്ടർ രതി ആവശ്യത്തിലേറെ ലഭിക്കുന്നവരാണ്. ധാരാളം ഭക്ഷണം കിട്ടുന്നതുകൊണ്ട് വിശപ്പെന്ന അവസ്ഥ വേർതിരിച്ച് അറിയാതെ പോകുന്നവർ. ജീവിതത്തിൽ വിശക്കാൻ അവസരം കിട്ടാത്തതുകൊണ്ട് വിശപ്പ് ഇല്ല എന്നു വിശ്വസിക്കുന്ന അന്ധവിശ്വാസികളാണ് അവർ. പ്രാണവായു യഥേഷ്ടം ലഭിക്കുന്നതുകൊണ്ട് അതില്ലാത്ത അവസ്ഥ ഉണ്ടാകുമെന്നു സങ്കല്പിക്കാൻ കഴിയാത്തവരാണല്ലോ നമ്മളിൽ പലരും. മൂന്നാമത്തെ വിഭാഗം കപടബുദ്ധികളാണ്. അവർ ബോധപൂർവം രതിയെ തള്ളിപ്പറയും. രതിവികാരം ഒളിപ്പിച്ചു വച്ച് രതിയില്ലാത്ത പ്രണയത്തെക്കുറിച്ച് വാതോരാതെ സംസാരിച്ച് ഇരകളെ കെണിയിലേക്ക് കൊണ്ടുവരികയാണ് ഇവർ ചെയ്യുന്നത്. പവിത്രതയുടെ കുപ്പായമിട്ട കാമഭ്രാന്തന്മാർ എന്നു വേണം ഇവരെ വിളിക്കുവാൻ. ഭോഗമില്ലാത്ത രാഗത്തെക്കുറിച്ച് പ്രഭാഷണം നടത്തി ആരാധകരെ സൃഷ്ടിച്ച് ഒടുവിൽ ഭോഗാസക്തി പുറത്തെടുക്കുന്ന എത്രയോ ഉന്നതരുണ്ട്. സന്ന്യാസിമാർ മാത്രമല്ല സർവ്വകലാശാലാ പ്രൊഫസർമാരും ഡോക്ടർമാരും ഓട്ടോറിക്ഷാ ഡ്രൈവർമാരും അവരിലുണ്ട്. സദാചാര പൊലീസുകാരും സ്ത്രീകളുടെ ചാരിത്ര്യത്തിനു കാവൽ നിൽക്കുന്നത് വ്രതമാക്കിയ ചില ആങ്ങളമാരും ഇതിൽപ്പെടും. അവരുടെ വാചകമേള കേട്ടാണ് നാം രതിയെ പലപ്പോഴും പാപമാക്കി മാറ്റുന്നത്.''

''അപ്പോൾ പ്രണയമെന്നാൽ കാമമാണെന്നാണോ?'' ബോസ് ചോദിച്ചു.

''നമ്മൾക്ക് വിശക്കുന്നത് പാപമല്ലെങ്കിൽ കാമമുണ്ടാകുന്നതും പാപമല്ല. ഏതു പ്രണയത്തിലും കാമം ഉണ്ട്. അത് എത്രത്തോളം എന്നത് പ്രണയത്തിൽ ഏർപ്പെടുന്നവരെ അനുസരിച്ചിരിക്കും. പ്രണയം ലാബറട്ടറികളിലല്ലല്ലോ ഉണ്ടാകുന്നതും അളക്കുന്നതും. മനുഷ്യരിലല്ലേ. ഒരു പ്രവചനത്തിനും അതു വഴങ്ങുകയില്ല. ഒരു കാര്യമേ അതിൽ പറയാനുള്ളൂ. എല്ലാ സൗഹൃദവും പ്രണയമാകണമെന്നില്ല. എല്ലാ പ്രണയവും രതിയിലേക്കു കടക്കണമെന്നും ഇല്ല. പക്ഷേ, രതി പ്രണയത്തിന്റെ ഭാഗമാണ്. ഒരേ വികാരാവശ്യങ്ങളുള്ള രണ്ടു പേർ തമ്മിൽ പ്രണയിക്കുമ്പോഴാണ് ഏറ്റവും വിശുദ്ധവും മനോഹരവുമായ രതി അനുഭവപ്പെടുക. രണ്ടുപേരുടെ ആത്മലയമാണ് രതി. അവിടെ ഒരാളുടെ ഇംഗിതങ്ങൾ മറ്റൊരാളിൽ അടിച്ചേല്പിക്കുന്നില്ല. ഒരാൾക്കുവേണ്ടി മറ്റൊരാൾ ഒന്നും നഷ്ടപ്പെടുത്തുന്നുമില്ല.

പ്രണയം മനോഹരമായ അനുഭവവും രതി അതിലെ സഹജമായ അനുഭൂതിയുമാണ്. ഏറ്റവും തീവ്രമായി പ്രണയിച്ച ശരീരങ്ങൾ

തമ്മിൽ വേണം രതി അനുഭവിക്കാൻ. എങ്കിൽ നാളെ രതിയുടെ അഗ്നി കനലായി മാറിയാലും ചാരമായിത്തീർന്നാലും അതിന്റെ സുഖദമായ ഓർമ്മകളിൽ പ്രണയത്തിന്റെ മധുരം ആജന്മകാലം നിലനിൽക്കും. രതിയെ ബോധപൂർവ്വം നിഷേധിക്കുന്ന പ്രണയം വ്യാജമാണെന്നേ ഞാൻ പറയൂ.''

''ഏതോ ഒരു സ്ത്രീ വരുന്നു. അത് യക്ഷിയോ ആരോ ആകട്ടെ, അവളുമായി നായകൻ പൊടുന്നനെ രതിയിലേർപ്പെടുന്നു. ഇത് നമ്മുടെ സംസ്കാരത്തിനു നിരക്കുന്നതാണോ?''

ബോസ് തന്റെ ഉള്ളിലെ യഥാർത്ഥ പ്രശ്നം തുറന്നു പറഞ്ഞു.

''അവർ ഏതോ ഒരു സ്ത്രീ അല്ലല്ലോ. അവർ തമ്മിൽ പ്രണയ മുണ്ടല്ലോ.'' അയാൾ തിരിച്ചു ചോദിച്ചു.

''പക്ഷേ, അവർ ആരെന്നോ എന്തെന്നോ പറയുന്നില്ല.'' ബോസ് തന്റെ പ്രശ്നം കൂടുതൽ വ്യക്തമാക്കി.

''പ്രണയിക്കാനും രതിയിലേർപ്പെടാനും ആധാർ കാർഡ് നോക്ക ണമെന്നുണ്ടോ? അങ്ങനെ വല്ല നിർദ്ദേശവും കൂടി രാജ്യം ഭരിക്കു ന്നവർ കൊണ്ടുവന്നിട്ടുണ്ടോ? എങ്കിൽ ഈ കഥ തീർച്ചയായും ആ രാഷ്ട്രീയം കൂടി പറയുന്നുണ്ട്. പ്രണയത്തിനു ജാതിയും മതവും സ്ഥാനവും നോക്കുന്ന ഏതു മനസ്സിനും ഈ കഥ അവരുടെ സ്വസ്ഥ തയ്ക്കു നിരക്കുന്നതായിരിക്കണമെന്നില്ല.''

അതായിരുന്നു അയാൾക്കു പറയാനുണ്ടായിരുന്നത്. ജയശങ്കർ ഇടപെട്ടു.

''ഓക്കെ. രണ്ടും രണ്ടുതരം അഭിപ്രായങ്ങൾ. മനുഷ്യന്റെ ചരിത്ര മുള്ള കാലം മുതലേ രതി തർക്കവിഷയമാണ്. നമ്മുടെ സിനിമ പുറത്തിറങ്ങിയെന്നു വച്ച് അതു തീരാനും പോകുന്നില്ല. എത്ര യൊക്കെ കുഴിവെട്ടി മൂടിയിട്ടും രതി ഇല്ലാതായിട്ടില്ല. ഇല്ലാതാവുക യുമില്ല. വെട്ടിയരിഞ്ഞ് ചവുട്ടിയരച്ചാലും തീയിലിട്ട് ചുട്ടുകരിച്ചാലും അത് സുഗന്ധം പരത്തും, ചന്ദനം പോലെ. ഒരു ഭരണകൂടത്തിനും സംസ്കാരത്തിനും തിട്ടൂരമിറക്കി ഇല്ലാതാക്കാനാവുന്നതല്ല രതി.''

അയാൾ ഹോട്ടൽ വിട്ടിറങ്ങുമ്പോൾ പുറത്ത് രുദ്ര കാത്തു നിൽപ്പുണ്ടായിരുന്നു. പോക്കുവെയിൽകൊണ്ട് നഗരത്തിലെ നടപ്പാത യിലൂടെ അവർ നടന്നു. രുദ്ര ചോദിച്ചു.

''എന്തു പറയുന്നു നിങ്ങളുടെ ആളുകൾ?'' അയാൾ അവളെ നോക്കി പുഞ്ചിരിച്ചു.

''നിന്നെ അവർക്ക് ഇഷ്ടമായെന്നു തോന്നുന്നു.''

അപ്പോൾ രുദ്ര ആത്മഗതം പോലെ പറഞ്ഞു.

''നിങ്ങളുടെ രജനിക്ക് ഇതു കേൾക്കുമ്പോൾ സന്തോഷമാകും.''

പ്രതിസന്ധി

അയാൾ മുറിയിൽ വട്ടം കറങ്ങി. പുറത്തിറങ്ങി വരാന്തയിലൂടെ അങ്ങോട്ടുമിങ്ങോട്ടും നടന്നു. പെരുവഴിയിലേക്കു നോക്കിനിന്നു. തിരികെ വന്ന് കസേരയിലിരുന്നു. തലയിലെ ശൂന്യത മാറുന്നില്ല. തിരക്കഥാ രചന പകുതിയിലേറെയും മുമ്പോട്ടു പോയതാണ്. ഒരു ഘട്ടത്തിൽ നിശ്ചലമായി. എന്തു ചെയ്തിട്ടും ഫലമില്ല.

നർത്തകനായ അരവിന്ദ് യക്ഷിയുമായി അവസാനമായി സംഗമിക്കുന്ന രംഗമുണ്ട്. അയാൾക്കറിഞ്ഞുകൂടാ അത് ഒടുവിലത്തെ സംഗമമാണെന്ന്. പക്ഷേ, രുദ്രയ്ക്കറിയാം. നാളെ ഫൈൻ ആർട്സ് ഹാളിൽ അരവിന്ദിന്റെ ഏകാംഗ പ്രകടനമുണ്ട്. ഒരു വർഷം മുമ്പ് അയാൾ പരാജയപ്പെട്ട അതേ ഹാളിൽ. അവിടെ ആ നൃത്തവൈഭവം ആയിരങ്ങൾ ഹർഷാരവത്തോടെ സ്വീകരിക്കുവാൻ പോവുകയാണ്. അതും അയാൾക്കറിയില്ല. അവൾക്കറിയാം. നാളത്തെ ഒറ്റ നൃത്ത വേദിയോടെ അരവിന്ദിന്റെ ആരാധകർ തിരിച്ചുവരും. അയാൾ വീണ്ടും സ്നേഹിക്കപ്പെടും. സ്നേഹത്താൽ ധനികനായി മാറും. അവിടെ പിന്നെ യക്ഷിയുടെ പ്രണയം നിലനിൽക്കില്ല. അവൾക്ക് അയാളെ വിട്ടുപോകേണ്ടി വരും. ഈ നിയമത്തെക്കുറിച്ചും അയാൾക്കറിയില്ല. അവൾക്കറിയാം. കാലം കരുതിവച്ചിരിക്കുന്ന പൂക്കളും മുള്ളുകളും കാണാനാകാതെ അരവിന്ദ്. ആസന്നമായ വിരഹം ഉള്ളിൽ ഒളിപ്പിക്കേണ്ടി വരുന്ന രുദ്ര. വികാരങ്ങളുടെ രണ്ടു കടലുകൾ മുഖാമുഖം നോക്കിനിൽക്കുന്ന ആ ബിന്ദുവിൽ അയാളുടെ വിരലുകളുടെ വേഗം നിലച്ചു. ചിന്ത നിശ്ചലമായി.

രജനിയെ കാണണം. ആ ചിന്ത പെട്ടെന്നാണ് കടന്നുവന്നത്. അതു പിന്നെ അടക്കാനാവാത്ത തൃഷ്ണയായി. എത്ര നാളുകളായി വിളിച്ചിട്ട്. പിച്ചകമണമുള്ള ഒരു രാത്രിക്കായി കരൾ വെറികൊണ്ടു. ആ നെഞ്ചിൽ തല ചായ്ക്കണം. ആ മടിയിൽ ഒന്നുറങ്ങണം. ആ ഊർജ്ജപ്രവാഹത്തിൽനിന്നും നിറയെ കോരിയെടുക്കണം.

എഴുത്തുകാരൻ തളർന്നു. തലയ്ക്കു കൈയും വച്ച് മുഖം കുനിച്ചിരിക്കുന്ന അയാളെ നോക്കി കട്ടിലിന്റെ ഓരത്ത് ഭിത്തിയോടു ചേർന്ന് രുദ്ര ഇരിപ്പുണ്ട്. ഇതിൽ തനിക്കൊന്നും ചെയ്യാനില്ല എന്ന ഭാവമാണ് അവളുടെ മുഖത്ത്. അയാൾ പിറുപിറുത്തു. "എനിക്കവരെ കാണണം."

"വിളിക്കു." രുദ്ര ഉപദേശിച്ചു. അയാൾ രജനിയുടെ നമ്പറിലേക്ക് മെസ്സേജയച്ചു. മറുപടിയില്ല. വിളിച്ചു. ഫോൺ ഓഫാണ്. ഒടുവിൽ അയാൾ കുന്നിൻപുറത്തേക്കു പോയി. ആ രാത്രിക്ക് പതിവ് മനോഹാരിത ഉണ്ടായിരുന്നില്ല. നിലാവില്ലാതെ, നക്ഷത്രങ്ങളില്ലാതെ ചാരനിറമായ രാത്രി. പുൽപ്പരപ്പിലും ബംഗ്ലാവിലും അയാൾ അലഞ്ഞു നടന്നു. വെളുക്കുവോളം കാത്തിരുന്നിട്ടും അവർ വന്നില്ല. പിറ്റേന്നു രുദ്ര അയാളോടു ചോദിച്ചു.

"എന്തേ, വഴി തെളിയുന്നില്ലല്ലോ."

പല ദിവസങ്ങൾ ബംഗ്ലാവിലെത്തി അയാൾ വെളുക്കുവോളം കാത്തിരുന്നു. അവർ വന്നില്ല. പല തവണ ഫോണിൽ വിളിച്ചു. ആ ഫോൺ ഓഫായിത്തന്നെ ഇരുന്നു. എന്നിട്ടും അവരെ കാണുവാനുള്ള ശ്രമം അയാൾ മതിഭ്രമത്തോടെ തുടർന്നു.

ഏഴാം ദിവസം. നെടുകേ പിളർന്ന കുന്നിന്റെ അറ്റത്ത് ആഴത്തിലേക്കു നോക്കി അയാളിരുന്നു. വെളിച്ചം തീരെ കുറഞ്ഞിരിക്കുന്നു. പൂർണചന്ദ്രൻ ഉണ്ടെങ്കിലും കരിമേഘക്കാടുകളിൽ മറഞ്ഞിരിക്കുകയാണ്. വല്ലപ്പോഴും ഒരു മേഘത്തിൽനിന്ന് മറ്റൊന്നിലേക്ക് ചന്ദ്രൻ ഓടിപ്പോകുന്ന നിമിഷങ്ങളിൽ മാത്രമാണ് വെളിച്ചം പരക്കുക. അയാളുടെ ഉള്ളിലും ഇരുളാണ്. അവരെ കണ്ടേ മതിയാകൂ. ഇല്ലെങ്കിൽ ഇതുവരെ കയറിയ പടവുകളൊക്കെ നിഷ്ഫലമാകും. ഇങ്ങനെ ഇല്ലാതാക്കുവാൻ ആയിരുന്നുവെങ്കിൽ പിന്നെന്തിനാണ് അന്ന് ഈ താഴ്ചയിലേക്കു ചാടിയപ്പോൾ ജീവിതത്തിലേക്കു പിടിച്ചിട്ടത്? അവസാനത്തെ ആ കാൽവെയ്പിന്റെ മുനമ്പത്ത് ഒരിക്കൽക്കൂടി താൻ നില്ക്കുന്നു. അയാളുടെ കണ്ണു നിറഞ്ഞു. ഹൃദയം വിങ്ങി. ചിത്തം നിശ്ചലമായി. ശരീരം അനക്കമറ്റു. ജീവന്റെ അവസാനകണം കാൽപ്പാദങ്ങളിൽ മാത്രമായി. ഒരു നിമിഷം. ശൂന്യതയിലേക്കു ഒടുക്കത്തെ ചുവടു വയ്ക്കാൻ തുനിഞ്ഞതും പിന്നിൽ നിന്ന് ആരോ അയാളുടെ കണ്ണു പൊത്തി. കൈത്തലങ്ങളുടെ ഇളംചൂടും തണുപ്പിൽ അരിച്ചെത്തുന്ന പിച്ചകപ്പൂമണവും. മാർദ്ദവമുള്ള ഒരു താങ്ങ് അയാളെ പുറകിലൂടെ ചേർത്തുപിടിച്ചു. ചെമന്നു പഴുത്ത കശുമാമ്പഴത്തിന്റെ മർദ്ദം ചെവിയുടെ താഴെയറ്റത്ത് പതിച്ചു.

"എന്തിനാണ് ഇങ്ങനെ ഭ്രാന്ത് കാണിക്കുന്നത്?"

കാതിൽ അത്രമേലടുത്ത് ഇമ്പമുള്ള ആ സ്വരം. അയാൾക്ക് അവരെ തിരിഞ്ഞു നോക്കണമെന്നുണ്ട്. പക്ഷേ, ആ ആലിംഗന ത്തിന്റെ സുഖാനുഭൂതി വിടാൻ വയ്യ.

''കാണാതിരിക്കാന് കഴിയുന്നില്ല.'' അയാൾ മന്ത്രിച്ചു.

''ഞാൻ പറഞ്ഞതല്ലേ ഇനി സിനിമ ഇറങ്ങിക്കഴിഞ്ഞേ നമ്മൾ തമ്മിൽ കാണൂ എന്ന്.''

രജനി അയാളെ പിന്നിലേക്കു പിടിച്ചു. നേരേ നിർത്തി സ്നേഹം കലർന്ന പരിഭവത്തോടെ നോക്കി. വിരഹത്തിന്റെ എത്രയോ രാപ കലുകൾക്കു ശേഷം അവരെ കാണുകയാണ്. കറുപ്പു സാരിയിൽ പൊതിഞ്ഞ കനകവിഗ്രഹം. ഇരുളിൽ അതിന്റെ ആവാഹനശക്തി അതിതീവ്രം. പക്ഷേ, ജ്വലിച്ചു നിന്നിരുന്ന ആ കണ്ണുകളിൽ ഏതോ ഗ്രഹണത്തിന്റെ നിഴൽ. അതിലെവിടെയോ വിഷാദത്തിന്റെ നനവ്. അതോ, തനിക്കു തോന്നിയതാണോ? അയാൾ അവരെ ഇറുകെ പുണർന്നു. അയാളുടെ തലമുടി തഴുകിക്കൊണ്ട് അവർ പറഞ്ഞു.

''നോക്കൂ, നന്ദൂ, നീ അതു പൂർത്തിയാക്കണം. എന്നെ ആശ്രയി ച്ചാകരുത് നിന്റെ മുന്നേറ്റങ്ങൾ. കാരണം, എനിക്കുപോലും ഉറപ്പി ല്ലാത്തതാണ് എന്റെ നിലനില്പ്.''

അയാൾ അവരെ നോക്കി. എന്നിട്ട് ഉറച്ച ശബ്ദത്തിൽ ചോദിച്ചു.

''എന്താണ് നിങ്ങളുടെ പ്രശ്നങ്ങൾ? എന്നോടു പറയൂ. ഞാനുണ്ട് കൂടെ.''

അവർ വാത്സല്യത്തോടെ അയാളുടെ നെറ്റി തലോടി, മൂക്കിൻ തുമ്പിൽ പിടിച്ചു കുലുക്കി പുഞ്ചിരിച്ചു.

''ആദ്യം നീ നിന്റെ ഉത്തരവാദിത്തം നിറവേറ്റൂ.''

രജനി അയാളെത്തന്നെ നോക്കി നിന്നു. അവരുടെ മന്ദഹാസം ഏറ്റുവാങ്ങുന്തോറും അയാളിലെ ആലസ്യത്തിനു മേൽ വെണ്ണി ലാവ് ചാറി. അവർ മുഖം അയാളിലേക്കു ചേർത്ത് ചുണ്ടുകളിൽ ഉമ്മ വച്ചു. മുറുകെ പുണർന്നു. പിന്നെ പതുക്കെ അയാളുടെ പിടി യിൽനിന്നു അവർ പിന്നോട്ടു പോയി.

''പോവ്വാണോ?''അയാൾ ചോദിച്ചു. പോകണം എന്ന് അവർ തലയാട്ടി.

''കുറച്ചുനേരം കൂടി.''

അയാൾ അപേക്ഷിച്ചു. കടന്നു പിടിച്ച് തന്നോടടുപ്പിച്ചു. ആ നേരം ചന്ദ്രൻ നീണ്ട ഒരു മേഘക്കാട്ടിൽനിന്നും പുറത്തേക്കു വന്നു. തൂനിലാവിന്റെ നിമിഷങ്ങൾ ആഗതമായി. അപ്പോഴാണ് അവരെ

നേരേ കാണുന്നത്. പഴയ പ്രസരിപ്പില്ല. ഏതോ വ്യാകുലത അവരെ പിന്തുടരുന്ന പോലെ. അവർ ചിരിക്കാൻ ശ്രമിച്ചു. അപേക്ഷ പോലെ പറഞ്ഞു.

''എന്നെ നോക്കിയിരിക്കരുത്. എഴുതി പൂർത്തിയാക്കണം. എന്നിട്ടേ ഇനി കാണാവൂ. വാക്കു തരണം.''

രജനി കൈ നീട്ടി. അയാളുടെ കൈയ്ക്കായി കാത്തു നിന്നു. അയാൾ തന്റെ വലംകൈ അവരുടെ കൈയ്ക്കു മുകളിലായി വച്ചു. ആ കൈകളിൽ ഉമ്മ വച്ച്, മുറുകെപ്പിടിച്ച് അവർ അയാൾക്ക് ബലം പകർന്നു. അപ്പോൾ ആ കൈകളെ ചേർത്ത് പിടിച്ച് അയാൾ നടന്നു. തനിക്കു തിരിച്ചു പോകണം എന്ന് അവർ പറയുന്നുണ്ടായിരുന്നു വെങ്കിലും അയാൾ വിട്ടില്ല. അയാൾ അവരെയും കൊണ്ട് ബംഗ്ലാവിനുള്ളിലേക്കു പോയി. മെഴുകുതിരികൾ കൊളുത്തിയപ്പോൾ മുറിയിൽ സ്വർണനിറമുള്ള പ്രകാശം പരന്നു. ആ ദീപ്തിയിൽ രജനി കൂടുതൽ മനോഹരിയായി. വികാരാവേശത്തോടെ അയാൾ അവരെ ഉമ്മ വച്ചു. നീലനിറമുള്ള കിടക്കവിരിക്കു മുകളിലേക്ക് കിടത്തി. മുലത്തടത്തിൽ മുഖം ചേർത്തു. ഉലഞ്ഞ സാരിക്കുള്ളിൽ നിന്ന് നിറഞ്ഞ മാറിടം അയാളുടെ നെഞ്ചിലമർന്നു. അയാൾ അവരെ കൂടുതൽ വിവസ്ത്രയാക്കാൻ ശ്രമിച്ചുവെങ്കിലും അവർ സാരി നെഞ്ചോടു ചേർത്തു മുറുകെ പിടിച്ചു. അയാൾ കൂടുതൽ ബലം പ്രയോഗിക്കുന്നതു കണ്ട അവർ സാരി ഒതുക്കി എഴുന്നേൽക്കാൻ ശ്രമിച്ചു. അവർ പതറുന്നുണ്ടായിരുന്നു.

''എന്തായിത്?'' അയാൾ ചോദിച്ചു.

''എന്ത്?'' അവർ അലസമായി ചോദിച്ചു.

'മുറിവ്'' അയാൾ അവരുടെ ഇടത്തേ മുലയ്ക്കു മുകളിലെ മുറിവ് ചൂണ്ടിക്കാട്ടി ചോദ്യഭാവത്തിൽ നോക്കി.

''രാത്രിസഞ്ചാരിയല്ലേ, വല്ല മുള്ളും കൊണ്ടതാവാം.''

പെട്ടെന്ന് രജനി മെഴുതിരികളെ സാരിത്തുമ്പ് കൊണ്ട് മാടിയണച്ചു. എങ്ങും ഇരുളായി. കൈവിരലുകൾ കണ്ണുകളാക്കി അയാളിലെ അഗ്നിയെ അവർ ഉലയൂതി തെളിച്ചു. പാകമായ താരുണ്യത്തിന്റെ മൃദുലതയിൽ പൊതിഞ്ഞു. സുഖദായകമായ ഉണർച്ചയുമായി കിടക്കയിലേക്കു മറിച്ചു. അനിർവ്വചനീയമായആ സ്നേഹപ്പൂട്ടിൽ മറ്റെല്ലാം അയാൾ മറന്നു.

സിനിമ

അയാളുടെ എഴുത്തുമേശ വീണ്ടും സജീവമായി. പേന ചലിച്ചു. കടലാസുകൾ മറിഞ്ഞു. കരിമ്പനകൾ മുടിയഴിച്ചാടി. നിലാവിൽ ഇലഞ്ഞിപ്പൂമണം കലർന്നു. നദീതീരത്തെ പാറപ്പുറത്ത് രുദ്രയുടെ മടിയിൽ തല വച്ച് അരവിന്ദ് കിടന്നു.

''രുദ്രേ, നിങ്ങൾക്കു പിരിയാനുള്ള കാലമായി. നിന്നിലെ രഹസ്യം ഇപ്പോൾ നീ അരവിന്ദിനോടു പറയണം. ഇതാണ് സമയം. സുഖലോലമായ സ്വപ്നം കണ്ട് അവൻ നിന്റെ മടിയിൽ മയങ്ങുന്ന ഈ നേരം.''

എഴുത്തുകാരൻ രുദ്രയോട് നിർദ്ദേശിച്ചു. അവൾ നീറി. അവൻ ഈ സത്യത്തെ എങ്ങനെ അഭിമുഖീകരിക്കും? മടിയിൽ തലവച്ച് കണ്ണുകളടച്ച് സ്വസ്ഥമായ ഏതോ കിനാവിൽ ഉലാത്തുകയാണ് അരവിന്ദ്. അവന്റെ മുടിയിഴകളിൽ തലോടി അവൾ ചോദിച്ചു.

''അരവിന്ദ്, നീ ഉറങ്ങുകയാണോ?''

പാതിമയക്കത്തിൽ അവളുടെ ശബ്ദം അവൻ തിരിച്ചറിഞ്ഞു.

''ഇല്ല പെണ്ണേ. ഇലഞ്ഞിപ്പൂമണത്തിന്റെ ഉറവിടം തേടി അലയുകയാണ് ഞാൻ.''

''എന്നിട്ട് കണ്ടെത്തിയോ?''

''എത്ര അലഞ്ഞിട്ടും വീണ്ടും വീണ്ടും ഞാൻ നിന്നിലാണെത്തുന്നത്.''

''ഞാനൊരു കാര്യം പറയട്ടെ?''

അവൻ അവളുടെ വായ് പൊത്തി.

''വേണ്ട. ഞാൻ പറഞ്ഞു തീർന്നില്ല. നോക്കൂ, കൊട്ടിയടച്ച ഒരു വാതിലിനു മുമ്പിലാണ് ഞാനിപ്പോൾ. അതു തുറന്നുകിട്ടിയാൽ ഒരു പക്ഷേ നിന്നെ എനിക്ക് കണ്ടെത്താനാകുമായിരിക്കും.''

“ആ വാതിൽ തുറക്കില്ല അരവിന്ദ്. അത് മനുഷ്യസങ്കല്പത്തിന്റെ അതിർത്തിയാണ്.”

രുദ്ര തുടർന്നു.

“ഒരു സത്യം നിന്നോട് എനിക്ക് പറഞ്ഞേ തീരൂ. ഇത് നമ്മുടെ അവസാന കൂടിക്കാഴ്ചയാണ്. നാളെത്തെ വേദിയിൽ നീ അതുല്യമായ പ്രകടനം കാഴ്ചവയ്ക്കും. കാണികൾ നിന്നെ നൃത്തവിസ്മയമെന്നു വാഴ്ത്തും. പോയ സൗഹൃദങ്ങളെല്ലാം നിന്നിലേക്കു തിരിച്ചുവരും. ആരാധകർ, കാമുകിമാർ, സുഹൃത്തുക്കൾ, ബന്ധുക്കൾ. പിന്നെ എനിക്കു പ്രസക്തിയില്ല. നമുക്ക് പിരിയാൻ സമയമായിരിക്കുന്നു.”

അരവിന്ദ് ഉണർച്ചയുടെ തീരത്തേക്ക് ആഞ്ഞു നീന്തി. അവനു മനസ്സിലായില്ല. ഇത് അവസാനത്തെ കൂടിക്കാഴ്ച ആകുന്നതെങ്ങനെ? നീണ്ട മൂന്നു വർഷത്തിനു ശേഷം ഒരു നൃത്തപരിപാടിയിലൂടെ താൻ തിരികെ വരുന്നു എന്നത് നേര്. അതിന്റെ ഫലം എന്താകുമെന്ന് ഒരു ഉറപ്പുമില്ല. അഥവാ അതിൽ താൻ വിജയി ആയി എന്നുതന്നെ കരുതുക. എങ്ങനെയാണ് രുദ്രയുടെ പ്രസക്തി നഷ്ടമാവുക? അവളുടെ പ്രണയവും പ്രചോദവുമല്ലേ തന്റെ നൃത്തത്തിലെ ഓരോ ചുവടുമായി രൂപാന്തരപ്പെട്ടിരിക്കുന്നത്. അവളുടെ പുതിയ വാക്കുകൾ അയാളെ ആശയക്കുഴപ്പത്തിലാക്കി.

“നില്ക്കൂ. ഞാൻ വരട്ടെ.”

മയക്കത്തിൽനിന്നും ഉണർവ്വിലേക്ക് തിരിച്ചുകയറാൻ അവൻ മരണവെപ്രാളപ്പെട്ടു.

“നീ എന്തൊക്കെയാണ് പറയുന്നത്?”

ശാന്തമായ സ്വരത്തിൽ അവൾ മറുപടി നൽകി.

“ഇതു നിയമമാണ്. ലംഘിക്കാനാവാത്ത നിയമം.”

അരവിന്ദ് അവളുടെ മടിത്തട്ടിൽനിന്ന് എഴുന്നേറ്റു. രുദ്ര പാറയിൽ നിന്നിറങ്ങി അകലേക്കു നടന്നു. വിജനതയിലേക്കു നോക്കി നിന്നു. സ്വപ്നത്തിന്റെ പാലം കടന്ന് യാഥാർത്ഥ്യത്തിന്റെ കര തൊടാൻ അവൻ ശ്രമിക്കുന്നുണ്ട്. അവൾക്കു പിന്നാലെയെത്തി അവൻ ചോദിച്ചു.

“ആരുടെ നിയമത്തെക്കുറിച്ചാണ് നീ പറയുന്നത്?”

രുദ്ര ഉത്തരം പറയും മുമ്പ് ഒരു നിമിഷം എഴുത്തുകാരനെ നോക്കി. ആ നിർണ്ണായക രഹസ്യം അവൾ വെളിവാക്കുവാൻ പോവുകയാണ്. അയാൾ രുദ്രയോടായി പറഞ്ഞു.

''അതെ. ഇവിടെയാണ് നമ്മൾ ഉടക്കിനിന്നു പോയത്. ഇപ്പോൾ എല്ലാം വ്യക്തമാണ്. നീ ഇതുവരെ അരവിന്ദിനോട് നീയാരാണ് എന്നു വെളിപ്പെടുത്തിയിട്ടില്ല. ചോദിക്കരുതെന്ന് നീ കടുപ്പിച്ചു പറഞ്ഞതു കാരണം അവൻ പിന്നെ തിരക്കിയിട്ടുമില്ല. നീ ആരായാലും ഉൾക്കൊള്ളാൻ അവൻ തയ്യാറാണ്. ഒരു സ്വൈരവിഹാരിണിയോ രാത്രിഞ്ചരിയോ വിധവയോ നിരാശിതയായ ഭാര്യയോ മനോരോഗിയോ ആരായാലും അയാൾ ഉൾക്കൊള്ളും. പക്ഷേ, നീ ഒരു മനുഷ്യസ്ത്രീ അല്ലെന്നാണ് ഇപ്പോൾ പറയാൻ പോകുന്നത്. ഇനി ഈ പ്രണയത്തിനു നിലനിൽപ്പില്ല എന്നാണ് അവൻ കേൾക്കുന്നത്. അതു സൂക്ഷിച്ചുവേണം. നീ കേവലം ഒരു യക്ഷിയാണെന്ന് അവനറിയണം. നിന്റെ പ്രണയം യഥാർത്ഥമാണ്. പക്ഷേ, നീ അയഥാർത്ഥമാണ്. ലോകത്തെ ഏറ്റവും നിസ്സഹായമായ, അശരണമായ പ്രണയമാണ് നിങ്ങളുടേത്.''

തങ്ങൾ ആരെന്ന് കാമുകരോടു പറയരുതെന്നാണ് യക്ഷികളുടെ ലോകത്തെ നിയമം. തെറ്റിച്ചാൽ ശിക്ഷയുണ്ട്. ഇവിടെ രുദ്രയുടെ പ്രണയം നിയമങ്ങളുടെ സീമകൾ കടന്നിരിക്കുന്നു. നാളെ അരവിന്ദിന് മനുഷ്യരായ കാമുകിമാർ തിരിച്ചുകിട്ടുന്നതോടെ അവൾ ഒഴിഞ്ഞുപോയേ മതിയാവൂ. പക്ഷേ, അവനെ വിട്ടുപോകുവാൻ അവൾക്കു കഴിയുന്നില്ല, ഭൂമിയിൽ സ്നേഹം ലഭിക്കാത്തയാൾ മരിച്ചവനു സമമാണെന്ന തത്ത്വത്തെ അടിസ്ഥാനമാക്കിയാണ് യക്ഷികൾ പ്രണയദരിദ്രരെ തേടിയെത്തുന്നത്. സ്നേഹിക്കാൻ ആളാകുന്നതോടെ മനുഷ്യന് ജീവിതം തിരിച്ചുകിട്ടുകയാണ്. അതിനുശേഷം യക്ഷിക്ക് തുടരാനാവില്ല. പക്ഷേ, രുദ്രയ്ക്കെങ്ങനെ അരവിന്ദിനെ പിരിയാനാകും? യക്ഷിലോകത്തിന്റെ നിയമം പാലിച്ച് എങ്ങനെ പിരിയാതിരിക്കാൻ ആവും? പ്രണയം ആത്മാവിന്റെ ലഹരിയാണ്. അത് കുടിച്ച് മത്തയായി പരിധി കടന്നിരിക്കുകയാണ് രുദ്ര. അരവിന്ദിന്റെ ഹൃദയം ഒഴിഞ്ഞു പോകാൻ അവൾക്കു വയ്യ. ഈ മരണസങ്കടം അവളെങ്ങനെ പറയും? പറയാതിരിക്കും? ആലോചനകൾക്കു ശേഷം ആ നിമിഷത്തെ നേരിടാൻ തന്നെ അവൾ ഉറച്ചു. അവൾ അരവിന്ദിനെ അരികിലേക്ക് ചേർത്തു നിർത്തി. എന്നിട്ട് ചോദിച്ചു.

''നിനക്കു ഞാനാരാണെന്നറിയാമോ?''

''നീ ആരായാലും എനിക്കെന്ത്? ആരായാലും ആർക്കും നിന്നെ ഞാൻ വിട്ടുകൊടുക്കില്ല.''

''അതല്ല അരവിന്ദ്. ഞാൻ പറയട്ടെ.''

''പറയൂ.''

''യാഥാർത്ഥ്യം ഉൾക്കൊള്ളാനുള്ള കരുത്ത് നീ കരുതി വയ്ക്കണം.''

''തീർച്ചയായും. യാഥാർത്ഥ്യം ഉൾക്കൊള്ളാൻ മാത്രമല്ല, ആരുടെ അധീനതയിലായാലും ശരി നിന്നെ മോചിപ്പിക്കുവാനുള്ള കരുത്തും എനിക്കുണ്ട്.''

രുദ്രയ്ക്ക് അരവിന്ദിനോട് പാവം തോന്നി. ശത്രു ആരെന്നറിയാതെ യുദ്ധം പ്രഖ്യാപിക്കുന്നു. മനുഷ്യർ ഇങ്ങനെയാണല്ലോ എന്ന് അവൾ ഓർത്തു. പ്രത്യേകിച്ച് കാമുകരായവർ.

അവൾ പറഞ്ഞു.

''നീ കരുതും പോലെ ഞാനൊരു മനുഷ്യസ്ത്രീ അല്ല. മനുഷ്യജന്മത്തിന്റെ മറുകരയിൽനിന്നാണ് ഞാൻ വരുന്നത്. ഞാൻ ഒരു യക്ഷിയാണ്. മനുഷ്യജീവിതത്തിന്റെ സ്വാതന്ത്ര്യമൊന്നും ഞങ്ങളെപ്പോലുള്ളവർക്കില്ല.''

''നീ എന്താണ് അർത്ഥമാക്കുന്നത്? എനിക്കു മനസ്സിലാകുന്നില്ല. ഇനി എന്തുമാകട്ടെ. നിന്റെ പ്രണയം ഞാനനുഭവിച്ചതാണ്. അതു സത്യമാണ്. നീയും. നിന്നെ ഒരു ശക്തിക്കും ഞാൻ വിട്ടുകൊടുക്കില്ല.''

''എനിക്കോ നിനക്കോ അതിനു കഴിയില്ല. നീ പറയുന്നത് നിയമം ലംഘിക്കുന്നതിനെക്കുറിച്ചാണ്. അത് മനുഷ്യസങ്കല്പമാണ്. ലോകത്തെ ഏറ്റവും മഹത്തായ ജന്മമാണ് മനുഷ്യജന്മം. സ്വാതന്ത്ര്യമാണ് അതിന്റെ അടിസ്ഥാനം. മനുഷ്യന് നിയമം പാലിക്കാനെന്നതുപോലെ ലംഘിക്കാനുമുള്ളതാണ്. പക്ഷേ, ഞങ്ങളുടെ ലോകത്ത് ലംഘനമില്ല. നിയമം മാത്രമേയുള്ളൂ. ഏകപക്ഷീയമായ നിയമം. നാളെ മുതൽ എനിക്കു നിന്നെ പ്രണയിക്കാനാവില്ല.''

അരവിന്ദിനെ വിശ്വസിപ്പിക്കേണ്ടത് അവളുടെ ബാധ്യതയാണല്ലോ. അവൾ അവനു മുമ്പിൽ തന്റെ വസ്ത്രം തുറന്നു. നഗ്നമായ മാറിടത്തിനു മുകളിൽ ഒരു നിമിഷം കൈവച്ച് കണ്ണുകളടച്ചു. കൈയെടുത്തപ്പോൾ അവിടെ ആഴമുള്ള ഒരു വലിയ മുറിവ് തുറന്നു. അവന് അതിലേക്ക് ഒന്നേ നോക്കിയുള്ളൂ. അലറിവിളിച്ചു മുഖം തിരിച്ചുപോയി. രക്തവും മാംസവുമില്ലാത്ത അഗാധമായ ഒരു കിടങ്ങ്. അതിന്റെ വിദൂരതയിലെവിടെയോ നിന്ന് അവളുടെ ഹൃദയത്തിന്റെ തേങ്ങൽ താഴ്ന്ന ശ്രുതിയിൽ അവൻ കേട്ടു.

താൻ ചവിട്ടിനിൽക്കുന്ന മണ്ണിന്റെ അനിശ്ചിതത്വം കൂടി അരവിന്ദിന് അപ്പോൾ മനസ്സിലായി. പ്രാണനെ പുണർന്നു നിൽക്കുന്ന കവചമാണ് അവൾ. അടുത്ത നിമിഷങ്ങളിൽ അതു നഷ്ടമാകാൻ പോവുകയാണ്. അവന്റെ ഉള്ളിലൂടെ വിവിധ വികാരവിചാരങ്ങൾ കടന്നുപോയി. അവനിപ്പോൾ കാര്യങ്ങൾ വ്യക്തമാണ്. നാളെ നടക്കുന്ന നൃത്തപരിപാടിയിൽ താൻ പൊതുലോകത്തിന് വീണ്ടും

സ്വീകാര്യനാകും. ആരാധകർ തിരിച്ചുവരും. അതോടെ രുദ്ര തനിക്കു നഷ്ടമാകും. അവൻ രുദ്രയെ നോക്കി. അവളുടെ കൈ തന്റെ ചുണ്ടിനോട് ചേർത്ത് ചുംബിച്ചു. എന്നിട്ടു പറഞ്ഞു.

''നാളത്തെ വിജയങ്ങൾ എനിക്ക് ആവശ്യമാണ്. സമൂഹത്തിന്റെ അംഗീകാരം ആവശ്യമാണ്. പക്ഷേ, അതിനേക്കാളേറെ എനിക്ക് നിന്നെ ആവശ്യമാണ്. നിനക്കു വേണ്ടി ഈ ലോകത്തെ മുഴുവൻ ഞാൻ ഉപേക്ഷിക്കും. എനിക്ക് നിന്നെ മതി.''

അവൾ പറഞ്ഞു. ''നിന്റെ സ്നേഹത്തിന്റെ ആഴം ഞാനറിയുന്നു. എനിക്കും നിന്നെ വിട്ടു പോകാനാവില്ല. പക്ഷേ, പ്രപഞ്ചനിയമങ്ങൾ നമ്മെ വെറുതെ വിടുമെന്നു തോന്നുന്നില്ല. യക്ഷികളുടെ ജീവിതത്തിലെ നിയമങ്ങൾ മനുഷ്യലോകത്തു പരസ്യപ്പെടുത്തിയതിന്റെ പേരിൽ എനിക്കു ശിക്ഷ വരും.''

അയാൾ എതിർത്തു.

''എന്തു ശിക്ഷ? നമുക്ക് ലോകത്തിന്റെ വേറെ ഏതെങ്കിലും കോണിലേക്ക് ഓടി രക്ഷപ്പെടാം.''

തന്റെ നിസ്സഹായത അവൾ വെളിവാക്കി.

''എനിക്കു കഴിയില്ല. വരുന്ന പതിന്നാല് സംവത്സരം അരൂപിയാകാനാകും എനിക്കുള്ള വിധി. എനിക്കു നിന്നോടു മിണ്ടാനാവില്ല. കാറ്റായും മഴയായും വെയിലായും കുളിരായും ചൂടായും നിന്നെ തൊടാം. അതുപക്ഷേ, ഞാനാണെന്ന് നിനക്കറിയാൻ കൂടി കഴിയില്ല. പതിന്നാല് വർഷവും നീ എനിക്കായി കാത്തിരുന്നാൽ മാത്രം നമുക്ക് ഒന്നിച്ചു ചേരാം. അതിനിടയിൽ നിന്നെ മറ്റാരെങ്കിലും പ്രണയിച്ചു പോയാൽ പിന്നൊരിക്കലും നമുക്ക് ഒരുമിച്ചു ചേരാനാകില്ല.''

അജ്ഞാതമായ ഭാഷയിൽ പ്രകൃതി കാലത്തോടു സംവദിക്കുന്ന നിമിഷങ്ങളായിരുന്നു അത്. കറുത്ത മേഘങ്ങൾ സൂര്യനെ മൂടി. ഭൂമിയുടെ ആഴമേറിയ ഗർത്തങ്ങളിൽ നിന്നും നീളൻചിറകുകൾ വീശി കൊടുങ്കാറ്റുകൾ പുറത്തുവന്നു. താഴ്വരയിലെ വന്മരങ്ങളൊന്നാകെ ആസുരനൃത്തം ചെയ്തു. അവളെ കടപുഴക്കി കൊണ്ടുപോകുവാൻ ആരോ ശ്രമിക്കുന്നപോലെ. അവന്റെ മറുപടിയിൽ ഉറപ്പും അതിജീവനത്തിന്റെ കരുത്തും ഉണ്ടായിരുന്നു.

''ഞാനൊരുക്കമാണ്. അടുത്ത പതിന്നാല് വർഷം ഈ താഴ്വരയിൽ ഞാൻ കഴിയും. ഞാൻ കൊള്ളുന്ന ഓരോ മഴയിലൂടെയും ഓരോ വെയിലിലൂടെയും നിന്നെ ഞാൻ അറിഞ്ഞോളാം. മരത്തോലുടുത്ത് പ്രാകൃതവേഷത്തിൽ ഭ്രാന്തനെപ്പോലെ അലഞ്ഞോളാം. മനുഷ്യരെന്നല്ല ഇഴജന്തുക്കൾപോലും എന്നെ അറപ്പോടെ നോക്കിക്കോളും. ഞാനിവിടെ കാത്തു കിടക്കും.''

രുദ്രയുടെ കണ്ണുകൾ നനഞ്ഞു.

''വെറുമൊരു യക്ഷിക്കു വേണ്ടി നിന്റെ ജീവിതവിജയം വേണ്ടെന്നു വയ്ക്കരുത്. നിന്നെ കാത്ത് എത്രയോ സുരസുന്ദരിമാർ, നൃത്ത പ്രണയിനികൾ നാട്ടിലുണ്ടാവും.''

അവൻ ആവർത്തിച്ചു.

''നിന്റെ പ്രണയമാണ് എന്നെ ജീവിതത്തിലേക്കു കൊണ്ടു വന്നത്. അതു പോയാൽ എന്റെ മരണം പൂർത്തിയാകും. നിനക്കു വേണ്ടി കാത്തിരിക്കുന്നതിലൂടെ ജീവിക്കുകയാണ് ഞാൻ. നീ വരും വരെ ഞാനീ താഴ്‌വരയിലുണ്ടാകും. എപ്പോഴാണ് പോകേണ്ടത്?''

''ഇനി നിമിഷങ്ങൾ മാത്രം.''

''അതുവരെ നീയെന്നെ പുണരൂ. നിന്റെ മാറിൽ തലവയ്ക്കാൻ എന്നെ അനുവദിക്കൂ. വരുന്ന പതിന്നാല് വർഷത്തേക്ക് ജീവിക്കാനുള്ള ഊർജ്ജം ഞാൻ നിറയ്ക്കട്ടെ.''

ആ നേരം എഴുത്തുകാരൻ മന്ത്രിച്ചു.

''രുദ്രാ, നീ നിറഞ്ഞ കണ്ണുകളോടെ, വിതുമ്പുന്ന ചുണ്ടോടെ അവനെ ആലിംഗനം ചെയ്യൂ.''

അവൾ അവനെ തന്റെ മാറോടടുപ്പിച്ചു. തെരുതെരെ ചുംബിച്ചു. അയാൾ ആ ആലിംഗനത്തിൽ തന്നെത്തന്നെ നിമഗ്നനാക്കി. അവളുടെ ആഴങ്ങളിൽ താനിപ്പോൾ അലിഞ്ഞുപോയെങ്കിൽ എന്നയാൾ മോഹിച്ചു. പക്ഷേ, അവന്റെ ഇറുകിയ കരവലയത്തിനുള്ളിൽ അടുത്ത നിമിഷം ശൂന്യത മാത്രം അവശേഷിച്ചു.

ഒരു ചുഴലിക്കാറ്റ് അയാളെ വലം വച്ച് പൂഴിമണ്ണിനെ കറക്കിയെടുത്ത് ആകാശത്തേക്കുയർന്ന് അകന്നുപോയി. അയാൾ മുട്ടു കുത്തി ആകാശത്തേക്ക് കൈകൾ നിവർത്തി. ഇനിയേതു നിമിഷമാണ് അവൾ മഞ്ഞായി, മഴയായി, വെയിലായി തന്നെ തഴുകുന്നത്? ആ താഴ്‌വരയിലൂടെ അവൻ അലയാൻ തുടങ്ങി.

അധികം താമസിയാതെ അയാൾ തിരക്കഥ എഴുതി പൂർത്തിയാക്കി സംവിധായകനെ ഏല്പിച്ചു. പറഞ്ഞ തീയതിയിൽത്തന്നെ ചിത്രീകരണവും ആരംഭിച്ചു. വേഗത്തിൽ തീർത്ത തിരക്കഥയായതുകൊണ്ട് പല തിരുത്തലുകൾക്കുമായി അയാൾക്കു മിക്ക ദിവസവും ലോക്കേഷനിൽ തങ്ങേണ്ടി വന്നു. ഒരുമിച്ചുണ്ടായിരുന്ന ഒരു ദിവസം ക്രൗൺ രമേഷ് ജയശങ്കറിനോടു പറഞ്ഞു.

''സിനിമയ്ക്ക് ഒരു പേരായില്ലല്ലോ സർ.

ജയശങ്കർ അയാളെ നോക്കി. അവർ പല പേരുകളിലൂടെയും കടന്നു പോയി. പല കാരണങ്ങളാൽ അവയൊക്കെ വേണ്ടെന്നു

വച്ചു. കടിച്ചാൽ പൊട്ടാത്ത പേരൊന്നും വേണ്ട. കുറച്ചു പൈങ്കിളിയായിരിക്കുന്നതാണ് നല്ലത്. സാധാരണക്കാർക്കുകൂടി ദഹിക്കണം. അതിനിടയിൽ ക്യാമറാമാൻ വിവേകാണ് പറഞ്ഞത്.

''ഈ തിരക്കഥയിലൂടെ കടന്നു പോയപ്പോൾ എനിക്കനുഭവപ്പെട്ടത് ഒരു മണമാണ്. ഇലഞ്ഞിപ്പൂവിന്റെ മണം. നിഗൂഢതയും വികാരവും അതിൽ നിറഞ്ഞിട്ടുണ്ട്.''

''ഇലഞ്ഞിപ്പൂമണം. കൊള്ളാലോ.''

ക്രൗൺ രമേഷ് അതിനെ പിന്താങ്ങിയതോടെ എല്ലാവരും അംഗീകരിച്ചു. അടുത്ത ആഴ്ചത്തെ സിനിമാ വാരികകളുടെ പ്രധാന വാർത്ത ജയശങ്കറിന്റെ സിനിമയ്ക്ക് പേര് വീണതായിരുന്നു.

പല സീനുകളും സെറ്റിലിരുന്നാണ് അയാൾ കൂടുതൽ മെച്ചപ്പെട്ട നിലയിലാക്കിയത്. കുറച്ചു കൂടി സമയമെടുത്ത് ചെയ്യേണ്ടതായിരുന്നു ഈ തിരക്കഥയെന്ന് അയാൾക്കു തോന്നി. പക്ഷേ, മറ്റുള്ളവർ തൃപ്തരായിരുന്നു. നല്ല പ്രൊഫഷണലാണ് അയാളെന്ന് സംവിധായകനും നിർമ്മാതാവും അഭിപ്രായപ്പെട്ടത് വ്യവസായത്തിൽ ചർച്ചയായി. ധൈര്യമായി പ്രോജക്ട് ഏല്പിക്കാനാവുന്ന തിരക്കഥാകൃത്ത് എന്ന തരത്തിൽ അയാളെ പലരും പരിചയപ്പെട്ടു തുടങ്ങി.

അയാൾക്കു താമസിക്കാൻ ഫ്ളാറ്റും സഞ്ചരിക്കാൻ കാറും ഉണ്ടായിരുന്നു. അതുകൊണ്ട് ലോഡ്ജിലേക്ക് പോകുന്നതു നിർത്തി. എങ്കിലും പഴയ മുറി അയാൾ വിട്ടില്ല. അതിനുള്ളിൽ അയാളുടെ പഴകിയ വസ്ത്രങ്ങളും കുറേ പുസ്തകങ്ങളും മേശയും കസേരയും കട്ടിലും അയാളെയും കാത്തുകിടന്നു. വാടക കൊടുത്തു തീർത്ത് മുറി നിലനിർത്തിയതിൽ മാനേജർ സന്തോഷവാനാണ്. സിനിമയുടെ തുടക്കത്തിൽ നന്ദി കാണിക്കാനുള്ള ഏർപ്പാട് ചെയ്തിട്ടുണ്ടെന്ന് അങ്ങോട്ടു പറഞ്ഞപ്പോൾ റജിയുടെ കണ്ണ് നിറഞ്ഞു.

താഴ്‌വാരത്ത് അരവിന്ദും രുദ്രയും അനുരാഗം പങ്കു വയ്ക്കുന്ന സീൻ ചിത്രീകരിക്കുന്നതു കണ്ടപ്പോൾ അയാൾക്ക് രജനിയെ ഓർമ്മ വന്നു. ഒന്നു രണ്ടു തവണ വിളിച്ചുനോക്കി. കിട്ടിയില്ല. തിരക്കായതുകൊണ്ട് പിന്നെ നടന്നില്ല.

ഇലഞ്ഞിപ്പൂമണം വളരെ വേഗം റിലീസിനു തയ്യാറായി. അതിനു മുമ്പ് സ്റ്റുഡിയോയിലെ ചെറിയ തീയേറ്ററിൽ ക്ഷണിക്കപ്പെട്ട സദസ്സിനു മുമ്പാകെ പ്രദർശനം സംഘടിപ്പിക്കപ്പെട്ടു. ഷോ തീരുന്നതിനു മുമ്പുള്ള കുറച്ചുനിമിഷങ്ങൾ അയാൾക്കു മുമ്പിൽ കനം വച്ചു നിന്നു. സിനിമാ വ്യവസായത്തിലെ പ്രധാനികളായിരുന്നു കാണികളായി വന്നത്. അവർ കണ്ടിറങ്ങുന്ന സമയം വരെയും അയാൾ അസ്വസ്ഥനായിരുന്നു. എന്തായിരിക്കും പ്രതികരണം?

തന്റെ ഭാവി രേഖപ്പെടുത്തുന്ന നിമിഷങ്ങളാണിത്. പക്ഷേ, സിനിമ കഴിഞ്ഞ് കുറച്ചു നിമിഷം കൂടി കാണികൾ സീറ്റിൽ തന്നെ ഇരുന്നു. വല്ലാത്ത നിശ്ശബ്ദത. നിലച്ചുപോയ സമയത്തിന്റെ ആ തുണ്ടുകൾ അയാളെ ശ്വാസം മുട്ടിച്ചു. പതുക്കെ തിയേറ്ററിനു പുറത്തേക്കു നടന്നു മാറി നിന്നു. ഇറങ്ങിവന്നവർ ശിവശങ്കറിനെ പൊതിയുന്നതു കണ്ടു. അവരുടെ ശരീരഭാഷയിൽ അശുഭസൂചന ഒന്നുമില്ലെന്നു തോന്നി. അത്രയും ആശ്വാസം. തന്റെ കൂടി പങ്കാളിത്തമുള്ള ഒരു സിനിമ അങ്ങനെ ആദ്യമായി പുറംലോകം കണ്ടിരിക്കുന്നു. വിജയമായാലും പരാജയമായാലും ഏറ്റെടുക്കാൻ മനസ്സിനെ തയ്യാറെടുപ്പിച്ച് നിന്നു. ആ നേരം ജയശങ്കർ അയാളെ കൈയാട്ടി അരികിലേക്കു വിളിച്ചു.

"ഇതാണ് യക്ഷിയുടെ സ്രഷ്ടാവ്. നന്ദകുമാർ."

ജയശങ്കറിന്റെ പരിചയപ്പെടുത്തിൽ അവിടെ കൂടിനിന്നവർ കൈയടിച്ചാണ് സ്വീകരിച്ചത്. ഒരു കവിത പോലുണ്ട് ഇതിന്റെ തിരക്കഥ എന്ന് ആദ്യത്തെ പ്രശംസാവാക്ക് വന്നത് ഉദയചിത്രാ ഫിലിംസിന്റെ ഉടമ ഷൗക്കത്തിന്റെ ഭാര്യ ഷഫീനയിൽ നിന്നാണ്. തിരക്കഥയുടെ കൂടി വിജയമാണ് ഈ സിനിമ എന്ന് അയാളുടെ കൈകൾ ചേർത്തു പിടിച്ച് സംവിധായകൻ വിനീത് പറഞ്ഞു. വളരെ നാൾ കൂടി ഹൃദയത്തിൽ തൊട്ട സിനിമ എന്നായിരുന്നു ബോളിവുഡിൽ പ്രശസ്തനായ ക്യാമറാമാൻ ശരൺ നാരായണന്റെ വാക്കുകൾ. പ്രകീർത്തനങ്ങൾ അയാളെ മൂടി. അവഹേളനം ഏറ്റുവാങ്ങി ആത്മഹത്യയിലേക്ക് നടന്നുപോയ ഒരുവന്റെ തിരിച്ചുവരവ് അയാൾ ആരുമറിയാതെ ഉള്ളിൽ ആഘോഷിച്ചു. കുന്നിൻമുകളിൽനിന്ന് അഗാധമായ പുഴയിലേക്കു യാത്രയായ ആത്മാവ് പല കാലം അലഞ്ഞ് ഇതുകാണുവാൻ മാത്രം ദൂരെ മാറിനിന്നു നോക്കുന്നതായും അയാൾക്കു തോന്നി.

എത്രയോ കീർത്തിവാക്കുകൾ കേട്ടുവെങ്കിലും ലോകത്തെ ഏറ്റവും വലിയ പുരസ്കാരം ലഭിച്ച പോലെ അയാൾക്കു തോന്നിയത് കാഴ്ചകളൊരുക്കിയ തിരക്കഥ എന്ന വിശേഷണമാണ്. താനെന്നും ഗുരുവായികണ്ട് ദൂരെ മാറിനിന്ന് ആരാധിക്കുന്ന, മലയാള സിനിമയുടെ പെരുന്തച്ചനായി വിശേഷിപ്പിക്കാറുള്ള മഹാനായ ചലച്ചിത്രകാരന്റേതായിരുന്നു ആ വാക്കുകൾ. പ്രായത്തിന്റെ ഏറെ അവശതകൾ ഉണ്ടായിരുന്നുവെങ്കിലും ജയശങ്കറിനോടുള്ള ഇഷ്ടം കൊണ്ടാണ് അദ്ദേഹം പ്രദർശനത്തിനു വന്നത്. തന്റെ രണ്ടു കൈകളും കൂട്ടിപ്പിടിച്ച് ആ വാക്കുകൾ അദ്ദേഹം പറഞ്ഞപ്പോൾ അതുവരെ അടക്കിനിർത്തിയിരുന്ന കണ്ണുനീർ കൊണ്ട് അയാളുടെ കാഴ്ച മറഞ്ഞു.

മുറിവ്

ഒരു വെള്ളിയാഴ്ച ഇലഞ്ഞിപ്പൂമണം തീയേറ്ററുകളിലെത്തി. ആദ്യ ഷോയ്ക്ക് അത്ര തിരക്കൊന്നും ഉണ്ടായിരുന്നില്ല. ജയശങ്കറിന്റെ സിനിമ ആയിരുന്നുവെങ്കിലും വലിയ താരങ്ങളൊന്നും ചിത്രത്തിൽ ഇല്ലാത്തതായിരുന്നു കാരണം. സത്യത്തിൽ അദ്ദേഹം അങ്ങനെ ബോക്സ്ഓഫീസ് പ്രതീക്ഷിച്ചു ചെയ്ത സിനിമയുമല്ല ഇത്. ആക്ഷൻ സിനിമകളുടെ രാജാവ് എന്നൊക്കെ പത്രങ്ങൾ പ്രശംസിച്ച് ആ ട്രാക്കിൽനിന്ന് മാറാനാവാത്ത അവസ്ഥയായിരുന്നു. പരാജയപ്പെട്ടാലും കുഴപ്പമില്ല, വേറിട്ട ഒരു വിഷയം വേണമെന്ന വാശിക്കാണ് ഇത്തരമൊരു സിനിമയ്ക്കായി ഇറങ്ങിത്തിരിച്ചത്. ആദ്യത്തെ രണ്ടു ദിവസം ശരാശരിയായിരുന്നു കളക്ഷൻ. പക്ഷേ, കണ്ടയാളുകൾ പറഞ്ഞറിഞ്ഞ് കൂടുതൽ പേർ കയറിയതോടെ സിനിമ ക്രമേണ ഹിറ്റായി. അതു പിന്നെ തരംഗമായി. സാധാരണ യക്ഷിസിനിമകളിൽ നിന്നു ഭിന്നമായ അന്തരീക്ഷവും അവതരണവും എന്ന് നിരൂപകർ അഭിപ്രായപ്പെട്ടു. സിനിമയോടൊപ്പം നന്ദകുമാർ എന്ന പേരും സിനിമാരംഗത്ത് ചർച്ചയായി.

വിജയം രജനിയുമായി പങ്കുവയ്ക്കാൻ അയാൾ കൊതിച്ചു. അവർ സിനിമ കണ്ടുകാണുമോ? പല തവണ വിളിച്ചിട്ടും ആളെ കിട്ടിയില്ല. രണ്ടു ദിവസം കഴിഞ്ഞ് ക്രൗൺ ഫിലിംസിന്റെ ആസ്ഥാനമന്ദിരത്തിൽ ഒരു മീറ്റിങ്ങിൽ പങ്കെടുത്ത് മടങ്ങുമ്പോൾ മെസേജ് വന്നു, ഇന്നു വരാമോ എന്ന് രജനി ചോദിക്കുന്നു. തീർച്ചയായും എന്ന് മറുപടി അയച്ചു. അപ്പോഴാണ് ഓർത്തത് പ്രമുഖ ചലച്ചിത്രവാരികയ്ക്ക് വൈകിട്ട് അഭിമുഖത്തിന് സമയം കൊടുത്തിട്ടുണ്ട്. അവരെ ഒഴിവാക്കാനാവില്ല. ചോദ്യങ്ങളും ഉപചോദ്യങ്ങളും കുശലം പറച്ചിലുകളുമായി അഭിമുഖത്തിന്റെ സമയം നീണ്ടു. ഏതുവിധേനയും എല്ലാം അവസാനിപ്പിച്ച് സ്വതന്ത്രനായി, ഒരു ടാക്സി പിടിച്ച് ഓടിക്കിതച്ച് സ്ഥലത്തെത്തി പടവുകൾ കയറി ബംഗ്ലാവിനു മുമ്പിൽ എത്തിയപ്പോഴേക്കും സമയം പാതിരാവ് ആയിക്കഴിഞ്ഞിരുന്നു.

രജനി പാറമേലിരുന്ന് പുഴയുടെ അഗാധസൗന്ദര്യം ആസ്വദിക്കുകയാണ്. അയാളെ ദൂരെക്കണ്ടതും അവർ എഴുന്നേറ്റു. നിലാവില്ലാത്ത രാത്രിയായിരുന്നു അത്. കാർമേഘങ്ങൾ ഉരുണ്ടുകൂടിയിരുന്നു. കരിനീല ആകാശത്തിന്റെയും ഇരുണ്ട ഭൂമിയുടെയും പശ്ചാത്തലത്തിൽ അതേ നിറമുള്ള സാരിയിൽ വെണ്ണിലാവിന്റെ ഏകാന്തമായ തുരുത്തായി അവർ നിന്നു. ചാരിതാർത്ഥ്യത്തിന്റെ ചിരി ആ ചുണ്ടുകളിൽ നിറഞ്ഞു. വൈകിയതിന് അയാൾ ക്ഷമാപണം പറഞ്ഞപ്പോൾ അവർ കൈകളുയർത്തി തടഞ്ഞു.

"അരുത്. ആനന്ദിക്കേണ്ട വേളയാണിത്. ക്ഷമ പറയേണ്ട. എന്റെ മനസ് നിറഞ്ഞു. നീ വിജയിച്ചുവല്ലോ."

"നിങ്ങളാണ് ഈ വിജയത്തിന്റെ ശക്തി. ഈ കാലടികളിൽ ഞാനിത് സമർപ്പിക്കുന്നു."

അയാൾ അവരുടെ കാലുകൾ തൊട്ടു നെറുകയിൽ വയ്ക്കുവാനായി കുനിഞ്ഞു.

"ഏയ്..." അവർ പിന്നാക്കം മാറി. "നിന്റെ വിജയം നിന്റേതു മാത്രമാണ്. അതിലൊരു പങ്കിനും ഞാനില്ല."

അയാളുടെ ഉള്ളിൽ അല്പം പരിഭ്രമമുണ്ട്. സിനിമ അവർ കണ്ടു കാണുമോ? രുദ്രയെ അവർ ഇഷ്ടപ്പെട്ടിട്ടുണ്ടാവുമോ? തന്നെ യക്ഷിയാക്കി മാറ്റി എന്ന പരാതി കാണാതിരിക്കില്ല. പേടി കൊണ്ട് അയാൾ ആ ചോദ്യം പിന്നത്തേക്കു മാറ്റി വച്ചു.

"എന്റെ വിജയശ്രീലാളിതന് ഒരു കുഞ്ഞു സമ്മാനം."

രജനി അയാളെ കൈ നീട്ടി വിളിച്ചു. നെഞ്ചിലേക്കു ചേർത്തു പിടിച്ച സുദീർഘമായ ആലിംഗനമായിരുന്നു സമ്മാനം. അയാൾ ഏറ്റവും കൊതിക്കുന്നതും അതുതന്നെ. അവർ കൈകൾ കോർത്ത് പാറമുകളിൽനിന്ന് ആഴത്തിലെ താഴ്വാരവും നോക്കിനിന്നു. പതിവിൽനിന്ന് ഭിന്നമായി അവിടം ഇരുളിലായിരുന്നു. ഓർമ്മിച്ചെടുത്താൽ മാത്രം തെളിയുന്ന തരത്തിൽ പുഴ അവ്യക്തമായിരുന്നു.

"നാം രണ്ടു പക്ഷികളായിരുന്നുവെങ്കിൽ ആഴങ്ങളിലേക്ക് ഒരുമിച്ച് പറന്നു പോകാമായിരുന്നു, അല്ലേ?"

അയാളുടെ തോളിലേക്ക് ചാഞ്ഞ് രജനി പറഞ്ഞു. അയാൾ അവരുടെ കൈകളിൽ മുറുകെ പിടിച്ചു. അകലേക്കു നോക്കി അവർ പറഞ്ഞു:

"എനിക്ക് നിന്നോട് ഒരുപാട് സംസാരിക്കാനുണ്ട്. ഈ രാത്രി പുലരും വരെ."

അയാൾക്കും പറയാനുണ്ടല്ലോ. ഒരുപാട് ചോദിക്കാനും.

‘‘കേൾക്കാൻ ഞാൻ കാത്തുനിൽക്കുന്നു.’’

‘‘നീ ഇതുവരെ അറിയാത്ത എന്റെ കഥ ഇന്നു ഞാൻ പറയും. ഈ മടിയിൽ തല വച്ച്.’’

അയാൾ അവരെ തന്നോടു ചേർത്തു പിടിച്ചു. ആകാംക്ഷയോടെ ആ നിമിഷത്തിനായി കാത്തു. ആ കഥയിലെ നായിക ആരായിരിക്കും? തന്റെ കല്പനകൾക്ക് എത്തിനോക്കാൻ പോലും കഴിയാത്ത ഏതോ പ്രപഞ്ചസീമയിൽനിന്ന് ഹൃദയം നിറയെ തനിക്കുള്ള പ്രണയവുമായി വന്ന ഏതോ കാലനിയോഗമാണോ? അല്ലെങ്കിൽ മറ്റെന്തായിരിക്കും? തന്റെ ഭാവന സഞ്ചരിച്ച അസംഖ്യം വഴികളിൽ നിന്നു മാറി അറിവിന്റെ ഏത് ഉൾക്കാട്ടിലേക്കാകും അവർ കൈപിടിച്ച് കൊണ്ടുപോവുക? ഏതു സത്യവും ഏറ്റുവാങ്ങുവാൻ അയാൾ തന്റെ മനസ്സിനെ പാകപ്പെടുത്താൻ ശ്രമിച്ചു.

ആ നേരം വിസ്തൃതമായ ആകാശത്തിൽ ഇരുൾ പിളർന്ന് മിന്നൽപ്പിണറുകൾ ഭൂമിയിലേക്കിറങ്ങി വന്നു. ഇടി മുഴങ്ങി. മഴമേഘങ്ങൾ ആകാശം നിറഞ്ഞു. അയാൾ അവരെ പുൽപ്പരപ്പിലേക്കു നയിച്ചു. അവർ തോളോടു തോളുരുമ്മി ഇരിക്കവേ ആകാശം നോക്കി വളരെ പതുക്കെ രജനി പറഞ്ഞു.

‘‘ഈ ലോകത്ത് ഇപ്പോൾ നമ്മൾ മാത്രമായിരിക്കും ഉള്ളതെന്നു തോന്നിപ്പോകുന്നു.’’

അയാൾ അവരുടെ മുടിയിഴകൾ മണത്തു. അഭൗമമായ സുഗന്ധം അയാളുടെ സിരകളിലൂടെ ലഹരിയായി ഒഴുകി. അയാൾ ആ പിൻകഴുത്തിൽ ചുംബിച്ചു. അവിടെനിന്ന് ചുണ്ടുകളിലേക്ക് നീങ്ങി.

‘‘നമുക്ക് സംസാരിക്കാം.’’

അവർ സ്നേഹത്തോടെ അയാളെ തലോടി.

‘‘അതിനിയും എത്രയോ നേരമുണ്ട്.’’

അങ്ങനെ പറഞ്ഞുകൊണ്ട് അവരെ പുൽപ്പരപ്പിലേക്ക് ചായ്ക്കാൻ ശ്രമിച്ചു. വേണ്ട എന്നു രജനി പറയുന്നുണ്ടായിരുന്നു. മാറിലേക്കു കിടന്ന സാരി അയാൾ മാറ്റാൻ തുടങ്ങി. അവർ പെട്ടെന്ന് അത് നെഞ്ചോടു ചേർത്തുപിടിച്ച് തടഞ്ഞു.

‘‘നമുക്ക് സംസാരിക്കണ്ടേ. എന്റെ കഥ അറിയണ്ടേ.’’

‘‘ആദ്യം ഈ ഊർജ്ജം. പിന്നെ കഥകൾ. പിന്നെയും ഊർജ്ജം. എന്നാലും നേരം പുലരാൻ പോണില്ല.’’

അയാൾ ബലം പ്രയോഗിച്ച് സാരി എടുത്തു മാറ്റി. ആ നേരം കടന്നുവന്ന ഇടിമിന്നലിൽ ആ മാറിലേക്ക് അയാൾ നോക്കി. അയാൾ

സ്തംഭിച്ചു പോയി. നിറയെ മുറിവുകൾ അവർ തടയാൻ ശ്രമിച്ചെങ്കിലും ആ ബ്ലൗസിൽ അയാൾ പിടിച്ചു. അവര് കുതറിയതും ബ്ലൗസ് രണ്ടായി കീറിപ്പോയി.

നിമിഷങ്ങൾ നീണ്ട മിന്നൽപ്പിണറിൽ ഭയാനകമായ ആ ദൃശ്യം അയാളുടെ കണ്ണുകളിൽ തറച്ചു. ഒന്നേ നോക്കാനായുള്ളൂ. ആ ശരീരം വികൃതമായിരിക്കുന്നു. മുലകൾ മുഴുവൻ ആഴത്തിൽ വരഞ്ഞിരിക്കുന്നു. ശരീരം നിറയെ മുറിവുകൾ, അതിൽനിന്നും നീര് ഒഴുകുന്നുണ്ടായിരുന്നു, അയാളുടെ കൈ ചലം കൊണ്ട് നനഞ്ഞു. നടുക്കത്തോടെ അയാൾ പിന്നോട്ടു കാൽ വെച്ചു അവരെ നോക്കാൻ വയ്യ. ആ ശരീരം കാണാൻ വയ്യ.

"എന്തായിത്?" ഒരു നിമിഷം അവർ വസ്ത്രം വാരിച്ചുറ്റി നിന്നു.

"പറയൂ എന്താണീ കാണുന്നത്?"

ആ നേരം രജനിയിൽ അതുവരെയില്ലാത്ത ഒരു ഭാവമാറ്റം രൂപപ്പെടുന്നത് അയാൾ കണ്ടു, മുഖത്തെ പുഞ്ചിരി മാഞ്ഞിരിക്കുന്നു. കണ്ണുകളിൽ വെളിച്ചം കെടുന്നു.

"എന്തിനാണ്, എന്തിനാണ് ഞാനെതിർത്തിട്ടും നിങ്ങളെന്റെ വസ്ത്രമഴിച്ചത്?" രജനി ചോദിച്ചു.

"എനിക്കീ രഹസ്യമറിയണം."

"അതെന്റെ സ്വകാര്യതയാണ്. നിങ്ങൾ അതിലേക്ക് കടന്നുകയറാൻ പാടില്ലായിരുന്നു. ഞാൻ സ്വയം തുറന്നു കാണിക്കുംവരെ എന്റെ ശരീരത്തിൽ നിങ്ങൾ അതിക്രമം കാട്ടരുതായിരുന്നു. എന്റെ മനസ് പാകപ്പെടും മുമ്പ് നിങ്ങൾ ബലാൽക്കാരമായി അതു ചെയ്തു. എന്നെ അപമാനിച്ചു."

അയാൾ എന്തെങ്കിലും പറയുംമുമ്പ് വസ്ത്രം വാരിച്ചുറ്റി അവർ ഇരുളിലേക്ക് ഓടിമറഞ്ഞു. ഒരു തരത്തിലും ന്യായീകരിക്കാവുന്ന കാര്യമല്ല താൻ ചെയ്തതെന്ന് അടുത്ത നിമിഷം അയാൾക്കു ബോധ്യമായി. അത് ഒഴിവാക്കേണ്ടതായിരുന്നു. അയാൾ വളരെനേരം അവരെ വിളിച്ച് ആ വിജനതയിലൂടെ അലഞ്ഞു. ദൂരെ ഒരു കാർ വേഗത്തിൽ സ്റ്റാർട്ട് ചെയ്ത് പാഞ്ഞുപോകുന്ന ശബ്ദം കേട്ടു. രജനി ആയിരിക്കണം. എന്തൊക്കെയോ പറയാനാണല്ലോ അവർ വന്നത്. ഒരു പക്ഷേ, ഇനിയും വെളിവാകാത്ത ദുരൂഹതകൾ മുഴുവൻ അവർ ഈ രാത്രി തനിക്കു മുമ്പിൽ അഴിക്കുമായിരുന്നു. തങ്ങളുടെ ബന്ധത്തിന്റെ വഴിത്തിരിവാകേണ്ട രാത്രിയായിരുന്നു ഇത്. അയാൾ അവരെ ഫോണിൽ വിളിച്ചു. പിറ്റേന്നു രാവിലെ വീണ്ടും വിളിച്ചു. ഫോണെടുത്തില്ല. സോറി പറഞ്ഞ് മെസേജയച്ചു. മറുപടി വന്നില്ല.

അകലം

അയാൾക്ക് തിരക്കാകുകയായി. അഭിമുഖങ്ങൾ, പ്രോജക്ട് ചർച്ചകൾ, പുതിയ സൗഹൃദങ്ങൾ തുടങ്ങി ദിവസങ്ങൾ കടന്നു പോകുന്നത് അറിയാതെയായി. ഫോണെടുക്കാൻപോലും പലപ്പോഴും കഴിയാത്ത അവസ്ഥ. അയാളും അത് ആസ്വദിച്ചു. ഇന്നലെ വരെ ആർക്കും വേണ്ടാതായവൻ ഇന്ന് വെള്ളിവെളിച്ചത്തിലേക്കു നടന്നുകയറുന്നു. സാധാരണ ഒരു നവാഗത തിരക്കഥാകൃത്തിന്റെ സിനിമ വിജയിച്ചാൽ കിട്ടാവുന്നതിലധികം പ്രശസ്തി ആയാളുടെ കാര്യത്തിലുണ്ടായി. അതിന്റെ പ്രധാന കാരണം ജയശങ്കർ അയാൾക്കു നൽകിയ മനസ്സ് തുറന്ന പിന്തുണയാണ്. പല സംവിധായകരും ചെയ്യാത്ത കാര്യം.

'ഇലഞ്ഞിപ്പൂമണം' രണ്ടു മാസം തിയ്യേറ്ററുകളിൽ ഓടി. പിന്നെ ഒ ടി ടി പ്ലാറ്റ്ഫോമിൽ ട്രെൻഡായി. അതിനിടെ ചില ചാനൽ ചർച്ച കളിൽ പങ്കെടുക്കേണ്ടി വന്നു. പ്രണയാതുരയായ യക്ഷിയെക്കുറിച്ചാ യിരുന്നു പലർക്കും ചോദിക്കേണ്ടിയിരുന്നത്. അപ്പോഴൊക്കെ ജയ ശങ്കർ അയാളെ സംസാരിക്കാൻ അനുവദിച്ചു. ഒരിക്കൽ യക്ഷിയെ ക്കുറിച്ച് സംസാരിച്ചിരിക്കവേ അയാളുടെ ഫോൺ അകലെയിരുന്ന് പലതവണ വിറകൊണ്ടു. ഷൂട്ട് കഴിഞ്ഞ് അയാൾ എത്തുമ്പോൾ പതിനാറ് മിസ്ഡ് കോളുകൾ. രജനിയാണ് വിളിച്ചിരിക്കുന്നത്. തിരിച്ചു വിളിച്ചെങ്കിലും കിട്ടിയില്ല.

മറ്റൊരു സന്ദർഭത്തിലായിരുന്നെങ്കിൽ അയാൾ തകർന്നുപോവു മായിരുന്നു. പക്ഷേ, തിരക്കുകളുടെയും സൗഹൃദങ്ങളുടെയും പുതിയ ലോകം അയാൾക്ക് ചിന്തിക്കുവാനുള്ള സമയം നൽകിയില്ല.

ഒരു സിനിമയുടെ ടൈറ്റിൽ പ്രകാശനത്തിന്റെ ചടങ്ങ്. അതിലെ മുഖ്യാതിഥി അയാളായിരുന്നു. സിനിമ എന്നതിനേക്കാൾ നിർമ്മാതാ വിന്റെ ബിസിനസ് താല്പര്യങ്ങൾക്കായി സംഘടിപ്പിച്ച ചടങ്ങാണെന്ന് വ്യക്തം. സമൂഹത്തിലെ വിവിധ മേഖലകളിലെ പ്രമുഖർ ഒത്തു ചേർന്നിരുന്നു. അയാൾക്കു ശ്വാസംമുട്ട് ഉണ്ടാക്കുന്ന പരിപാടിയാണ്.

പക്ഷേ, നിന്നുകൊടുക്കേണ്ടി വരുമെന്ന് ജീവയുടെ നിർദ്ദേശമുണ്ട്. ബുഫേ വേളയിൽ അയാൾ അല്പം മാറിനിന്നാണ് ഭക്ഷണം കഴിച്ചത്. അരികിലേക്ക് വന്ന വനിത സ്വയം പരിചയപ്പെടുത്തി. റോസി മറിയ. സിനിമാ വ്യവസായത്തിൽ സുപരിചിതയാണ്. നിരവധി ഹിറ്റ് സിനിമകളുടെ നിർമ്മാതാവ്. കുറച്ചുനാളായി റിയൽ എസ്റ്റേറ്റിലാണ് ശ്രദ്ധ. അയാളുടെ ഉള്ളിൽ ചെറിയൊരു ചിരി വിടർന്നു. കാരണം, അവൾ ദൂരെ ഇരുളിൽനിന്നു അയാൾക്കരികിലേക്കു വന്നപ്പോൾ അത് രജനിയാകുമോ എന്ന് ഒരു നിമിഷം സംശയിച്ചതാണ്. അരികിലെത്തിയപ്പോൾ അതു മാറിയെങ്കിലും അയാളുടെ ഉള്ളിൽ സാമ്യത തീർത്ത തോന്നൽ മായാതെ നിന്നു.

''ഒരു ഇടവേളയ്ക്കു ശേഷം വീണ്ടും സിനിമയെടുക്കാൻ ഞാൻ തീരുമാനിച്ചു. യക്ഷിയുടെ കാമുകനിൽ നിന്നു തന്നെയാണ് ഒരു തിരക്കഥ പ്രതീക്ഷിക്കുന്നത്.''

നനുത്ത ചിരിയോടെ അവൾ മൊഴിഞ്ഞു. സമ്മതഭാവത്തിൽ അയാൾ തലകുലുക്കി.

''നമുക്ക് നോക്കാം.''

അതു പറയുമ്പോഴും അയാൾ റോസിമരിയയിൽ സൂക്ഷ്മമായി തിരയുകയായിരുന്നു. ഇവളിൽ എവിടെയാണ് താൻ രജനിയെ കണ്ടത്?

''എന്താ ഒരു നോട്ടം?''

റോസി ആ ചോദ്യം അയാളിലേക്കെറിയുമ്പോൾ അവളുടെ ചുണ്ടുകൾ വിരിഞ്ഞതിനൊപ്പം കവിളിൽ രണ്ടു വരയുള്ള ഒരു നുണക്കുഴി തെളിഞ്ഞു. അയാൾ പെട്ടെന്നു യാഥാർത്ഥ്യത്തിലേക്കു തിരിച്ചുവന്നു. ജള്ളനെപ്പോലെ ചിരിച്ചു. റോസി മറിയയെത്തേടി പ്രൊഡക്ഷൻ കൺട്രോളർ ജാക്സൺ വരുന്നുണ്ടായിരുന്നു.

''നമുക്ക് കാണാം.'' അയാളെ ഒന്ന് നോക്കി പുഞ്ചിരിച്ച് അവൾ ജാക്സനു സമീപത്തേക്കു പോയി. എന്തിനാണ് തനിക്കങ്ങനെ തോന്നിയതെന്ന് അയാൾക്കറിയില്ല. കാണുന്നവരിലെല്ലാം രജനിയെ തിരയുന്ന തരത്തിലേക്കു മാറുകയാണോ?

സിനിമ റിലീസായി തൊണ്ണൂറ്റിയേഴാം നാൾ. നൂറാംദിന ആഘോഷത്തിനായി ക്രൗൺ ഫിലിംസ് വലിയ ആഘോഷങ്ങളാണ് ആസൂത്രണം ചെയ്തിരിക്കുന്നത്. ക്രൗൺ രമേഷിന്റെ തിരിച്ചുവരവ് ഉത്സവമാക്കിയ സിനിമ കൂടിയാണ് ഇലഞ്ഞിപ്പൂമണം. രമേഷ് വളരെ സന്തോഷത്തിലാണ്. നാലു ഭാഷകളിലേക്കാണ് സിനിമയുടെ റിമേക്ക് വില്പന നടന്നിരിക്കുന്നത്. സംവിധായകനെയും തിരക്കഥാകൃത്തിനെയും അംഗീകാരം കൊണ്ടു മൂടുന്ന വേദി കൂടിയാക്കാനാണ്

അയാളുടെ പദ്ധതി. അവിടെവച്ച് ഇതേ ടീമിന്റെ പുതിയ സിനിമ പ്രഖ്യാപിക്കും.

വൈകുന്നേരത്ത്, ആഘോഷ പരിപാടിയുടെ ആലോചനായോഗത്തിൽ ഇരിക്കുമ്പോഴാണ് ഫോൺ സംഗീതമുയർന്നത്. നോക്കുമ്പോൾ രജനിയാണ്. കൂടെയുള്ളവരോട് ക്ഷമാപണം പറഞ്ഞ് പുറത്തേക്കിറങ്ങി.

''എവിടെയാണ്?'' രജനി ചോദിച്ചു.

''ഒരു മീറ്റിങ്ങിലാണ്.''

''തിരക്കാണോ?''

''കുറച്ച്. എന്നാലും പറഞ്ഞോളൂ. എന്നോടുള്ള ദേഷ്യം പോയോ?'' അതിന് അവർ ഉത്തരം പറഞ്ഞില്ല.

''എനിക്കൊന്നു കാണണം. അതാ വിളിച്ചത്.''

''രാത്രി വരാം.''

''രാത്രിയല്ല, ഇപ്പോൾ കാണാമോ?''

ആ ചോദ്യത്തിൽ രജനിയിൽ ഇതുവരെയില്ലാത്ത തിടുക്കമുണ്ടായിരുന്നു. പകൽവെളിച്ചത്തിൽ താൻ ഇതുവരെ അവരെ കണ്ടിട്ടില്ലല്ലോ എന്ന് അയാൾ ഓർത്തു.

''എന്താണ് അത്യാവശ്യം.''

''നമുക്ക് ഒരു യാത്ര പോയാലോ? എന്റെ കൂടെ വരുന്നോ?''

അയാൾ മുറിയിലേക്കു നോക്കി. മറ്റുള്ളവർ അയാളെ പ്രതീക്ഷിച്ചിരിക്കുകയാണ്. അവർ നോക്കുന്നുണ്ട്.

''ഒരു പ്രധാന മീറ്റിങ് നടക്കുന്നു. ഇതു കഴിഞ്ഞാലുടൻ ഫിലിം പ്ലസ് മാഗസിന് ഒരു ഇന്റർവ്യൂ ഉണ്ട്. ഒരു കാര്യം കൂടി പറയാനുണ്ട്. മറ്റന്നാൾ ശനിയാഴ്ച നമ്മുടെ സിനിമയുടെ നൂറാം ദിന ആഘോഷമാണ്. നിങ്ങൾ തീർച്ചയായും വരണം. വരില്ലേ?''

''വരാം. അപ്പോൾ ഇന്നു വരില്ലേ?''

''സോറി കേട്ടോ. ഇന്നില്ല. മിക്കവാറും അടുത്ത പ്രോജക്ട് ഇന്നു ഉറപ്പിക്കും. ഞാൻ രക്ഷപ്പെടുകയാണെന്നു തോന്നുന്നു. എല്ലാം നിങ്ങൾ തന്ന എനർജിയാണ്.''

മറുപുറത്ത് മറുപടിയുണ്ടായില്ല.

''എന്തായാലും ശനിയാഴ്ച വരണം. ഹോട്ടൽപ്ലാസയിൽ ഹാൾ റൂം വൺ. വൈകിട്ട് അഞ്ചു മണിക്ക്. വന്നിട്ട് എന്നെ വിളിച്ചാൽ മതി.''

അകത്തുനിന്ന് വിളി വന്നു. അയാൾ അനുവാദം ചോദിച്ച് ഫോൺ വച്ച് മുറിയിലേക്കു നടന്നു. തുടർന്ന് മീറ്റിങ്ങിൽ പങ്കു കൊണ്ടെങ്കിലും അയാളുടെ മനസ്സ് അവിടെ നിന്ന് നഷ്ടമായിരുന്നു. എങ്ങോട്ടോ കൂടെ ചെല്ലുന്നോ എന്നല്ലേ അവർ ചോദിച്ചത്. അതു താൻ കാര്യമായി എടുത്തതു കൂടിയില്ല. അയാൾക്ക് വലിയ കുറ്റ ബോധം അനുഭവപ്പെട്ടു. മീറ്റിങ് ഒരു വിധം അവസാനിപ്പിച്ച് പുറ ത്തിറങ്ങി അവരെ വിളിച്ചു. ഫോൺ ഓഫാണ്.

നേരേ കുന്നിൻപുറത്തേക്കു പോയി. അവിടം അസാധാണമായ മൂകത കൊണ്ടു നിറഞ്ഞിരുന്നു. ചന്ദ്രൻ ഏറെക്കുറെ വലുതായിരു ന്നുവെങ്കിലും നിലാവിന് ജീവനില്ലായിരുന്നു, മേയാനിറങ്ങിയ പന്നിക്കൂട്ടങ്ങളെപ്പോലെ മേഘങ്ങൾ. വിഷം കൊണ്ടു നീലിച്ച ആകാശം. പുൽപ്പരപ്പിലെ തണുപ്പ് മൃതദേഹത്തിൽ തൊട്ടപോലെ. രജനിയുടെ ഫോൺ അപ്പോഴും ഓഫാണ്. അയാൾ പുൽപ്പരപ്പിൽ വെറുതേ കിടന്നു. തന്റെ പ്രവൃത്തിയിൽ അയാൾക്കു വെറുപ്പ് തോന്നി. രജനിയോടൊപ്പം പോകേണ്ടതായിരുന്നു. നേരം വെളുക്കും വരെ കുന്നിൻചരുവിലും ബംഗ്ലാവിലുമായി അയാൾ ചെലവഴിച്ചു.

ഇലഞ്ഞിപ്പൂമണത്തിന്റെ നൂറാം നാൾ. അംഗീകാര വേദി സജ്ജ മായി. സദസ്സിൽ ആളുകൾ നിറയുകയാണ്. നൂറാം നാൾ ആഘോ ഷങ്ങൾ കുറേക്കാലമായി വിരളമായേ മലയാള സിനിമാ വ്യവസാ യത്തിൽ ഉണ്ടാകാറുള്ളൂ. റിലീസ് ചെയ്യുന്ന തീയേറ്ററുകളുടെ എണ്ണം കൂടിയത്, പൈറസി തുടങ്ങി നിരവധി കാരണങ്ങൾ അതിനുണ്ട്. തങ്ങളുടെ ആഘോഷം പരമാവധി ഗംഭീരമാക്കാൻ ക്രൗൺ മൂവീസ് പരമാവധി ശ്രദ്ധിച്ചിട്ടുണ്ട്. സൂപ്പർതാരങ്ങൾ ഉൾപ്പെടെ പ്രമുഖരുടെ വൻ നിര വരുന്നുണ്ട്. ക്രൗണിന്റെ ബിസിനസ് മേധാവിത്വം കൂടി തിരിച്ചുവരികയാണ്. തൊട്ടരികിൽ ഒരു കസേര അരികെ പിടിച്ച് മുൻനിരയിൽ അയാൾ കാത്തിരിക്കുകയാണ്.

ഇടയ്ക്കിടെ ഫോണിൽ നോക്കുന്നുണ്ട്. നേരത്തേ വിളിക്കാൻ ശ്രമിച്ചപ്പോഴൊക്കെ സ്വിച്ച്ഡ് ഓഫ് ആയിരുന്നു. രജനി വരുമെന്നു തന്നെ അയാൾ വിശ്വസിക്കുന്നു. രജനി ഉടനേ വന്നില്ലെങ്കിൽ സീറ്റ് പോകും. ആരെങ്കിലും പ്രമുഖർ വന്ന് ഇരിക്കാൻ ശ്രമിച്ചാൽ ആർക്കു വേണ്ടിയെന്നു പറഞ്ഞ് തനിക്കത് നിലനിർത്താനാവും. എന്നാലും അയാൾ ശ്രമിച്ചു. ഇനി അഥവാ സീറ്റ് പോവുകയാണെങ്കിൽ രജനി യോടൊപ്പം ഏറ്റവും പിൻനിരയിൽ പോയി സ്വസ്ഥമായിരിക്കണം. അംഗീകാരം വാങ്ങാനായി വിളി വരുമ്പോൾ അവരുടെ കൈകളിൽ അമർത്തിപ്പിടിച്ച ശേഷം വേദിയിലേക്ക് നടക്കണം. പുരസ്കാരം ഏറ്റുവാങ്ങിയേ ശേഷം തനിക്കു ലഭിക്കുന്ന നിമിഷങ്ങളിൽ ഈ

തിരക്കഥയുടെ പിന്നിലെ അദൃശ്യശക്തിയെ ലോകത്തിനു മുമ്പിൽ വെളിവാക്കണം. ലോകം മുഴുവൻ കേൾക്കെ ആ ആത്മബന്ധം പ്രഖ്യാപിക്കണം.

‘‘ഹായ്.’’ ആ ശബ്ദമാണ് അയാളെ ചിന്തകളിൽനിന്ന് തിരികെ കൊണ്ടുവന്നത്. റോസി മരിയ. അയാൾ അവരെ പകച്ചുനോക്കി. റോസിക്കു ചിരി വന്നു. അവൾ അയാളുടെ കൈയെടുത്തു മാറ്റി അരികിലെ കസേരയിൽ ഇരുന്നു. എന്നിട്ട് ചെവിയിൽ പറഞ്ഞു.

‘‘ഇങ്ങനെ നോക്കരുത്. കണ്ണിന്റെ ഫിലമെന്റ് പോകും. കേട്ടോ?’’

അയാൾക്ക് വിശദീകരിക്കണമെന്നുണ്ട്. പക്ഷേ, എന്തൊക്കെ പറഞ്ഞ് വിശദീകരിക്കും. അതുകൊണ്ട് ഒന്നും മിണ്ടിയില്ല. വെറുതേ ചിരിച്ചു.

‘‘നമുക്ക് തുടങ്ങണ്ടേ?’’ റോസി അയാളെ ഓർമ്മിപ്പിച്ചു. അവർ പ്രോജക്ട് സംസാരിക്കുകയാണ്. ഒന്നിലധികം അവസരങ്ങൾ ഒന്നിച്ചു വന്നാൽ ഒരു തിരക്കഥാകൃത്ത് എങ്ങനെ കൈകാര്യം ചെയ്യണമെന്ന് തനിക്ക് അത്ര പിടിത്തമില്ലല്ലോ എന്ന് അയാൾ ഓർത്തു.

‘‘ഇന്ന് ഈ ടീമിന്റെ തന്നെ പുതിയ പ്രോജക്ട് പ്രഖ്യാപിക്കുകയാണ്.’’

‘‘എനിക്കു ധൃതിയില്ല. നമുക്കൊന്നിരിക്കാം.’’

ആ സമയം അയാളുടെ ഫോൺ ശബ്ദിച്ചു. നോക്കുമ്പോൾ രജനിയാണ്. റോസിയോട് ക്ഷമ ചോദിച്ച് അയാൾ ഫോണെടുത്തു. അവർ എത്തിയിട്ടുണ്ടാകുമോ? എഴുന്നേറ്റു നിന്നു ചുറ്റും നോക്കി. എത്തിയിട്ടുണ്ടാവും. തന്നെ കാണട്ടെ.

‘‘ആശംസകൾ... അഭിനന്ദനങ്ങൾ.’’

രണ്ടു വാക്ക്. കോൾ നിശ്ചലമായി. അയാൾ ഫോൺ നോക്കി. തിരികെ വിളിച്ചു. ഫോൺ എടുത്തില്ല. വീണ്ടും വിളിച്ചു. ഓഫാണ്. അയാൾ ഹാൾ മുഴുവൻ നോക്കി. പുറത്തിറങ്ങി പരതി. അവിടെങ്ങും രജനിയെ കണ്ടില്ല.

തിരച്ചിൽ

നഗരത്തിലെ ധനികരുടെ ആവാസകേന്ദ്രമാണ് ശിങ്കാരക്കുന്ന്. പണ്ട് മഹാറാണിയുടെ ഉല്ലാസകേന്ദ്രമായിരുന്നു ഇവിടം. ചില പ്രമുഖർക്ക് റാണി തന്നെ ഇവിടെ മാളികകൾ പണിഞ്ഞുകൊടുത്തു. ക്രമേണ ശിങ്കാരക്കുന്നിലെ താമസം സാമൂഹ്യമായ ഉന്നതാവസ്ഥയുടെ അടയാളമായി മാറി. പഴയ വീടുകൾ നിന്ന പലയിടത്തും ഇന്ന് ആകാശത്തേക്ക് തലയുയർത്തി നില്ക്കുന്ന ഫ്ളാറ്റുകളാണ്. വീടിന്റെ ഉടമസ്ഥർക്ക് മൂന്നോ നാലോ അപ്പാർട്ടുമെന്റുകൾ ലഭിക്കും. രാജ്യത്തിനു വെളിയിൽ ജോലി ചെയ്യുന്ന പുതിയ തലമുറയുടെ മാതാപിതാക്കളാണ് ഇവിടുത്തെ സ്ഥിരം താമസക്കാരിൽ നല്ലൊരു പങ്ക്. ബാക്കിയുള്ള ഫ്ളാറ്റുകൾ പുതിയ ബിസിനസുകാർ അവരുടെ പ്രതാപത്തിന്റെ സൂചകമെന്ന നിലയിൽ വാങ്ങിയിട്ടിരിക്കുന്നവയാണ്.

റോസി മറിയയ്ക്കും ശിങ്കാരക്കുന്നിൽ ഫ്ളാറ്റുണ്ട്. കുന്നിന്റെ കിഴക്കേ എടുപ്പിലായി സ്ഥിതി ചെയ്യുന്ന ഡ്രീം വ്യൂസ് എന്ന പ്രീമീയം അപ്പാർട്ട്മെന്റ് സമുച്ചയത്തിലെ ഒമ്പതാം നിലയിലാണത്. അവിടെ നിന്നു നോക്കിയാൽ തെങ്ങോലപ്പീലികളുടെ പച്ചപ്പിനു മുകളിൽ കടലിന്റെ നീലിമ കാണാം. ചക്രവാളം നിറംമാറ്റം നടത്തുന്നതും ആകാശത്തിന്റെ കാലിഡോസ്കോപ്പിൽ രൂപങ്ങൾ മാറിമറിയുന്നതും അനുഭവിക്കാം. രാത്രിയിൽ ബാൽക്കണിയിലേക്കിറങ്ങി നിന്നാൽ നക്ഷത്രങ്ങൾക്കിടയിൽ ഒരു കുഞ്ഞുപേടകത്തിലിരുന്ന് കാഴ്ച കാണുന്നതുപോലെ തോന്നും. സ്വപ്നക്കാഴ്ചകളുടെ വിശദമായ വിവരണം നല്കിയ ശേഷമാണ് റോസി അയാളെ ഫ്ളാറ്റിലേക്ക് ക്ഷണിച്ചത്.

ആദ്യചിത്രം പുറത്തിറങ്ങിയതിനുശേഷവും പഴയ നിർമ്മാതാവിനെ ശല്യപ്പെടുത്തുന്നത് ശരിയല്ലല്ലോ. അങ്ങനെയാണ് അയാൾ ഇവിടേക്കു താമസം മാറുന്നത്. വന്നിട്ട് ഇന്നു നാലാമത്തെ രാത്രിയാണ്.

കണ്ണാടിജാലകത്തിലൂടെ നഗരത്തിന്റെ ആകാശദൃശ്യം കാണാം. ഭൂമിയിലും ആകാശത്തിലും എണ്ണമറ്റ രാത്രിവിളക്കുകൾ തിളങ്ങുന്നു. അതിനിടയിലൂടെ വിളറിയ നിലാവ് പടർന്നു കിടക്കുന്നു. കാഴ്ച കണ്ടിരിക്കുന്നതല്ലാതെ ഒരാശയവും രൂപം കൊണ്ടില്ല. എന്തെഴുതണമെന്ന് ഒരു രൂപവുമില്ല. ഒഴിഞ്ഞ കടലാസവും തുറന്നു വച്ച പേനയുമായി അയാളിരുന്നു. വെള്ളം ചോർന്നുപോയ കുടം പോലെ അകം ശൂന്യമായിരിക്കുന്നു.

രജനിയെ കിട്ടുന്നില്ല. എത്ര നാളായി വിളിക്കുകയാണ്. ആഘോഷവേദിയിൽ വച്ച് അവരുടെ ഫോൺ വന്ന് നിലച്ച നിമിഷം മുതൽ അയാൾ അസ്വസ്ഥനാണ്. ജീവൻ തന്നിൽനിന്നു പിടിവിട്ടു പോകുന്ന പിടച്ചിൽ. ഒരു യന്ത്രം പോലെയാണ് അയാൾ വേദിയിൽ കയറി തിരക്കഥാകൃത്തിനുള്ള മൊമെന്റോ വാങ്ങിയത്. ഹാൾ നിറഞ്ഞു കവിഞ്ഞ കൈയടി അയാൾ കേട്ടില്ല. രണ്ടു വാക്ക് സംസാരിക്കുവാനായി കൈയിൽ വന്ന മൈക്കുമായി വാക്കുകൾ തൊണ്ടയിൽ പിടഞ്ഞ് നിന്നു.

എഴുത്തുകാർ സംസാരിക്കാറില്ല, അവർ മൗനത്തിന്റെ ഉപാസകരാണല്ലോ എന്നു സമാധാനം പറഞ്ഞ് ആങ്കർ ആ നിമിഷത്തെ മറികടന്നു. തുടർന്നു നടന്ന പാർട്ടിയിലും അയാളുടെ ശരീരം മാത്രമാണ് പങ്കാളിയായത്. ആഘോഷം തീരും മുമ്പ് ഇറങ്ങി. ഫ്ളാറ്റിലേക്കു പോയില്ല. കുറേനാളിനു ശേഷം നേരേ ലോഡ്ജിലേക്കു പോയി.

''ഞങ്ങളെയൊന്നും മറന്നില്ലല്ലോ.''

റജി നിറഞ്ഞ മനസ്സോടെ പറഞ്ഞതിനോട് കൈയുയർത്തി പ്രതികരിച്ചുകൊണ്ട് അയാൾ മുറിയിലേക്കു പോയി. വെറുതേ മലർന്നു കിടന്നു. എന്തു ചെയ്യണമെന്നു രൂപമില്ല. പലതും തിരിച്ചും മറിച്ചും ചിന്തിച്ചു. ഒരു യാത്ര പോകാനല്ലേ അവർ വിളിച്ചത്. ആ സമയം അതിനെ കാര്യമായെടുക്കാൻ കഴിഞ്ഞില്ല, മനസ് നിറയെ വിജയാഘോഷത്തിൽ ആഴ്ന്നു കിടന്നിരുന്നു. അവർക്ക് എവിടെയാകും പോകേണ്ടിയിരുന്നത്? അങ്ങോട്ടേക്ക് അവർ ഒറ്റയ്ക്കു പോയിക്കാണുമോ? പക്ഷേ, രണ്ടു ദിവസം കഴിഞ്ഞ് പ്രോഗ്രാം നടക്കുന്നതിനിടെ തന്നെ വിളിച്ചിരുന്നുവല്ലോ. അതെവിടെ നിന്നാകും. അവർ ഹാളിൽ എത്തിയിട്ടുണ്ടാവുമോ അതോ, മറ്റെവിടെയെങ്കിലും നിന്നു വിളിച്ചതാകുമോ? എന്തായാലും തന്റെ വിജയങ്ങളുടെയെല്ലാം അവകാശി അവരാണ്. അവരോട് താൻ നീതികേട് ചെയ്തു. അവരെ കണ്ടെത്തണം. മാപ്പ് പറയണം. പക്ഷേ, അവരെവിടെ? അടുത്ത ദിവസം റോസി വിളിച്ചു.

“നമുക്ക് പ്രോജക്ട് തുടങ്ങണ്ടേ? ട്രെഡ് ആകാത്തതിൽ വിഷമിക്കേണ്ടതില്ല. ശിങ്കാരക്കുന്നിലേക്കു വന്നോളൂ. സ്വസ്ഥമായിരുന്ന് സമയമെടുത്ത് ചെയ്താ മതി.”

അങ്ങനെയാണ് ഇവിടെയത്തിയത്. ഒന്നും നടന്നിട്ടില്ല. ആ സമയം കോളിങ് ബെൽ മുഴങ്ങി. റോസിയാണ്. ഇളംപച്ച നിറമുള്ള ഓർഗൻസാ സാരിയിൽ അവൾ ആകർഷകയായിരുന്നു. പച്ചപ്പിന്റെ സുതാര്യതയിലൂടെ നിറഞ്ഞ മാറിടവും പൊക്കിൾച്ചുഴിയും മഞ്ഞു ജാലകത്തിലൂടെ എന്നവണ്ണം അവ്യക്തമധുരമായി കാണാമായിരുന്നു. പുഞ്ചിരിയിൽ വിടരുന്ന നുണക്കുഴികൾക്ക് പ്രത്യേക ഭംഗിയുണ്ട്.

“ടെൻഷനെടുക്കേണ്ട. സാവധാനം മതി. ഞാൻ എന്തിലും സാവധാനത്തിന്റെ ആളാണ്.”

സോഫയിൽ അരികെ ഇരുന്ന് അവൾ പറഞ്ഞു. അയാളുടെ ഉള്ളുഴലുന്ന വഴികൾ അവൾക്ക് അറിയില്ലല്ലോ. റോസി തന്റെ തിരിച്ചു വരവിനെക്കുറിച്ചാണ് അയാളോട് പറഞ്ഞത്. ക്രൗണിനെപ്പോലെ റെഡ് ലോട്ടസ് മൂവീസിനും സിനിമയിലേക്കു തിരികെ വരണം. അതിന് ഇലഞ്ഞിപ്പൂമണം പോലെ ഒരു ചിത്രം വേണം. ഇടയ്ക്ക് അവൾ അയാളെ നോക്കി.

“എന്തു പറ്റി? ഫിലമെന്റിന് ഇന്ന് അത്ര ശക്തിയില്ലല്ലോ.”

തളർച്ച ബാധിച്ച അയാളുടെ കണ്ണുകളിലേക്കു നോക്കി റോസി ചോദിച്ചു. തന്റെ തോളുകൾകൊണ്ട് അയാളുടെ തോളിൽ തട്ടി.

“കൂളാകൂ മാൻ.”

അവൾ കൈകൾ നീട്ടി അയാളെ പുണർന്നു. അയാളുടെ മുടിയിഴകളിൽ തഴുകി. കവിളിൽ ഉമ്മ വച്ചു. നിശ്ചലമായ ഒരു തടാകമായിരുന്നു അയാൾ. അവൾ പകരുന്നതൊന്നും അയാളിൽ ഒരു അലയും ഉണ്ടാക്കിയില്ല. അയാളുടെ ചുണ്ടുകളിൽ അവൾ ചുണ്ടുകൾ കൊണ്ട് ഉഴിഞ്ഞു. ആനേരം അയാളുടെ ഇന്ദ്രിയങ്ങൾ ഏന്തോ തിരിച്ചറിയുകയായിരുന്നു.

“പിച്ചകപ്പൂവിന്റെ മണം.” അയാൾ പിറുപിറുക്കുന്നത് കേട്ട് കുറുമ്പോടെ റോസി തിരികെ സീറ്റിലേക്ക് ഇരുന്നു.

“പിച്ചകമല്ല, സാൻഡൽവുഡ്. മൈസൂരിൽനിന്നു വാങ്ങിയതാണ്.”

തന്റെ ശരീരത്തിന്റെ സുഗന്ധത്തെക്കുറിച്ചാകും അയാൾ പറഞ്ഞതെന്നായിരുന്നു റോസിയുടെ തോന്നൽ. പക്ഷേ, അയാൾ വീണ്ടും പിച്ചകമണത്തെക്കുറിച്ച് പറഞ്ഞു. മറ്റേതോ ലോകത്താണ് ആണെന്ന്

അവൾക്കു മനസ്സിലായി. അയാളുടെ കവിളിൽ അല്പം ശക്തിയായി തട്ടി അവൾ വിളിച്ചു.

''ഏയ്?'' പെട്ടെന്നയാൾ ഞെട്ടിയുണർന്നു. റോസിക്കു ശുണ്ഠി വന്നു. ഇയാളെന്താണ് ഇങ്ങനെ? കാണുമ്പൊഴൊക്കെ കണ്ണുകൾ കൊണ്ട് തന്നെ വിഴുങ്ങാൻ നിന്ന മനുഷ്യൻ. അയാൾക്ക് ഇപ്പോൾ പ്രതികരണശേഷി പോലുമില്ല. റോസി അയാളെ തള്ളിമാറ്റി വേഗത്തിൽ പുറത്തേക്കു പോയി. കതക് ശക്തിയായി അടയുന്ന ശബ്ദം കേട്ടു. അപ്പോഴും അയാളുടെ മനസ്സ് ഉത്തരമില്ലാത്ത ഒരു ചോദ്യത്തിൽ വട്ടം കറങ്ങുകയായിരുന്നു. രജനിയെ എങ്ങനെ കണ്ടെത്തും?

അധികം താമസിയാതെ അയാളും ഫ്ളാറ്റിൽ നിന്നിറങ്ങി. ലോഡ്ജിലെത്തി വളരെ കഴിഞ്ഞിട്ടും അയാൾക്ക് ഉറക്കം വന്നില്ല. രജനി ആരാണ് എന്നതിനുത്തരം താൻ തന്റെ തിരക്കഥയിലൂടെ കണ്ടെത്തി. പക്ഷേ, അതിന് യാഥാർത്ഥ്യവുമായി ബന്ധമൊന്നുമില്ല. സത്യത്തിൽ അവർ അതല്ലല്ലോ. അങ്ങനെ ഒരാൾ ഉണ്ടോ എന്നുകൂടി അറിയില്ല. ഉണ്ടെങ്കിൽ എവിടെ? അവരുമായി തന്നെ ബന്ധിപ്പിക്കുന്ന ഏക കണ്ണി അവരുടെ മൊബൈൽ നമ്പരാണ്. അതാണെങ്കിൽ ഒരാഴ്ചയായി കിട്ടുന്നില്ല. ഇനി എന്തു ചെയ്യും? ഓരോന്ന് ആലോചിച്ച് കരയടുക്കാതെ അയാൾ കിടന്നു. പിറ്റേദിവസം രാവിലെ തന്നെ നഗരത്തിലേക്കിറങ്ങി. രജനിയുടെ മൊബൈൽ നമ്പറിന്റെ സേവനദാതാക്കളുടെ ഓഫീസ് കണ്ടുപിടിച്ചു. ഫ്രണ്ട് ഓഫീസിൽ ഒരു ചെറുപ്പക്കാരനായിരുന്നു. അവന്റെ നെയിംബാഡ്ജിൽ അരുൺ എന്നു കണ്ടു.

''അരുൺ എനിക്കൊരു ഉപകാരം ചെയ്യണം.''

''നന്ദകുമാർ സാറല്ലേ. പറയൂ സർ.''

അരുൺ അയാളെ തിരിച്ചറിഞ്ഞിരിക്കുന്നു. രജനിയുടെ ഫോൺ നമ്പർ എഴുതിയ കടലാസ് മുന്നിലേക്കു നീക്കി അയാൾ പറഞ്ഞു.

''ഈ നമ്പറിന്റെ മേൽവിലാസം എനിക്കു വേണം.''

''സർ ചെയ്തുകൂടാത്തതാണ്. എങ്കിലും ഞാനെടുത്തു തരാം. സാറിന്റെ നമ്പർ തന്നിട്ട് പൊയ്ക്കോളൂ. ഞാൻ വിളിക്കാം.''

അയാൾ ആ കടലാസിൽതന്നെ അയാളുടെ നമ്പരും എഴുതിക്കൊടുത്ത് നന്ദി പറഞ്ഞ് പുറത്തേക്കിറങ്ങി. വെറുതേ നടന്നു. ഒന്നും ചെയ്യാനില്ലാത്ത അവസ്ഥ. അടുത്തു കണ്ട ഒരു ജ്യൂസ് പാർലറിൽ കയറി ഒരു ഓറഞ്ച് ജ്യൂസിനു ഓഡറും നൽകി വെറുതേ ഇരുന്നു.

''പതുക്കെ മതി.''

അയാൾ വെയിറ്ററെ ഓർമ്മിപ്പിച്ചു. പുറത്ത് നഗരത്തിന്റെ തിരക്ക്. ആളുകൾ എങ്ങോട്ടൊക്കെയോ പായുന്നു. തന്റെ ജീവിതം മാത്രം

എന്തുകൊണ്ടാണ് ഇങ്ങനെ ഓരോ വഴിത്തിരിവിലും ഇടിച്ചു നിൽക്കുന്നത്. അയാൾ ചിന്തിച്ചിരിക്കെ ഒരു വിളി കേട്ടു.

"സർ..." ഇരുപത്തഞ്ച് വയസോളമുള്ള രണ്ട് യുവാക്കളാണ്. അയാൾ അവരെ നോക്കി ചിരിച്ചു.

"ഞങ്ങൾ ഇവിടൊന്ന് ഇരുന്നോട്ടെ."

"പിന്നെന്താ."

അയാൾ സ്വാഗതം ചെയ്തു.

"ഞാൻ അഭിനന്ദ്, ഇവൻ ബിനോയ്. ബിടെക്കിനു പഠിക്കുന്നു." ഒരുവൻ പറഞ്ഞപ്പോൾ അടുത്തയാൾ കൂട്ടിച്ചേർത്തു.

"ഇലഞ്ഞിപ്പൂമണം കണ്ടായിരുന്നു. ഞങ്ങൾക്ക് വല്യ ഇഷ്ടായി."

അവർ സിനിമയെപ്പറ്റി ആവേശത്തോടെ സംസാരിച്ചു. അവരുടെ നല്ല വാക്കുകൾ അയാൾ കേട്ടുകൊണ്ടിരുന്നു. നാല്പതു കഴിഞ്ഞവരുടെ പ്രണയം ഇരുപതുകാർക്കും ആസ്വദിക്കാൻകഴിയുന്നുവല്ലോ. നല്ലത്. വമ്പിച്ച ആനന്ദം തരേണ്ടതാണ് ഓരോ പ്രശംസയും. പക്ഷേ, ചേതനയിലേക്കു വീഴുന്ന സ്തുതികൾ ചേമ്പിലയിൽ വീണ വെള്ളമായി മാറുന്നു. രജനിയെ കണ്ടെത്തണം.

"സർ യക്ഷികളിൽ വിശ്വസിക്കുന്നുണ്ടോ?"

യുവാക്കളിലൊരുവന്റെ ചോദ്യം അയാൾ കേട്ടു.

"യക്ഷി എന്റെ വിശ്വാസമല്ല, ആശ്വാസമാണ്. ഞാൻ പറഞ്ഞില്ലേ, ഉത്തരമില്ലാത്ത ചോദ്യത്തിന്റെ ഉത്തരമാണത്. ഹൃദയമില്ലാത്ത ലോകത്തിന്റെ ഹൃദയം എന്നു പറയുന്നപോലെ. കേവലയുക്തിവാദം കൊണ്ടു ചിന്തിച്ചാൽ ഇതു മനസ്സിലാകണമെന്നില്ല."

"എന്തായാലും, സിനിമ കണ്ടുകഴിഞ്ഞപ്പോൾ ആ യക്ഷിയെ ഞങ്ങളും ഇഷ്ടപ്പെട്ടുപോയി. ഇലഞ്ഞിപ്പൂവിന്റെ മണവും മാതളത്തിന്റെ മധുരമുള്ള പുഞ്ചിരിയുമായി എന്ന് ഒരിടത്ത് പറയുന്നുണ്ടല്ലോ. അങ്ങനെയൊരു യക്ഷി ഏതെങ്കിലും രാത്രിയിൽ എന്നെ സ്നേഹിക്കാനും കടന്നുവന്നിരുന്നെങ്കിൽ എന്നു തോന്നിപ്പോകും."

"നിങ്ങളൊക്കെ പിള്ളാരല്ലേ. സ്നേഹിക്കാൻ ഒറിജിനൽ ആൾക്കാരില്ലേ. സിനിമയിലെ കഥാപാത്രം അങ്ങനെയുള്ള ആളല്ലല്ലോ. എല്ലാവരാലും തള്ളിക്കളഞ്ഞ ഒരുവൻ. ആരോരുമില്ലാത്തവൻ. അങ്ങനെയൊരു ജീവിതം നിങ്ങൾക്ക് ഉണ്ടാകാതിരിക്കട്ടെ."

"ആ യക്ഷി സാറിന്റെ ഉള്ളിൽ ഇപ്പഴും ഉണ്ടോ?"

"മരിക്കുംവരെ ഉണ്ടാകും. ഒരുപക്ഷേ, മരണത്തിനപ്പുറവും."

അവർ യാത്ര പറഞ്ഞ് പോയി. അയാളോർത്തു. ഭാവനയും യാഥാർത്ഥ്യവും തമ്മിൽ എന്തു ദൂരമാണ്. പക്ഷേ, യാഥാർത്ഥ്യവും യാഥാർത്ഥ്യവും തമ്മിലും ഇതേ ദൂരമുണ്ടല്ലോ. രജനി എന്നത് ഒരു യാഥാർത്ഥ്യം. അവർ ഭൂമിയിൽ എവിടെ എന്നു പോലും അറിയാത്തത് മറ്റൊരു യാഥാർത്ഥ്യം. അങ്ങനെ നോക്കിയാൽ തന്റെ അനുഭവത്തിന് ഒരു കെട്ടുകഥയ്ക്കപ്പുറം എന്തു പ്രസക്തിയാണുള്ളത്. ഫോൺ മുഴങ്ങി. മൊബൈൽ കമ്പനിയിലെ അരുണാണ്.

''സർ, മേലിലാസം മെസ്സേജ് ചെയ്തിട്ടുണ്ട്. ആ സിം മൊബൈലിലിട്ടിട്ട് ഒരാഴ്ചയിലേറെയായി. സിം ഉപേക്ഷിച്ചതാകാനോ നശിപ്പിച്ചതാകാനോ സാധ്യതയുണ്ട്.''

''ഓക്കെ. വളരെ ഉപകാരം.''

ഒരു ഓട്ടോ പിടിച്ച് യാത്ര ചെയ്യുന്നതിനിടയിൽ അയാൾ മേൽവിലാസം വീണ്ടും വീണ്ടും വായിച്ചു. രത്നവല്ലി, വീട്ട് നമ്പർ, നൂറ്റിപതിമൂന്ന്, കാളമുഖി അമ്മൻ തെരുവ്, കീഴന്നൂർ. നഗരത്തിന്റ തെക്കേ കോണിലെ ഒരു മൂന്നു മുക്കിലാണ് എത്തിയത്. അവിടെയിറങ്ങി വണ്ടി പോകാത്ത വഴിയിലൂടെ നടക്കണം. ഇരുവശവും ചെറിയ വീടുകളാണ്. പാവപ്പെട്ടവരാണ് താമസക്കാരെങ്കിലും വീടും പരിസരവും നല്ല വൃത്തിയായി സൂക്ഷിക്കുന്നുണ്ട്. നൂറ്റിപതിമൂന്നാം നമ്പർ വീടിന്റെ കതകിനു മുട്ടി അയാൾ കാത്തുനിന്നു. എന്തായിരിക്കും തന്നെ കാത്തിരിക്കുന്ന ആ അറിവ്. ജിജ്ഞാസ അയാളെ ബാധിച്ചു. എന്താണ് അറിയുന്നതെങ്കിലും ഏറ്റുവാങ്ങുക തന്നെ. അല്പ സമയം കഴിഞ്ഞ് വാതിൽ തുറന്ന് ഒരു മുപ്പത്തഞ്ചുകാരി ഇറങ്ങിവന്നു.

അവൾ തന്നെയാണ് രത്നവല്ലി. ശ്മശാനത്തിലെ കാവൽക്കാരൻ സുന്ദരം പിള്ളയുടെ ഭാര്യയാണ്. അവർക്കൊരു ഫോണുണ്ട്. അത് ഈ നമ്പറല്ല. ഇങ്ങനെയൊരു ഫോൺ നമ്പർ അവർക്കറിയില്ല. നഗരത്തിൽ വീട്ടുവേലയ്ക്ക് പോകാറുണ്ട്. കഴിഞ്ഞ പത്തു വർഷമായി നാല്പതോളം വീടുകളിൽ പോയിട്ടുണ്ട്. രജനി എന്ന പേര് ഓർക്കുന്നില്ല. അവർക്ക് ഒരു മദിനിയുണ്ട് ആ പേരിൽ. അതു പക്ഷേ, തിരുനെൽവേലിയിലാണ്. കൂടുതൽ അന്വേഷിക്കുന്നതിൽ കാര്യമില്ലെന്നു മനസ്സിലായി അയാൾ തിരികെ നടന്നു. താൻ തുനിഞ്ഞിറങ്ങിയാലും കൂടുന്നതല്ല രജനിയുടെ വഴികൾ. അയാൾ ഗതിയില്ലാത്ത ആത്മാവിന്റെ വ്യഥയിലെത്തി. അങ്ങോട്ടും ഇങ്ങോട്ടും അലയുകല്ലാതെ എന്തു ചെയ്യും?

ഒന്നും ചെയ്യാനില്ലാത്തതുകൊണ്ട് നേരേ കുന്നിൻമുകളിലേക്കു പോയി. ആദ്യമായാണ് പകൽവെളിച്ചത്തിൽ അവിടെയെത്തുന്നത്.

അവിടേക്ക് വാഹനമെത്തുന്ന ഒരു വഴി കൂടിയുണ്ടെന്ന് അന്നാണ് അയാൾ കാണുന്നത്. ബംഗ്ലാവിനും ചുറ്റുപാടിനും പകൽ മറ്റൊരു മുഖമാണ്. ഇരുളും നിലാവുമില്ലെങ്കിൽ അത് ഒരു സാധാരണ പ്രദേശം മാത്രമാണ്. അവിടെ കന്നുകാലി മേച്ചുനിന്നിരുന്ന ഒരാളെ കണ്ടു. ഒരു മധ്യവയസ്സുകാരൻ. അയാൾ പറഞ്ഞു.

''കുറേ നാളായി ഉപേക്ഷിച്ചിട്ടിരിക്കുകയാണ് ഈ ബംഗ്ലാവും സ്ഥലവും. ഇവിടെ കുറേ നാൾ മുമ്പ് ഒരു ആത്മഹത്യ നടന്നു. ഉടമയുടെ ഭാര്യ ഈ കുന്നിൻപുറത്തുനിന്ന് താഴേക്കു ചാടി മരിച്ചു. അതോടെ അയാൾ ഇങ്ങോട്ടു വരാതായി.''

അയാൾ വെറുതേ അതുവഴി നടന്നു. കുന്നിൻപുറത്തുകൂടി അലഞ്ഞ് ബംഗ്ലാവിലേക്കു കയറി. അന്ന് അവർ ഒത്തുചേർന്ന മുറിയിൽ എരിഞ്ഞുതീർന്ന മെഴുതിരികൾ. ഉടഞ്ഞ കിടക്ക വിരി. പക്ഷേ, കിടക്കവിരിക്ക് പച്ച നിറമാണല്ലോ. ആകാശനീലയെന്നാണ് ഓർമ്മയിൽ. അതോ, തനിക്കു തോന്നുന്നതാണോ. ഓർമ്മകൾക്കും വർത്തമാനത്തിനുമിടയിൽ അയാൾ കുരുങ്ങി.

തിരിച്ചറിവ്

അരുന്ധതി വീടിന്റെ രണ്ടാം നിലയിലെ പോർട്ടിക്കോയിൽ നിന്ന് ദൂരേക്കു നോക്കി നിന്നു. മാസങ്ങളായി ഇതാണ് പതിവ്. മുമ്പിൽ നദിക്കരയിലെ കോളനിയാണ്. ഏറെ നേരം അങ്ങനെ നില്ക്കും. അവിടുത്തെ ആളുകളുടെ ജീവിതരീതിയിലെ സൂക്ഷ്മാംശങ്ങൾവരെ അവൾക്കു മനപ്പാഠമാണ്. അതിനോടൊപ്പം സ്വന്തം ജീവിതം ചേർത്തു വയ്ക്കും. അതു തുലനം ചെയ്യുമ്പോൾ ചിലപ്പോൾ ചിരി വരും. ചിലപ്പോൾ വിഷമം വരും. ചില നേരം മരവിപ്പ് തോന്നും. ഇത് തുടർന്നുകൊണ്ടിരിക്കുന്നു.

കഴിഞ്ഞ ആറേഴു മാസങ്ങളായി രാഹുൽമേനോൻ നാട്ടിൽ വന്നും പോയും ഇരിക്കുന്നുണ്ട്. ഒന്നാമത് അയാൾക്ക് ബിസിനസ് ആവശ്യങ്ങളുണ്ട്. ഒപ്പം അയാൾക്ക് അരുന്ധതിയെക്കുറിച്ച് ഏറെ സംശയങ്ങളുണ്ട്. അവൾ ഡ്രൈവിങ് പഠിക്കുന്നതുവരെ അയാൾക്ക് ഭാര്യയെക്കുറിച്ച് അങ്ങനെ വേവലാതിപ്പെടേണ്ട കാര്യം ഉണ്ടായിരുന്നില്ല. താൻ മൂലയിലേക്കു തള്ളിയെങ്കിലും ഭാര്യയുടെ ധർമ്മവും വിശ്വസ്തതയും അവൾ പാലിക്കും എന്ന് അയാൾക്കറിയാമായിരുന്നു. പക്ഷേ, ഈയിടെയായി അവളുടെ യാത്രകൾ ശരിയല്ലെന്നാണ് ചാരന്മാരിൽനിന്നു ലഭിക്കുന്ന വിവരം. ശ്രേയയോട് ചോദിച്ചിട്ടു കാര്യമല്ല. അവൾ അമ്മയ്ക്ക് അനുകൂലമായേ പറയൂ.

അരുന്ധതിയുടെ പെരുമാറ്റത്തിൽ വന്ന മാറ്റം അയാൾ ശ്രദ്ധിക്കുന്നുണ്ട്. വിനയത്തിന്റെയും അച്ചടക്കത്തിന്റെയും സ്ഥാനത്ത് അഹങ്കാരം കടന്നുവന്നിട്ടുണ്ട്. പിന്നിൽ ആരോ ഉണ്ടെങ്കിലേ അങ്ങനെ വരൂ. അതായത്, അവൾക്ക് മറ്റൊരു ബന്ധമുണ്ട്. അതുകൂടി മനസ്സിൽ കണ്ടാണ് അയാൾ നാട്ടിലെത്തിയത്. അയാൾ വീണ്ടും ക്രൂരമായ മർദ്ദനങ്ങൾ ആരംഭിച്ചു. ശ്രേയ അറിയാതിരിക്കാൻ അരുന്ധതി നിലവിളിയെപ്പോലും അമർത്തിപ്പിടിച്ചു. അതോടെ വേദനിപ്പിക്കൽ അയാളുടെ വിനോദമായി. പക്ഷേ, ഒരു ദിവസം ശ്രേയ ചോദിച്ചു.

“അമ്മ എന്തിനാണ് ഇങ്ങനെ സഹിക്കുന്നത്?”

“നിനക്കു വേണ്ടി.”

“എങ്കിൽ ഇനി എനിക്കു വേണ്ടി സഹിക്കേണ്ട. ഐ ഡോണ്ട് ബോഥർ എബൗട്ട് യുവർ റിലേഷൻഷിപ്പ് സ്റ്റാറ്റസ്. എന്തു വന്നാലും എനിക്കു പ്രശ്നമില്ല. അമ്മ സഹിച്ച വയലൻസാണ് എന്റെ ലൈഫെന്ന് നാളെ എനിക്കു തോന്നിയാൽ അതിന്റെ കുറ്റബോധം ജീവിതകാലം മാറില്ല. അതുകൊണ്ട് ഇനിയെങ്കിലും അമ്മ അമ്മയ്ക്കുവേണ്ടിക്കൂടി ജീവിക്കാൻ നോക്ക്.”

“ഇനി എന്തു ജീവിതം?”

“ബുൾഷിറ്റ്. എനിക്കു വേറെ പണിയുണ്ട്.”

ശ്രേയ ദേഷ്യത്തോടെ എഴുന്നേറ്റു പോയി. അടുത്ത ആഴ്ച രാഹുൽ അവളോടു പറഞ്ഞു.

“മോളെ ഞാൻ കോൺവെന്റിലാക്കുകയാണ്. അവളുടെ പഠിത്തം മുടങ്ങണ്ട. നിന്നെ ഞാൻ ബോട്സ്വാനയിലേക്കു കൊണ്ടു പോകുന്നു. വയസ്സായി വരികയല്ലേ. ഇനി എനിക്ക് ഒറ്റയ്ക്ക് ജീവിക്കാൻ വയ്യ.”

അതൊരു കുരുക്കാണെന്ന് അവൾക്കു മനസ്സിലായി. ഈ സെന്റി മെൻസും സ്നേഹവും നാടകമാണ്. കടൽ കടന്നാൽ പിന്നൊരു തിരിച്ചുവരവുണ്ടാവുകയില്ല. അയാൾ പ്രതികാരത്തിനൊരുങ്ങുകയാണ്. അവിടെ കൊണ്ടുപോയി തന്നെ കൊല്ലും. നിയമം കേട്ടുകേൾവി മാത്രമായ ഒരു രാജ്യം. മൃതദേഹം പോലും പുറംലോകം കണ്ടെന്നു വരില്ല. ആരോരും ചോദിക്കാനില്ലാതെ തീരും. വിവാഹം വരെ അച്ഛന്റെ തടവറയിൽ. വിവാഹശേഷം ഭർത്താവിന്റെ കാൽക്കീഴിൽ. മോചനത്തിനായി ഒന്നു പിടയുക പോലും ചെയ്യാത്ത ഈ ജീവിതം എത്ര ദുരന്തമാണ്.

കോൺവെന്റിലേക്കു പോകുന്നതിന്റെ തലേന്ന് ശ്രേയ അമ്മ യോടു പറഞ്ഞു.

“അമ്മേ, ഞാൻ ഓക്കെയാണ്. എന്നെക്കുറിച്ച് ടെൻഷൻ വേണ്ട. അമ്മ ഉള്ള ധീരത മുഴുവൻ കടലാസിലെഴുതി കത്തിച്ചു കളയാതെ അതു പുറത്തേക്ക് കൊണ്ടുവരണം. എഴുത്തിലെ കരുത്ത് ജീവിത ത്തിലും കാണട്ടെ.”

മകൾ അമ്മയെ ഉപദേശിക്കേണ്ട അവസ്ഥ. അവൾക്കു ചിരി വന്നു. പെട്ടെന്ന് പറങ്കിമാവിൻകൊമ്പിൽതൂങ്ങി മുട്ടുകുത്തി നിന്ന അമ്മയെ ഓർത്തു. അരുന്ധതി പോർട്ടിക്കോവിൽ അകലേക്കു നോക്കി നിൽക്കു കയാണ്. അപ്പോൾ താഴെ കോളനിയിലെ വീടുകളിലൊന്നിന്റെ മുൻവാതിൽ തുറന്ന് ഒരു യുവതി പുറത്തേക്കിറങ്ങി വന്നു. അവളുടെ

കയ്യിൽ ഒരു ഗ്ലാസ് ചായയുണ്ട്. അതുമായി വീടിനു മുന്നിലെ കല്ലിൽ വന്ന് കാലിന്മേൽ കാല് വച്ചിരുന്നു. ഇടയ്ക്കിടെ തന്റെ കൈയിലെ ചൂടു ചായ സാവാധാനം മൊത്തിക്കുടിച്ച് ദൂരേക്കു നോക്കി അവൾ വെറുതേ ഇരുന്നു. വല്ലാത്ത ശാന്തതയാണ് അവളുടെ ചലനങ്ങൾക്ക്.

അവളാണ് ശാലിനി. അഞ്ച് വീടുകളിൽ വീട്ടുവേല കഴിഞ്ഞാണ് അവൾ സ്വന്തം വീട്ടിൽ വന്ന് അരിയിടുന്നത്. ഒരു മകളുണ്ട്. അവൾ സ്കൂളിൽനിന്ന് വരാനുള്ള സമയം ആകുന്നതേയുള്ളൂ. ശാലിനിയുടെ ഇരുപ്പ് കണ്ടാലറിയാം, ലോകത്തെ ഏറ്റവും വലിയ സൗഭാഗ്യവതി താനാണെന്ന് അവൾ വിശ്വസിക്കുന്നുണ്ടെന്ന്. ഒരു ഭർത്താവുണ്ടായിരുന്നു. മദ്യപാനവും തല്ലും കൂടുതലായപ്പോൾ ഒരു ദിവസം അവൾ കുറ്റിച്ചൂലിന് അടിച്ചിറക്കി. എന്നിട്ട് അഭിമാനത്തോടെ ജീവിക്കുന്നു. അരുന്ധതി അവളെ പരിചയപ്പെട്ടിട്ടുണ്ട്. വല്ലപ്പോഴും മതിലിനടുത്തു പോയി സംസാരിക്കും, ശാലിനി കാണുമ്പോഴൊക്കെ പറയും.

''നമ്മള് സാരീടെ തലപ്പെടുത്ത് ഇടുപ്പില് കുത്തിയാ തീരുന്ന പ്രശ്നേ ഉള്ളൂ ചേച്ചീ ലോകത്ത്.''

ഇപ്പോൾ തൊഴിലുറപ്പും വീട്ടുവേലയും കുടുംബശ്രീയും ഒക്കെയായി അവൾ തിരക്കിലാണ്. എന്നും വൈകിട്ട് ഇങ്ങനെയിരുന്ന് ആസ്വദിച്ച് ചായ കുടിക്കുന്നതുകാണാം. ഒരിക്കൽ അരുന്ധതി ചോദിച്ചു.

''ഒറ്റയ്ക്ക് ജീവിക്കുന്നതിൽ പ്രശ്നമില്ലേ ശാലിനീ?''

''എന്റെ ചേച്ചീ, നിങ്ങളൊക്കെ കൂടുതൽ ചിന്തിക്കുന്ന ആളുകളാ. ചിന്തിച്ച് ചിന്തിച്ച് തീരും.''

അവളുടെ ആ നേരത്തെ ചിരി ഇപ്പോഴും ഓർക്കുന്നു. മൂന്നു സെന്റിലെ കുഞ്ഞുവീട്ടിൽ, രണ്ടു ദിവസം ജോലിയില്ലെങ്കിൽ ദാരിദ്ര്യമാകുന്ന ജീവിതത്തിന്റെ അനിശ്ചിതത്വത്തിനിടയിൽ ഇത്ര സന്തോഷത്തോടെ അവൾക്കു കഴിയാമെങ്കിൽ സമ്പത്തും വിദ്യാഭ്യാസവുമുള്ള താൻ അടിമയായി ഒരാളുടെ കാല്ക്കീഴിൽ എല്ലാ ക്രൂരതകളും സഹിച്ച് പട്ടിയെപ്പോലെ കഴിയുന്നതിലെ ഒരു തരം സ്വയം വെറുപ്പ് അടിവയറ്റിൽനിന്നും തികട്ടി തൊണ്ട വഴി വായിലേക്കു വന്നു. അവൾ ബേസിനിൽ പോയി ഓക്കാനിച്ചു കളഞ്ഞു.

കുറച്ചുനേരം ആലോചിച്ചുനിന്ന ശേഷം വീടിനുള്ളിലേക്കു നടന്നു. രാഹുൽമേനോൻ ഉറക്കത്തിലാണ്. അവൾ തനിക്കെടുക്കാനുള്ളതെല്ലാം ബാഗുകളിൽ എടുത്തു. വീട് പൂട്ടി താക്കോൽ അതിൽ തന്നെ വച്ചു. കാറിൽക്കയറി മൊബൈൽ ഓഫ് ചെയ്ത് പിൻസീറ്റിലേക്കെറിഞ്ഞു. ഒരു നിമിഷം നിശ്ചലമായി നിന്ന ശേഷം കാർ പുറത്തേക്കിറക്കി ഇടത്തോട്ടു തിരിഞ്ഞ് പാഞ്ഞുപോയി.

തിരിച്ചുവരവ്

അരുന്ധതിയുടെ കാർ പാഞ്ഞുകൊണ്ടേയിരുന്നു. അത് നഗരപാത വിട്ട് ഹൈവേയിലെ പല ക്രോസ് റോഡുകൾ പിന്നിട്ട് മുമ്പോട്ടു പോയി. അവൾക്കു ചിരി വന്നു. അഞ്ചു മിനിട്ട് കൊണ്ട് എടുത്ത തീരുമാനമാണ്. അതിനുവേണ്ടി തയ്യാറെടുത്തത് ഇരുപതു വർഷം. ഇതുവരെ പാഴായിപ്പോയ വർഷങ്ങളെ ഓർത്താകും ഇനി താൻ ജീവിതകാലം മുഴുവൻ ദുഃഖിക്കുക. വൈകുന്നേരമായതിനാൽ ഹൈവേയിൽ നല്ല തിരക്കുണ്ട്. ജംഗ്ഷനിൽ തന്റെ കാറിനു കൈ കാണിച്ചുനിർത്തി വശത്തെ വണ്ടികളെ കയറ്റിവിട്ടുകൊണ്ടിരുന്ന പൊലീസുകാരനോട് അവൾ പറഞ്ഞു.

"തിരക്കില്ല ചേട്ടാ. അവരൊക്കെ പൊയ്ക്കോട്ടെ."

ഇരുപത്തഞ്ചടിയോളം അകലെ നില്ക്കുന്ന അയാൾ അതു കേൾക്കണമെന്ന് അവൾക്ക് നിർബന്ധമുണ്ടായിരുന്നില്ല. പൊലീസുകാരനോടു മാത്രമല്ല, ലോകത്തോടു മുഴുവൻ അവൾക്കു സംസാരിക്കണമെന്നു തോന്നി. അവൾ പൊട്ടിച്ചിരിച്ചു. ഉറക്കെ പാടി.

'ഒരു മധുരക്കിനാവിൻ ലഹരിയിലെന്നോ
കുടമുല്ലപ്പൂവിരിഞ്ഞു.'

വണ്ടി മുന്നോട്ടെടുക്കുമ്പോൾ അവൾ പാടുകയായിരുന്നു. പാട്ടിന്റെ ഉച്ചസ്ഥായിയിൽ അലറിപ്പാടുന്ന അവളെ ഇത്തവണ നിശ്ചയമായും പൊലീസുകാരൻ ശ്രദ്ധിച്ചു. എന്തായിരിക്കും ഇവർക്ക് ഇത്ര സന്തോഷം എന്ന് ഒരു വേള ആലോചിച്ച് അയാൾ എതിർ വശത്തെ വണ്ടികളെ കടത്തിവിടാൻ തുടങ്ങി. ഏകദേശം ഒരു മണിക്കൂർ യാത്ര ചെയ്തപ്പോൾ അവ്യക്തമായ ഒരു പരിചിതത്വം ആ പ്രദേശത്തിന് അനുഭവപ്പെട്ടു തുടങ്ങി. കുറച്ചു കൂടി മുന്നോട്ട് പോയി അവൾ കാറിന്റെ വേഗത കുറച്ചു. ഇടത്തേക്കു തിരിഞ്ഞ് ഇടറോഡിലേക്കു കയറി. ഓർമ്മകളിലെ സ്ഥലമേ അല്ല. ചെമ്മണ്ണ് പാതകൾ ടാർ വഴികളായിരിക്കുന്നു. വിജനത നഷ്ടമായി റോഡിനിരുവശവും ജനനിബിഡമായിരിക്കുന്നു.

പട്ടികളെ വഴിയിൽ കാണുന്നില്ല. പറങ്കിമാവുകൾ നന്നേ കുറഞ്ഞു. കല്ലുവെട്ടാൻകുഴികൾ എല്ലാം അപ്രത്യക്ഷമായി. മാറ്റങ്ങൾ ഒന്നൊന്നായി അവൾ എണ്ണിയെടുത്തു കൊണ്ടിരുന്നു.

പഴയ ഗ്രാമം ചെറിയൊരു പട്ടണമായി മാറിയിരിക്കുന്നു. അവൾ വീട്ടിലേക്കു പോയിട്ട് കുറേ കൊല്ലങ്ങളായി. അച്ഛന്റെ ആരോഗ്യമൊക്കെ ക്ഷയിച്ചു. ഇടയ്ക്ക് അവളെ വിളിക്കും. അവൾ അങ്ങോട്ടൊന്നും ചോദിക്കാറില്ല. ഇങ്ങോട്ടു വരുന്ന ചോദ്യത്തിന് ഉത്തരം പറയും. ആരോ പറഞ്ഞുതന്ന വഴിയിലൂടെ യാത്ര ചെയ്ത് ആദ്യമായി ഒരിടത്ത് എത്തിയപോലയാണ് അവൾക്ക് നാട് അനുഭവപ്പെട്ടത്. ചുറ്റുപാടും പുതിയ കെട്ടിടങ്ങളും മതിലുകളും വന്നെങ്കിലും അവളുടെ വീടിനു മാത്രം മാറ്റമില്ല. നോക്കാനാളില്ലാതെ അനാഥമായിക്കിടക്കുന്ന പുരയിടത്തിലൂടെ കാർ അകത്തേക്കു കയറി.

പഴമ ബാധിച്ച വീട് ദൂരെ നിന്ന് തെളിഞ്ഞു തെളിഞ്ഞു വരുന്നു. മറക്കാൻ മറന്നു പോയ ദുസ്സ്വപ്നം പോലെ. ഇവിടെ നിന്നാണ് ഇരുപതു വർഷം മുമ്പ് മോചനം സ്വപ്നം കണ്ട് ഇറങ്ങിയത്. കെട്ടുംമൂട്ടിൽ കിടന്നു മടുത്ത് ഇതാ തിരികെ എത്തിയിരിക്കുന്നു. നിഷ്ഫലമായ വർഷങ്ങൾ. നിഷ്ഫലമായ യൗവ്വനം.

കാർ മുറ്റത്തു നിർത്തി അവൾ ചുറ്റിലും നോക്കി. നിറം മങ്ങിയെങ്കിലും എല്ലാം അതേപടിയുണ്ട്. കാലപ്പഴക്കത്തിന്റെ കൈമുദ്രകൾ മാത്രം കടന്നു കയറിയിരിക്കുന്നു. അവൾ പടിയിലേക്കു കാൽ വയ്ക്കുമ്പോൾ അപരിചിതനായ ഒരു മധ്യവയസ്കൻ സംശയത്തോടെ നോക്കി. പുതിയ വേലക്കാരനാകാം. പൂമുഖത്തെ ചാരുകസേരയിൽ അച്ഛനുണ്ട്.

‘‘സുഖമല്ലേ?’’

അച്ഛനു നേരേ നിന്ന് അവൾ ചോദിച്ചു. അപ്രതീക്ഷിതമായി കണ്ടതിന്റെ ആകാംക്ഷ അച്ഛന്റെ മുഖത്തു കാണാം. പക്ഷേ, തലകുലുക്കിയതേ ഉള്ളൂ, ഒന്നും തിരിച്ചു ചോദിച്ചില്ല. എന്തൊക്കെയോ അറിയാനെന്ന വണ്ണം അവളെ നോക്കി. ഒന്നുമില്ല എന്ന ഭാവത്തിൽ തോൾ വെട്ടിച്ച് അവൾ അകത്തേക്കു കയറിപ്പോയി. വാതിലുകൾ പലതു പിന്നിട്ട് അവൾ തന്റെ മുറി തുറന്നു. പുസ്തകഷെൽഫും കട്ടിലും മറ്റും തുണി കൊണ്ട് മൂടിയിട്ടിരിക്കുന്നു, ഒപ്പം കുറേ പഴയ പാത്രങ്ങളും പാഴ്‌വസ്തുക്കളും കൊണ്ട് മുറി നിറച്ചിരിക്കുന്നു. പിന്നിൽ കാലനങ്ങുന്ന ശബ്ദം കേട്ട് തിരിഞ്ഞുനോക്കി. നേരത്തേ കണ്ട വേലക്കാരനാണ്.

‘‘എന്നെ മനസ്സിലായോ?’’ അവൾ ചോദിച്ചു.

‘‘ഇപ്പോ അറിഞ്ഞു.’’ അയാൾ ഭവ്യതയോടെ നിന്നു.

“ഇവിടെ വേറെ ആൾക്കാരുണ്ടോ? എനിക്ക് ഈ മുറിയൊന്നു വൃത്തിയാക്കിത്തരുമോ.”

“പിന്നെന്താ. കുഞ്ഞ് അരമണിക്കൂർ ഒന്നു പുറത്തേക്കു നിന്നാ മതി, ഇപ്പോ റെഡിയാക്കാം.”

അയാൾ ആരെയോ വിളിച്ചു. ഒരാൾകൂടി സഹായിക്കാനെത്തി. അരുന്ധതി അടുക്കളയിലേക്കു നടന്നു. അതിന്റെ ഒരു ഭാഗം മാത്രമേ ഉപയോഗിക്കുന്നുള്ളൂ. ബാക്കി ആൾത്താമസമില്ലാത്തപോലെ പൊടിയടിഞ്ഞു കിടക്കുന്നു. വിറകുപുര കാലങ്ങളായെന്നു തോന്നുന്നു ഉപയോഗിച്ചിട്ട്. അച്ഛന്റെ ആരോഗ്യം ക്ഷയിച്ചതോടെ വിറകുപുരയുടെ പ്രതാപവും പോയിക്കാണണം. അവൾ മുറ്റത്തേക്കിറങ്ങി ഒന്നു ചുറ്റിയടിച്ചു. ശീമനെല്ലിക്കാമരം കാണാനില്ല. കുടംപുളി വളർച്ച മുരടിച്ചു നിൽക്കുന്നു. അമ്മയുടെ ചിതയിൽ നട്ട മാവ് വലുതായിരിക്കുന്നു. തന്റെ മുറിക്കു പുറത്തുണ്ടായിരുന്ന വാഴക്കൂട്ടം മൊത്തത്തിൽ അപ്രത്യക്ഷമായിരിക്കുകയാണ്. വാഴക്കൈകൾ ഇളകുന്നതു നോക്കി കഥകൾ മെനഞ്ഞിരുന്ന പഴയ കാലം അവളോർത്തു.

കുറേ വാഴ നടണം. ആടുന്ന വാഴയിലക്കൈകളെ നിലാവത്ത് കാണണം. പേരയ്ക്കാമരത്തിന്റെ കൊമ്പിൽ ചവുട്ടി രണ്ടെണ്ണം പറിച്ചെടുത്തു കടിച്ചുനോക്കി. പഴുത്തിട്ടില്ല. ദൂരേക്ക് നീട്ടിയെറിഞ്ഞു. പുരയിടത്തിൽ വെറുതേ ചുറ്റിനടന്നു. കൃഷിയൊക്കെ കുറഞ്ഞിരിക്കുന്നു. മുറി വൃത്തിയാക്കിയ വിവരവുമായി വേലക്കാരനെത്തി. തിരിച്ചു വീടിനുള്ളിലേക്കു കയറാൻ നേരം അച്ഛനു മുമ്പിൽ നിന്നു.

“കുറച്ചുനാൾ ഞാനിവിടെ ഉണ്ടാവും.”

“എന്തുപറ്റി?” അച്ഛന്റെ ശബ്ദത്തിന് പഴയ കനമില്ല.

“ഒന്നും പറ്റിയില്ല. ജീവിച്ചു തുടങ്ങാൻ തീരുമാനിച്ചു. അങ്ങനെ വന്നതാ.”

അവൾ തന്റെ മുറിയിൽ കയറി വാതിലടച്ചു. വസ്ത്രങ്ങൾ അഴിച്ചുമാറ്റി കട്ടിലിൽ വിസ്തരിച്ചു കിടന്നു. മേശ പിടിച്ച് ജനാലയ്ക്കടുത്തേക്കിടണം. ജനാല വഴി പുറത്തേക്കു നോക്കിയിരിക്കണം. വളരെ നാളായി മനസ്സിൽ അടുക്കിവച്ചിരിക്കുന്ന കഥ എഴുതണം. എത്രയോ രാത്രികൾ കൊണ്ട് രചിച്ചെടുത്തതാണ്. ഉള്ളിലിട്ട് എഴുതിയും വെട്ടിയും പുറത്തിട്ട് ചിരിച്ചും കരഞ്ഞും പരുവപ്പെടുത്തിയതാണ്. നിലവിളികൾ മുതൽ ഹർഷോന്മാദം വരെ നീളുന്ന സാഹസികമായ സർഗ്ഗജീവിതം. എങ്ങനെ തുടങ്ങും. അറിയില്ല. എങ്ങനെ തുടങ്ങിയാലും മതി. അറിയാതെ ഒരു മന്ദഹാസം ചുണ്ടിൽ വിരിഞ്ഞു.

ഉന്മാദിനിയായ പാതിരാവ്

എന്റെ സ്വപ്നസഞ്ചാരങ്ങളിലെ സഖാവേ
അനിശ്ചിതമായ ഈ യാത്രയുടെ വഴികൾ എന്നാകും
നിന്റെ ഏകാന്തരാവുകളിലേക്കു മടങ്ങിയെത്തുക?
പിടയുന്ന ഈ നെഞ്ചിന്റെ തുടിപ്പുകൾ എപ്പോഴാകും
നിന്റെ വിരഹനോവുകളെ പാടിയുറക്കുക?
എന്നാകും നിന്റെ അരികിൽ ഞാനെത്തുക?
അന്നുവരെ അണയാതെ കാക്കണം ഈ ജീവനാളം.
അതുവരെ അരൂപിയായ എന്റെ പ്രണയം
നിന്റെ ഓർമ്മകളിൽ അലയും.
മീനച്ചൂടിൽ വാകപ്പൂക്കളായി പൊട്ടിവിടരും
പെരുമഴയിൽ കുളിച്ച് പ്രാണന്റെ
കൈവഴികളായി ഒഴുകും.
അവസാനത്തെ ഇലയും പൊഴിച്ച്
ശിശിരങ്ങളെ അതിജീവിക്കും.
നാം യാത്ര പറഞ്ഞിട്ടില്ല.
എന്നേക്കുമായി പിരിഞ്ഞിട്ടുമില്ല.
വിട്ടുപോകുവാനാണെങ്കിൽ പ്രിയനേ,
നിന്റെ ഹൃദയത്തിൽ കാത്തുവച്ചതൊന്നും
ഞാൻ തിരിച്ചെടുത്തിട്ടില്ലല്ലോ.
നിന്റെ ചുണ്ടുകളുടെ മധുരം
എനിക്കു മതിവന്നിട്ടില്ലല്ലോ.
എന്റെ നെഞ്ചിലേക്ക് നിന്നെയമർത്തി
കൊതി തീർന്നിട്ടില്ലല്ലോ.
ഞാൻ വരിക തന്നെ ചെയ്യും.
എന്റെ കാലടികളെ കടലെടുത്തില്ലെങ്കിൽ
എന്റെ പ്രാണനെ മരുക്കാറ്റ് പിഴുതെറിഞ്ഞില്ലെങ്കിൽ
മലയിടുക്കിലെ വഴുക്കലുകളിൽ
ഈ കൈ വഴുതിപ്പോയില്ലെങ്കിൽ
ഞാൻ തിരികെ വരും.
കാലുകൾ മുന്നോട്ടു നയിക്കുകയും
കരൾ പിന്നോട്ടു വലിക്കുകയും ചെയ്യുന്ന
ധർമ്മസങ്കടങ്ങളുടെ കൂടി യാത്രയാണ്
ഇറങ്ങിത്തിരിച്ചവരുടെ എക്കാലവുമുള്ള
ഹൃദയ സഞ്ചാരങ്ങൾ.

കതകിനു മുട്ടു കേട്ട് എഴുന്നേറ്റു ചെന്നു തുറന്നു. വേലക്കാരനാണ്. അച്ഛൻ വിളിക്കുന്നു. ചെന്നപ്പോൾ ഫോൺ തനിക്കു നേരേ നീട്ടി. രാഹുൽമേനോനാനാണെന്നു മനസ്സിലായി.

"പറയൂ രാഹുവേട്ടാ."

അപ്പുറത്തെ വശത്ത് രാഹുൽ തുള്ളുകയാണ്. അവൾ ചിരിച്ചു. ദൂരെ മാറി നിന്നു സംസാരിക്കാനൊന്നും പോയില്ല. അച്ഛനും കൂടി അറിയാൻ അവൾ ഉറക്കെ വിശദമായാണ് സംസാരിച്ചത്.

"രാഹുവേട്ടാ, തലയിൽ വെളിച്ചം വരാൻ ഇരുപത് വർഷം വേണ്ടി വന്നു. ഇപ്പോൾ എനിക്കു തീരുമാനമുണ്ട്. ഞാൻ സ്വതന്ത്രയാണ്. ഇനി എന്നെ കാക്കണ്ട, തിരഞ്ഞു വരികയും വേണ്ട. എനിക്കിനി അടിമജീവിതം ഇല്ല. ഞാനൊരു യാത്ര പോവുകയാണ്. കുറേ നാളെടുക്കും മടങ്ങിവരാൻ. ഏതവന്റെ കൂടെയെന്നോ. അങ്ങനെ പ്രത്യേകിച്ച് ഒരുത്തനെ കൂട്ടിയിട്ടില്ല. നിങ്ങൾ കിടന്നിടത്ത് ഏതൊരുത്തനും കിടക്കാം. മോളെ നിങ്ങൾ നോക്കണമെന്നില്ല. അവളെ ഞാൻ നോക്കിക്കൊള്ളാം. നിങ്ങൾ അധികം പ്രഷറ് കൂട്ടണ്ട. നിങ്ങളുടെ പേരിൽ ഞാനൊരു കേസ് കൊടുത്തിട്ടുണ്ട്. ഉടനേ തന്നെ പൊലീസ് നിങ്ങളെ തിരക്കിവരും. എനിക്കെതിരേ ആവശ്യമില്ലാത്ത നീക്കം നടത്താതിരിക്കാനാണ്. കൂടുതൽ അഭ്യാസം എടുത്താൽ ആഫ്രിക്കയിൽ പോക്കൊക്കെ മുടങ്ങും. കുറച്ചുകാലം ആഫ്രിക്കൻ പുൽമേടുകളിൽ നിങ്ങൾക്കു പകരം മാനും കാട്ടുപോത്തും സിംഹവും കണ്ണാരം പൊത്തിക്കളിക്കും. ഞാനൊന്നു പറക്കാൻ പോവുകയാണ്. ഭൂമിയുടെ അറ്റത്തേക്ക്. ഒത്താൽ അതിനുമപ്പുറത്തേക്ക്. സോ ടേക്ക് കെയർ. ഗുഡ്ബൈ."

ഫോൺ അച്ഛന്റെ കൈയിൽ കൊടുക്കുമ്പോൾ അരുന്ധതി ആ കണ്ണുകളിലേക്കു നോക്കി. അവിടെ ഭയം നിഴലിക്കുന്നുണ്ട്. അവൾക്ക് ഗൂഢമായ ആനന്ദം തോന്നി.

മുറ്റത്ത് നിലാവ് പരക്കുന്നു. അവൾ മുറ്റത്തേക്കിറങ്ങി. ആകാശത്ത് നിറയെ നക്ഷത്രങ്ങൾ. മുഴുത്ത ചന്ദ്രൻ. ആരോ വിളിക്കുന്ന പോലെ. പെട്ടെന്ന് അവൾ വീടിനകത്തേക്കു കയറിപ്പോയി. ഷെൽഫ് തുറന്ന് അച്ഛന്റെ ഒരു ലുങ്കി എടുത്തു. മുറിയിൽ പോയി സാരി ദൂരെയെറിഞ്ഞ് ലുങ്കി ഉടുത്തു. തിരിച്ചിറങ്ങുമ്പോൾ അച്ഛന്റെ മുമ്പിൽ നിന്നു.

"ഞാനൊന്നു പുറത്തേക്കു പോകുന്നു." അച്ഛൻ രാത്രിയിലേക്കു നോക്കി.

"എന്താ നിന്റെ ഉദ്ദേശ്യം?"

"ഒന്നുമില്ല. കുറച്ചുനാൾ കൃഷി ഒക്കെയായി ഒന്നു കൂടണം. അച്ഛന്റെ രക്തമല്ലേ. വൈകുന്നേരം കുളിച്ചു വൃത്തിയായി നൂറ് അടിക്കണം.

ആണുങ്ങളെ കിട്ടിയാൽ പൂശണം. ധൈര്യം വന്നാൽ എന്റെ അമ്മയെ ചവുട്ടിക്കൊന്ന ആ കാൽ വെട്ടിയെടുത്ത് തോട്ടിലെറിയണം. എന്നെ അടിമയാക്കി വളർത്തി കണ്ടവന്മാർക്ക് കടിച്ചുതിന്നാൻ പാകത്തിലാക്കിയ നിങ്ങടെ ഈ സാമ്രാജ്യം ഇടിച്ചുനിരത്തി ഏത്തവാഴ വയ്ക്കണം. ഇതൊക്കെയാണ് ഉദ്ദേശ്യം.''

ലുങ്കി മടക്കിക്കുത്തി അവൾ നിലാവിലേക്കിറങ്ങി. പൊടിഞ്ഞു തുടങ്ങിയ ചെങ്കൽപ്പടവുകൾ ചവുട്ടി, താറു പതിഞ്ഞ ഇടവഴി താണ്ടി, ചെങ്കൽപ്പാറ കയറി പഴയ കശുമാവിൻതോട്ടത്തിലേക്കു കയറി. പഴയ കാടില്ല, എങ്കിലും ദ്രവിച്ച പ്രതാപവുമായി അവളുടെ പറങ്കിമാവിൻ കാടിന്റെ ശേഷിപ്പ് ഇപ്പോഴും അവിടുണ്ട്.

ഇലക്കൂട്ടങ്ങൾക്കിടയിലൂടെ നിലാവ് പരക്കുന്നു. അവൾ കൊമ്പുകൾ ചവുട്ടിക്കയറി. പഴയപോലെ ശരീരം വഴങ്ങുന്നില്ല. എങ്കിലും അവൾ ശിഖരക്കൂട്ടിലെത്തി. അവിടെ എഴുന്നേറ്റുനിന്ന് ലോകം കണ്ടു. ചന്ദ്രനെയും നക്ഷത്രങ്ങളെയും കണ്ടു. നിലാവ് അവളിലേക്ക് ധാരയായി പ്രവഹിച്ചു. നിലാവ് അവളെ പൊതിഞ്ഞു. അവൾ നിലാവ് കുടിച്ചു. ആഹ്ലാദം സഹിക്കവയ്യാതെ അവൾ പൊട്ടിച്ചിരിച്ചു. ഉച്ചത്തിൽ ഓരിയിട്ടു. എവിടെനിന്നോ പട്ടികൾ കൂട്ടമായെത്തി. കരിയിലകളനക്കി ചേരകൾ സാന്നിദ്ധ്യം അറിയിച്ചു. തോറ്റുപോയ രാജാവ് വർഷങ്ങൾക്കു ശേഷം തിരിച്ചുവന്ന് തന്റെ രാജ്യം പിടിച്ചെടുത്ത പോലെ ശിഖരക്കൂടിൽ അവൾ നിന്നു. ചുറ്റും അവളുടെ പ്രജകളും. നിലാവിന്റെ അലകളിൽ മൂടി നില്ക്കവേ കരിനീലവാനം നോക്കി അരുന്ധതി വിളിച്ചു പ്പറഞ്ഞു.

എന്റെ സ്വപ്നസഞ്ചാരങ്ങളിലെ സഖാവേ
നീ കേൾക്കുന്നുണ്ടോ?
ഞാൻ രചിക്കുവാൻ പോകുന്നത്
നമ്മുടെ കഥയാണ്.

പറങ്കിമാവിൻകൊമ്പിൽ മലർന്നുകിടന്ന്, ഇലക്കൂട്ടങ്ങൾക്കു മുകളിൽ തെളിയുന്ന നീലാകാശത്തിന്റെ തുണ്ടു നോക്കി പ്രശാന്തയായി, ചാരുതയാർന്ന പുഞ്ചിരിയോടെ, ചെവിയിൽ മന്ത്രിക്കുംപോലെ ഇങ്ങനെ പറഞ്ഞു.

നീയെന്ന കയത്തിലേത്ത്
എനിക്ക് ഒഴുകിയെത്തണം.
അവിടെനിന്ന് നാമെന്ന
കടലിലേക്ക് ഒരുമിച്ചൊഴുകണം.
അതിനുമുമ്പ് ഞാനെന്ന കാട്ടുചോലയിൽ
ഒന്നു മുങ്ങാംകുഴിയിടട്ടെ.

കഥ

കഴിഞ്ഞ രണ്ടു മണിക്കൂർ നേരവും സാജൻ പ്രിൻസ് ജനാലയിലൂടെ നീലാകാശവും അഗാധമായ താഴ്വാരവും മഞ്ഞുമൂടിയ നദിയുമടങ്ങുന്ന അതിവിശാലമായ ഫ്രെയിമിൽ കണ്ണുറപ്പിച്ചിരിക്കുകയായിരുന്നു. ഇരുന്നും നിന്നും അതു തുടർന്നു. അയാൾ കഥ കേൾക്കുകയായിരുന്നു. കഥ പറഞ്ഞുതീർന്നിട്ടും ബംഗ്ലാവിന്റെ രണ്ടാം നിലയിൽ നിന്നുകൊണ്ട് വിദൂരതയിലേക്കു നോക്കി സാജൻ കുറേനേരം കൂടി ആ നില്പ് തുടർന്നു. നദിയും വാനവും കുന്നും ചേരുന്ന അപൂർവ്വമായ ദൃശ്യാനുഭവത്തിൽനിന്നും കണ്ണുകൾ തിരിച്ചെടുക്കാനാവുന്നില്ല. കുറച്ചുനേരത്തിനു ശേഷം സാജൻ തിരിഞ്ഞുനടന്നുവന്ന് അയാളെ കെട്ടിപ്പിടിച്ചു. അപ്പോഴാണ് അയാൾക്ക് ആശ്വാസമായത്. കഥ ഇഷ്ടപ്പെട്ടിട്ടുണ്ട്.

''നമ്മളിതു ചെയ്യുന്നു. പക്ഷേ..'' അയാളെ നേർക്കുനേർ നോക്കി സാജൻ തുടർന്നു.

''ഒരു ഉപാധിയുണ്ട്.'' എന്തെന്ന ചോദ്യം അയാളുടെ മുഖത്തു വന്നു.

''ഇതിന്റെ തിരക്കഥാകൃത്ത് മാത്രമല്ല, സംവിധായകൻ കൂടിയാവണം നിങ്ങൾ. ഏറ്റോ?''

അപ്രതീക്ഷിതമായെത്തിയ ബാധ്യതയിൽ അയാൾ പരുങ്ങി.

''ഏയ്, ശരിയാവില്ല, അതൊക്കെ വലിയ ഉത്തരവാദിത്തമാണ്.''

''ഉത്തരവാദിത്തമല്ലേ ഉള്ളൂ. എഴുത്തിന്റെ പേറ്റുനോവില്ലല്ലോ. നോക്കൂ. നിങ്ങളുടെ അഞ്ചാമത്തെ തിരക്കഥയാണിത്. കഴിഞ്ഞ നാലും ഹിറ്റോ സൂപ്പർ ഹിറ്റോ ആണ്. പക്ഷേ, ഞാൻ നിങ്ങളോടൊരു ചോദ്യം ചോദിക്കുന്നു. നാലു തിരക്കഥയിലും നിങ്ങൾ മനസ്സിൽ കണ്ടതാണോ തിരശ്ശീലയിൽ വന്നത്? അല്ല എന്ന് എനിക്കറിയാം. ഇത് നിങ്ങളുടെ മുമ്പിൽ വരുന്ന അവസരമാണ്. ജീവിതത്തിൽ ഒരുപാട് അവസരങ്ങൾ സ്വന്തം കയ്യിലിരിപ്പു കൊണ്ട് നഷ്ടമാക്കിയ

ആളാണു നിങ്ങൾ. ഇതും അതുപോലെ ജാട കാണിച്ച് കളയാനാണ് ഭാവമെങ്കിൽ എനിക്കൊന്നും പറയാനില്ല. എന്തായാലും നിങ്ങളെന്ന പുതുമുഖ സംവിധായകനെ സഹിക്കാനുള്ള റിസ്ക് ഞാനേറ്റെടുക്കുന്നു. നിർമ്മാതാവ് എന്ന നിലയിൽ അതു വിൽക്കാനുള്ള ആത്മവിശ്വാസമുള്ളതു കൊണ്ടാണെന്നു വച്ചോ. പറയൂ. യെസ് ഓർ നോ?''

സാജൻ അയാൾക്കു നേരേ കൈ നീട്ടി. ഒരു നിമിഷം. തന്റെ കൈ കൂടി നീണ്ടാൽ അതൊരു തീരുമാനമാകും. ജീവിതത്തിലെ വഴിത്തിരിവ്. നിർണ്ണായകമായ തീരുമാനമെടുക്കേണ്ട ഒരു അവസരത്തിലും ഇന്നുവരെ ഒന്നും ഏറ്റെടുത്തിട്ടില്ല. ആ പതിവ് ആദ്യമായി അയാൾ തെറ്റിച്ചു. നിർമ്മാതാവിന്റെ കൈ മുറുകെപ്പിടിച്ചു. അങ്ങനെ കരാർ ധാർമ്മികമായി നിലവിൽ വന്നു. സാജൻ ഒരിക്കൽക്കൂടി അയാളെ ആലിംഗനം ചെയ്തു.

''ഞാൻ പോകുന്നു. നിങ്ങൾ ഇവിടുള്ള യക്ഷികളുമായി സല്ലപിച്ചോളൂ. നാളെ രാവിലെ പ്രൊഡക്ഷൻ കൺട്രോളർ വരും.''

സാജൻ സംസാരിച്ചു കൊണ്ട് പുറത്തേക്കു നടന്നു. അയാൾ അനുഗമിച്ചു.. ഇടയ്ക്ക് സാജൻ തിരിഞ്ഞുനിന്നു.

''അല്ല ചേട്ടാ. ഒരു കാര്യം ചോദിച്ചാൽ സത്യം പറയുമോ?''

സംശയത്തോടെ അയാളെ നോക്കിക്കൊണ്ട് ചോദിച്ചു.

''സത്യത്തിൽ ഇവിടെ യക്ഷിയുണ്ടോ? നിങ്ങൾ നാല് സിനിമയിൽ നിന്നുണ്ടാക്കിയതും അഡ്വാൻസ് വാങ്ങിയതും മുടക്കി ആർക്കും വേണ്ടാത്ത ഈ ബംഗ്ലാവ് വാങ്ങിയതിനെക്കുറിച്ച് പല കഥകളാണുള്ളത്. അതുകൊണ്ടു ചോദിച്ചതാ.''

''കുറേ കഥകൾ ഞാനും കേട്ടു. നല്ല കഥകളാണ്.''

''ഈ ബംഗ്ലാവിലെ യക്ഷിയാണ് നിങ്ങൾക്ക് കഥ പറഞ്ഞുതരുന്നത് എന്നാണ് അതിലൊരു കഥ.''

''അതു ഞാൻതന്നെ എഴുത്തുകളിൽ പറഞ്ഞതല്ലേ.''

''എന്തോ ആവട്ടെ. എനിക്കൊരു ഡിമാന്റേ ഉള്ളൂ. ഏതു കഥ കിട്ടിയാലും ആദ്യം എന്നോടു പറയണം. നമ്മളതു ചെയ്യും.''

സാജന്റെ കാർ ഇരുട്ടിൽ മറഞ്ഞു. ഒറ്റയ്ക്കായപ്പോൾ അയാൾ കുന്നിൻപുറത്തേക്കു നടന്നു. സമൂഹത്തിനു മുമ്പിൽ അയാൾ ഇപ്പോൾ വിജയിയായ തിരക്കഥാകൃത്തും സംവിധായകനുമാണ്. അയാളുടെ സിനിമകളൊക്കെ അനുവാചകർ ഏറ്റെടുത്തു. പക്ഷേ, അവയുടെ എല്ലാത്തിന്റെയും കഥ വാസ്തവത്തിൽ ഒന്നായിരുന്നു എന്ന് അയാൾ ഓർത്തു.

ആരായിരുന്നു രജനി എന്ന ചോദ്യത്തിനു തേടിയ ഉത്തരങ്ങൾ. ആരായിരുന്നു അവരെന്ന് തിരിച്ചും മറിച്ചും ചിന്തിച്ചപ്പോൾ മനസുടക്കിയ വിഭാവനകൾ. സങ്കടങ്ങളുടെ ഏന്തിൽനിന്നു രക്ഷപ്പെടാനുള്ള ശ്രമമാണ് ഓരോ രചനയും. ചില നിമിഷങ്ങളുടെ വിഭ്രമങ്ങളിൽ കൈവിട്ടുപോയ ജീവിതഭാഗ്യത്തെക്കുറിച്ചുള്ള വിലാപങ്ങൾ. ലോകത്തിന്റെ ഏതെങ്കിലും മുടുക്കിലിരുന്ന് രജനി തന്റെ സിനിമകൾ കാണുന്നുണ്ടാവുമോ? അവരോടുള്ള കുമ്പസാരമാണ് ഓരോ സിനിമയും. രജനി തന്നോടു പൊറുക്കും എന്നുതന്നെ അയാൾ കരുതുന്നു. ഒന്നിനുമല്ലാതെ തന്നെ തീവ്രമായി സ്നേഹിച്ച ഒരാൾക്ക് അതിനും കഴിയില്ലേ?

രജനിയും താനും മാറിയും തിരിഞ്ഞുമുള്ള കഥാപാത്രങ്ങളാകുന്ന കഥകളെഴുതി ഇപ്പോൾ സത്യമേത് കല്പനയേത് എന്നു വേർതിരിച്ചു പറയാൻ പറ്റാത്ത നിലയാണ്. ചിലപ്പോൾ തോന്നും താനല്ലേ വെറും കഥാപാത്രം, എവിടെയോ ഇരുന്ന് അവരല്ലേ തന്നെ എഴുതുന്നത് എന്ന്. ചിലപ്പോൾ തോന്നും തന്റെ ഏതൊക്കെയോ കെട്ടുകഥകളിലെ പലതരം നായികമാരല്ലാതെ മറ്റൊരാൾ ഒരിക്കലും ഉണ്ടായിരുന്നില്ല എന്ന്. എല്ലാറ്റിനുമൊടുവിൽ എവിടെ നിന്നോയെത്തുന്ന പിച്ചകപ്പൂമണത്തിന്റെ ചെറിയൊരു നുറുങ്ങ് എല്ലാം മാറ്റിമറിക്കും. കെട്ടുപോകുന്ന തീയിൽ എണ്ണയൊഴിച്ചപോലെ ഓർമ്മകൾ ആളിക്കത്തും.

അടുത്ത നിമിഷത്തെക്കുറിച്ചുള്ള ആകാംക്ഷയിലാണ് ഇപ്പോൾ അയാളുടെ ഓരോ നാഴികയും പകലും രാത്രിയും. മരണത്തിൽ നിന്നു പ്രതീക്ഷയിലേക്കു ജ്ഞാനസ്നാനം ചെയ്ത ഈ മുനമ്പ് വിട്ട് അയാളിപ്പോൾ അധികം ദൂരേക്കൊന്നും പോകാറില്ല. പോയാലും അതേ നഷ്ടവേദനയോടെ ഇവിടേക്കു തിരികെ വരും. അതിർത്തിരേഖകളും പാറാവുകാരുമില്ലാത്ത പ്രണയലോകത്ത് അരാജകമായി ജീവിച്ച നിമിഷങ്ങളുടെ ഓർമ്മയിൽ, കുന്നിൻപുറത്തും ബംഗ്ലാവിലുമായി അയാൾ തന്നെത്തന്നെ ആജന്മകാലം തടവിനിട്ടിരിക്കുന്നു. സ്വന്തം മാംസത്തിൽ കുത്തിവരച്ച സ്നേഹഗീതങ്ങൾക്ക് ഉപ്പുകാറ്റിന്റെ സംഗീതം പകരുന്നു.

വരൂ, നീലരാവുകളിലെ ഏകാന്തതാരമേ
ശോകശയ്യയിൽ നിന്നെന്നെ ഉണർത്തൂ
മന്ദസ്മിതങ്ങളാൽ വിരഹമണയ്ക്കൂ
മധുരചുംബനങ്ങളാൽ പ്രണയം നിറയ്ക്കൂ
മുലയിടുക്കിൽ അഭയം തരൂ
മദനരുദ്രയായി മുടിയഴിച്ചമരൂ

നീ വരും വരെ അണയാതിരിക്കാൻ
ഉരുകിക്കൊണ്ടേയിരിക്കുന്ന
മെഴുതിരി മാത്രമാണു ഞാൻ.

പകുതിയടർന്ന കുന്നിൻമുനമ്പിലെ പാറയിലിരുന്ന് അയാൾ താഴേക്കൂർന്നു വീഴുന്ന ആകാശവും താഴ്‌വരയുടെ ഗഹനവിസ്തൃതിയും കണ്ടു. നിലാവിന്റെ കൈവഴികൾ ചുറ്റിനും ഒഴുകുന്നതു കണ്ടു. പുഴ ഇപ്പോൾ അയാളെ വിളിക്കാറില്ല.

വിളിച്ചാലും പോകുവാൻ വയ്യ.

നീ വന്നെങ്കിലോ?

■